மொஸாட்

மொஸாட்

என். சொக்கன்

கிழக்கு

மொஸாட்
Mossad
N.Chokkan ©

Kizhakku First Edition: January 2017
168 Pages

ISBN 978-81-8493-710- 7
Kizhakku - 966

Kizhakku Pathippagam
177/103, First Floor,
Ambal's Building, Lloyds Road,
Royapettah, Chennai - 600 014.
Ph: +91-44-4200-9603

Email : support@nhm.in
Website : www.nhm.in

kizhakkupathippagam
kizhakku_nhm

Kizhakku Pathippagam is an imprint of New Horizon Media Private Limited.

இந்நூலின் சுருக்கமான வடிவத்தைத்
தொடராக வெளியிட்ட
'குமுதம் ரிப்போர்ட்டர்'
வாரம் இருமுறை இதழுக்கு நன்றி

உள்ளே ...

1. ரத்த ஒலிம்பிக்ஸ்

1972 செப்டம்பர் 5.

ஜெர்மனியின் ம்யூனிக் நகரம் ஒலிம்பிக்ஸ் பரபரப்பில் மூழ்கியிருந்தது. உலகப் பத்திரிகைகள், வானொலிகள், தொலைக்காட்சிகள் சகலமும் அங்கே குவிந்திருந்தார்கள்.

ஒலிம்பிக் போட்டிகளில் பங்கேற்கிற வீரர்கள், வீராங்கனைகளெல்லாம் ஒரு குறிப்பிட்ட பகுதியில் தங்கவைக்கப்பட்டிருந்தார்கள், அதன் பெயர், 'ஒலிம்பிக் கிராமம்'.

அன்றைக்கு, அந்த ஒலிம்பிக் கிராமத்தில் ஏழெட்டு புதிய முகங்கள், அவ்வளவாகப் பாதுகாப்பு இல்லாத அதிகாலை நேரத்தில், சுவர் ஏறிக் குதித்து உள்ளே நுழைந்தார்கள், நேராக இஸ்ரேலிய வீரர்கள் தங்கியிருக்கும் வீட்டை நோக்கி நடந்தார்கள்.

இப்போது, அவர்கள் கையில் துப்பாக்கிகள் முளைத்திருந்தன, முகத்தை முழுவதுமாக மறைக்கும்படி குரங்குத் தொப்பி அணிந்துகொண்டார்கள். நடையில் நிதானம், ஆனால் கண்கள்மட்டும் பரபரப்பாகச் சுற்றிலும் நோட்டம் விட்டுக்கொண்டிருந்தன.

அவர்கள் அந்த வீட்டின்முன்னே வந்து நின்றார்கள். திருட்டுச் சாவி போட்டுக் கதவைத் திறந்துகொண்டு உள்ளே நுழைந்தார்கள்.

ஒலிம்பிக் பதக்கக் கனவுகளோடு அசந்து தூங்கிக்கொண்டிருந்த இஸ்ரேல் வீரர்கள், இந்த திடீர்த் தாக்குதலைக் கொஞ்சம்கூட எதிர்பார்த்திருக்கவில்லை. அடுத்த சில நிமிடங்களில் அந்த வீடு அவர்களுடைய கட்டுப்பாட்டில் வந்துவிட்டது.

'நீங்கல்லாம் யாரு? எங்களை எதுக்காகப் பிடிச்சுவெச்சிருக்கீங்க?', கேள்வி கேட்டவர்களுக்கு அடி விழுந்தது, வந்தவர்களை எதிர்க்க முயன்றவர்கள் ஈவு இரக்கமில்லாமல் சுட்டுக் கொல்லப்பட்டார்கள்.

இஸ்ரேலிய வீரர்களுக்குத் தூக்கம் முழுவதுமாகக் கலைந்துவிட்டது. கண்முன்னே நண்பர்கள் செத்து விழுவதைப் பார்த்தபிறகு யாரால் தூங்கமுடியும்?

அடுத்த சில நிமிடங்களில், ம்யூனிக் விவகாரம் உலகம்முழுக்க அலறியது: ஒலிம்பிக் கிராமத்தில் தீவிரவாதிகள் புகுந்துவிட்டார்கள், இஸ்ரேல் வீரர்கள் ஒன்பது பேரைப் பணயமாகப் பிடித்து வைத்திருக்கிறார்கள்!

யார் அவர்கள்? அப்பாவி விளையாட்டு வீரர்களைப் பிடித்துவைத்து என்ன செய்யப்போகிறார்கள்?

இந்த அதிரடிக் கடத்தலைத் திட்டமிட்டு நிறைவேற்றிய குழுவின் பெயர், 'பிளாக் செப்டெம்பர்', பாலஸ்தீன விடுதலைக்காகப் போராடிக்கொண்டிருந்த பல்வேறு அமைப்புகளில் இதுவும் ஒன்று.

'ஏம்ப்பா, உங்க இஸ்ரேல் பாலஸ்தீனச் சண்டையையெல்லாம் ஊருக்கு வெளியே வெச்சுக்கக்கூடாதா? ஒலிம்பிக் கிராமத்தில உங்களுக்கு என்ன வேலை?'

'பிளாக் செப்டம்பர்' குழுவினர் மிகவும் கவனமாக யோசித்தபிறகு தான் ம்யூனிக்கைத் தேர்ந்தெடுத்திருந்தார்கள். அந்த நேரத்தில் உலகத்தின் கவனம்முழுக்க ஒலிம்பிக்ஸில் குவிந்திருப்பதால், அங்கே ஒரு சின்ன குண்டூசி விழுந்தாலும்கூட, சத்தம் சர்வதேச அளவில் கேட்கும்.

அவர்கள் நினைத்தது சரிதான். இஸ்ரேலிய வீரர்கள் பணயக் கைதிகளாகக் கட்டுப்பட்டு நிற்பதையும், முகமூடித் தொப்பி அணிந்த 'பிளாக் செப்டெம்பர்' போராளிகள் துப்பாக்கியும் கையுமாக உலா வருவதையும் உலகம் திகிலோடு பார்த்தது. ஜெர்மனிக் காவல்துறையும் இஸ்ரேல் அரசாங்கமும் செய்வதறியாது விழித்தன.

'இப்போ உங்களுக்கு என்னதான் வேணும்?'

'இந்த ஒன்பது இஸ்ரேலிய வீரர்கள் உயிரோட வேணும்ன்னா, ஒரு நிபந்தனை'

'என்னது?'

'இஸ்ரேல் ஜெயில்ல எங்களோட தோழர்கள் நிறையப் பேர் இருக்காங்க, அவங்களையெல்லாம் உடனடியா விடுதலை செய்யணும்.'

இஸ்ரேல் பிரதமர் கோல்டா மெய்ர் இந்தக் கோரிக்கையை ஏற்க மறுத்துவிட்டார், 'இது பச்சை பிளாக்மெயில், நாங்கள் இதற்கு ஒப்புக் கொண்டுவிட்டால், உலகத்தில் எந்த இஸ்ரேலியனும் நிம்மதியாக வாழமுடியாது'.

அப்படியானால், அந்த ஒன்பது இஸ்ரேல் வீரர்களின் கதி?

ம்யூனிக்கில் எத்தனை தீவிரவாதிகள் இருக்கிறார்கள்? ஏழு பேர்? எட்டு பேர்? அவர்களுக்குப் பயந்து இருநூற்றுச் சொச்ச கைதிகளை விடுதலை செய்யவேண்டுமா? நாமாக ஓர் அதிரடி நடவடிக்கையில் இறங்கி அந்த ஒன்பது விளையாட்டு வீரர்களையும் காப்பாற்றி விடலாம் என்று முடிவெடுத்தது இஸ்ரேல்.

'சான்ஸே இல்லை' என்று பிடிவாதமாக மறுத்துவிட்டது ஜெர்மனி அரசாங்கம், 'எங்க ஊர்ச் சட்டப்படி, வெளிநாட்டுக்காரங்க இங்கே வந்து துப்பாக்கி தூக்கக்கூடாது.'

'ஏன் சாமி, பிளாக் செப்டெம்பர் போராளிங்கல்லாம் உங்க ஊர்லயே பிறந்து வளர்ந்த மண்ணின் மைந்தர்களா? அவங்க அங்கே ஆள் கடத்தல் செய்யும்போது நாங்க எதிர்த்துத் தாக்கினா தப்பா?'

இஸ்ரேல் எவ்வளவோ வற்புறுத்தியும் ஜெர்மனி தனது மனத்தை மாற்றிக்கொள்ளவில்லை, 'முடிஞ்சா அவங்களோட பேச்சுவார்த்தை நடத்தி விஷயத்தைச் சுமுகமாத் தீர்க்கப்பாருங்க, இல்லாட்டி, நாங்களே ஏதாவது அதிரடி செய்யறோம்.'

'முதல்ல அதைச் செய்ங்க, உங்களுக்குப் புண்ணியமாப் போகும்.'

ஒருபக்கம் ஜெர்மனி கமாண்டோக்கள் எதிர்த் தாக்குதல், மீட்பு நடவடிக்கைகளுக்குத் தயாராகிக்கொண்டிருக்க, இன்னொருபக்கம் 'பிளாக் செப்டம்பர்' கடத்தல்காரர்கள் பொறுமை இழந்திருந்தார்கள், 'என்னய்யா, எங்க ஆளுங்களை விடுதலை செய்வீங்களா? மாட்டீங்களா?'

பல மணி நேரங்களுக்குப்பிறகும், இந்தக் கேள்விக்குமட்டும் சரியான பதில் கிடைக்கவில்லை. ஆகவே, அவர்கள் இஸ்ரேலிய வீரர்களைக் கூட்டிக்கொண்டு ஜெர்மனியிலிருந்து வெளியேறத் தீர்மானித்து விட்டார்கள், 'எங்களுக்கு ஒரு விமானம் வேணும், நாங்க எல்லாரும் இங்கிருந்து பத்திரமாக் கிளம்பிப் போறதுக்கு ஏற்பாடு செய்யுங்க.'

அவர்கள் இப்படிக் கேட்டதும், ஜெர்மானியர்களுக்குத் தலைக்குமேல் பல்ப் எரிந்தது, விமான நிலையத்தில் வைத்து இந்தத் தீவிரவாதிகளை வளைத்துப் பிடித்துவிடலாம் என்று தீர்மானித்தார்கள்.

கடத்தல்காரர்கள் கேட்டபடி, ஒரு தனி விமானத்துக்கு ஏற்பாடு செய்யப்பட்டது. முகமூடிகளும் பணயக் கைதிகளும் விமான நிலையத்துக்கு வந்து சேர்ந்தார்கள்.

அதற்குள், அங்கே ஜெர்மனி அதிரடிப்படை வீரர்கள் தயாராகிக் காத்திருந்தார்கள், தீவிரவாதிகள் உள்ளே நுழைந்ததும் அவர்கள் எதிர்பார்க்காத சமயத்தில் சுற்றி வளைத்துத் தாக்குவதாகத் திட்டம்.

ஆனால், கடைசி நேரத்தில் ஏதோ குழப்பமாகிவிட்டது. 'பிளாக் செப்டம்பர்' போராளிகள் தங்களுக்கு வலை விரிக்கப்பட்டிருப்பதை மோப்பம் பிடித்துவிட்டார்கள்.

அதன்பிறகு, அவர்கள் ஒரு விநாடிகூடத் தயங்கவில்லை, தங்களிடம் பிடிபட்டிருந்த ஒன்பது இஸ்ரேலிய வீரர்களையும் சுட்டுக் கொன்று விட்டார்கள்.

இந்தச் சண்டையில், பிளாக் செப்டம்பர் போராளிகள் பலர் கொல்லப் பட்டார்கள், சிலர் பிடிபட்டார்கள்.

ஆனால், என்ன பிரயோஜனம்? பதினொரு அப்பாவி இஸ்ரேலியர் களின் உயிர் போய்விட்டதே!

உலகம் அதிர்ந்து நின்றது. சர்வதேச ஒற்றுமையின் அடையாளமாக மதிக்கப்படுகிற ஒலிம்பிக் போட்டிகளில் இப்படி ஒரு ரத்த ஆறு ஓடியிருக்கிறது என்பதை யாராலும் நம்பக்கூட முடியவில்லை.

முக்கியமாக, இஸ்ரேல் தேசமே கண்ணீரில் மூழ்கியது. எந்தத் தவறும் செய்யாத விளையாட்டு வீரர்கள், பயிற்சியாளர்கள் இப்படி இரக்க மில்லாமல் கொல்லப்பட்டிருப்பதை நினைத்தால் அவர்களுக்கு ரத்தம் கொதித்தது.

சாதாரணமாகவே, யூதர்களுக்கு ஜெர்மனி என்றால் ஆகாது. ஹிட்லர் காலத்தில் அங்கே ஏகப்பட்ட அப்பாவி யூதர்கள் கொத்துக்கொத்தாகக் கொல்லப்பட்டதை யாரால் மறக்கமுடியும்? இன்னும் அந்தக் கொடுமையின் காயங்களே ஆறாத சூழ்நிலையில், இப்போது அதே ஜெர்மனியில் மீண்டும் யூத ரத்தம் பாய்ந்திருக்கிறது.

இன்னொரு வேதனை, இப்படிப் பதினொரு விளையாட்டு வீரர்கள் கொடூரமாகக் கொல்லப்பட்ட சூழ்நிலையிலும், ஒலிம்பிக் போட்டிகள் நிறுத்தப்படவில்லை. யூதர்களின் உயிர் அவ்வளவு மலிவாகிவிட்டதா?

ம்யூனிக்கில் உயிர் இழந்த இஸ்ரேல் வீரர்களின் குடும்பத்தினர், 'எங்களுக்கு நியாயம் வேணும்' என்று உரக்கக் குரல் எழுப்பினார்கள்,

'இந்தக் கொடுமையைச் செஞ்சவங்களைக் கண்டுபிடிக்கணும், முறைப்படி தண்டனை கொடுக்கணும், இல்லைன்னா எங்க மனசு ஆறாது.'

உடனடியாக, பிரதமர் கோல்டா மெய்ர் அவர்களைச் சந்தித்தார், 'இது உங்களோட தனிப்பட்ட இழப்புமட்டும் இல்லை, நம்ம நாட்டுக்கே பெரிய அவமானம்.'

'அதுக்கு நீங்க என்ன செய்யப்போறீங்க?'

'இதில சம்பந்தப்பட்டவங்க எல்லோரையும் கண்டுபிடிச்சு வேட்டை யாடப்போறோம்' என்றார் கோல்டா மெய்ர், 'அவங்க உலகத்தோட எந்த மூலையில இருந்தாலும் சரி, செஞ்ச தப்புக்கான தண்டனையை அவங்க அனுபவிச்சே தீரணும்.'

பிரதமர் சொல்வதன் அர்த்தம், அந்தக் குடும்பத்தினருக்குச் சரியாகப் புரியவில்லை. வேட்டையாடுவதா? அப்படீன்னா?

வேட்டை என்றால், ரத்த வேட்டைதான். இஸ்ரேலியர்களுக்கு எதிரான எந்தக் குற்றத்துக்கும் பழிக்குப் பழி வாங்கிப் பழகிய ஒரு திறமைசாலிக் குழு இருந்தது, அவர்களுடைய துணையோடு ம்யூனிக் விவகாரத்துக்குக் காரணமானவர்கள் அனைவரையும் களையெடுக்கத் தீர்மானித்துவிட்டார் இஸ்ரேல் பிரதமர் கோல்டா மெய்ர்.

அந்தக் குழுவின் பெயர், 'மொஸாட்' - இஸ்ரேலிய உளவுத்துறை!

உலக அளவில் பல நூறு உளவுத்துறைகள் இருக்கின்றன. ஆனால் அவற்றையெல்லாம்விட மொஸாடின் திறமைதான் தனித்துவமானது என்று சொல்கிறார்கள்.

இதற்குக் காரணம், மற்ற நாடுகளுக்கெல்லாம் அவ்வப்போது ஒன்றிரண்டு அச்சுறுத்தல்கள் வரும், அதைக் கவனமாகச் சமாளித்தால் போதும், மற்றபடி அவர்களுடைய பிழைப்பு அமைதியாகதான் ஓடிக்கொண்டிருக்கும்.

ஆனால், இஸ்ரேல் என்கிற நாடு உருவாக்கப்பட்ட நாள் தொடங்கி, அச்சுறுத்தலின் நடுவேதான் வாழ்ந்துகொண்டிருக்கிறது. நான்கு பக்கங்களில் இருந்தும் ஆக்கிரமிக்கப் பார்க்கிற பக்கத்து நாட்டுக்காரர்களின் அடாவடி, போதாக்குறைக்கு, உள்ளிருந்தே அரிக்கிற கரையான்களின் தொல்லை.

இதனால், ஆரம்பத்திலிருந்தே இஸ்ரேலியர்களுக்கு உளவுத்துறை ஓர் அவசியத் தேவையாகிவிட்டது. எந்த நேரத்திலும் எதுவும் நடக்கலாம் என்கிற பயத்தில் அவர்களுடைய கண்களில் நிரந்தரமாக விளக்கெண்ணெய் சுரக்க ஆரம்பித்துவிட்டது.

உலகத்தின் அத்தனை முக்கிய நகரங்களிலும் மொஸாட் ஏஜென்ட்கள் இருந்தார்கள். அநேகமாக எல்லா அரசாங்க அமைப்புகள், ராணுவங்களிலும் அவர்களுடைய உளவாளிகள் ஊடுருவியிருந்தார்கள்.

இதனால், ஆனானப்பட்ட அமெரிக்காவுக்கே தெரியாத ரகசியங்கள்கூட, முதலில் மொஸாடுக்குக் கிடைத்துவிடும். பல சந்தர்ப்பங்களில் மொஸாட் அமெரிக்காவுக்குத் துப்புக் கொடுத்து, 'சபாஷ்' வாங்கியிருக்கிறது.

தகவல் திரட்டுவதுபோலவே, அதிரடி நடவடிக்கைகளுக்கும் மொஸாட் பேர் போனது. இஸ்ரேலியர்களுக்கு எதிராகச் செயல்படக்கூடியவர்கள் உலகில் எங்கே ஒளிந்துகொண்டிருந்தாலும் சட்டையைப் பிடித்து இழுத்துவந்துவிடுவார்கள், இல்லாவிட்டால், ரகசியமாகப் போட்டுத் தள்ளிவிடுவார்கள், துப்பாக்கி தொடங்கி வெடிகுண்டுவரை அவர்களுக்குத் தெரியாத துஷ்ட ஆயுதங்களே கிடையாது.

இப்போது, பிரதமர் கோல்டா மெய்ர் மொஸாடை அழைத்தார், 'உங்களுக்கு ஒரு சின்ன வேலை.'

'சொல்லுங்க மேடம்.'

'ம்யூனிக் விவகாரத்தைத் தலைகீழாப் புரட்டிப் போட்டுத் தேடுங்க, ப்ளாக் செப்டம்பர்ல முக்கியப் புள்ளிங்க யார் யார்ங்கற லிஸ்ட் மொத்தமும் எனக்கு உடனடியா வேணும்.'

'ஓகே மேடம், அப்புறம்?'

'முதல்ல லிஸ்ட் வரட்டும், அதுக்கப்புறம் என்ன செய்யலாம், எப்படிச் செய்யலாம்ன்னு யோசிப்போம்.'

மொஸாட் உளவாளிகள் வேலையில் இறங்கினார்கள். வேட்டை அதிகாரப்பூர்வமாகத் தொடங்கிவிட்டது.

2. முதல் வேட்டை

ம்யூனிக் படுகொலையில் பங்குபெற்ற 'ப்ளாக் செப்டம்பர்' போராளிகள் மொத்தம் எட்டு பேர்.

இவர்களில் ஐந்து போராளிகள் அங்கே விமான நிலையத்தில் நடைபெற்ற துப்பாக்கிச் சண்டையில் கொல்லப்பட்டார்கள், மிச்சமிருந்த மூன்று பேரையும் ஜெர்மனி போலீஸ் கைது செய்து உள்ளே தள்ளியது.

அப்படியானால், இப்போது மொஸாட் யாரைப் பழிவாங்கவேண்டும்?

ம்யூனிக்கில் நேரடியாகக் களம் இறங்கிய எட்டு பேரும், ப்ளாக் செப்டம்பரின் அடிமட்ட ஊழியர்களாகதான் இருக்கவேண்டும். இவர்களைப் பழிவாங்கி எந்தப் பிரயோஜனமும் இல்லை.

அதற்குப் பதிலாக, இந்த எட்டு பேருக்கும் திட்டம் வகுத்துக் கொடுத்து ஏவி விட்ட மாஸ்டர் மைண்ட்கள் சிலர் இருப்பார்களே, அவர்களைக் கண்டுபிடிக்கிற முயற்சியில் இறங்கியது மொஸாட்.

சாதாரணமாக உளவுத்துறையினர் ஒரு விசாரணையில் ஈடுபடுகிறார்கள் என்றால், அதற்கு ஏகப்பட்ட நுட்பங்களைப் பயன்படுத்துவார்கள். சில சமயங்களில் நேரடியாகப் போய் விசாரிப்பார்கள், சில நேரங்களில் மாறுவேஷம், புதிய பெயர்களில் மறைந்து சென்று உளவு பார்ப்பார்கள். இதுதவிர, அவர்களைச் சுற்றியிருக்கும் நண்பர்கள், உறவினர்கள், வேலைக்காரர்களை விலைக்கு வாங்குவது, எலக்ட்ரானிக் சாதனங்களை ஒளித்துவைத்து அவர்களுடைய பேச்சுகளை ஒட்டுக் கேட்பது, அவர்களுக்கு வருகிற தபால், தந்தி, ஈமெயில், புறாக்கால்

தூது அத்தனையையும் பிரித்துப் படிப்பது என்று இன்னும் பல வழிகள் இருக்கின்றன.

ஆனால், 'ப்ளாக் செப்டம்பர்' விஷயத்தில் மொஸாடின் தில்லாலங்கடி வேலைகள் எதுவும் பலிக்கவில்லை. எவ்வளவோ முயன்றும் அந்தக் கல்லில் இருந்து நார் உரிக்கமுடியாமல் திணறியது மொஸாட்.

இதற்குக் காரணம், மொஸாட் ஏஜென்ட்களைப்போலவே, 'ப்ளாக் செப்டம்பர்' உறுப்பினர்களும் செம கில்லாடிகள். யாரோ தங்களை உளவு பார்க்கிறார்கள் என்கிற விஷயம் தெரிந்ததும் உஷாராகி விட்டார்கள்.

அப்போதும், மொஸாட் குழுவினர் சளைக்கவில்லை. முன்பைவிட அதிகத் தீவிரத்துடன் தகவல்களைத் தோண்டி எடுக்க ஆரம்பித்தார்கள்.

ஏனெனில், ம்யூனிக்கில் இஸ்ரேலிய வீரர்கள் பணயக் கைதிகளாகப் பிடித்துவைக்கப்பட்டிருந்தபோது, மொஸாடினால் எதுவும் செய்யமுடியவில்லை. ஜெர்மனி அவர்களுடைய கையைக் கட்டிப் போட்டுவிட்டது.

மொஸாட் அமைப்பின் முக்கிய நோக்கமே, இஸ்ரேலுக்கு வெளியி லிருந்து வருகிற ஆபத்துகளைத் தடுப்பதுதான். ஆனால் இப்போது, அவர்கள் ம்யூனிக்கில் நடந்த படுகொலையைப் பார்த்துக்கொண்டு சும்மா உட்கார்ந்திருக்கும்படி ஆகிவிட்டது.

இந்தக் குற்றவுணர்ச்சி, ஆத்திரம் இரண்டும் சேர்ந்து, மொஸாட் ஏஜென்ட்களை முனைப்புடன் செயல்படத் தூண்டியது. எப்படியாவது ப்ளாக் செப்டம்பர் பெருந்தலைகளைப் பிடித்து அழித்துவிட வேண்டும் என்கிற நோக்கத்துடன் வேலை சுறுசுறுப்பாக நடந்தது.

இதில் ஒரு பெரிய சிரமம் என்னவென்றால், ப்ளாக் செப்டம்பரின் நடவடிக்கைகளைப்பற்றி மற்ற பாலஸ்தீன விடுதலைப் போராட்ட அமைப்புகளுக்கே அவ்வளவாகத் தெரியாது. அவர்களுடைய திட்டங்கள் ஒவ்வொன்றும் ரகசியமாக உருவாக்கப்பட்டு, அதைவிட ரகசியமாகச் செயல்படுத்தப்பட்டன.

இதனால், பாலஸ்தீன மக்கள் மத்தியிலும், 'ம்யூனிக் படுகொலையைச் செய்தவர்கள் யார்?' என்கிற பரபரப்பான கேள்வி உலவியது. 'இவராக இருக்குமோ', 'அவராக இருக்குமோ' என்பதுபோல் ஏகப்பட்ட ஊகங்கள் கிசுகிசுக்கப்பட்டன.

இந்தத் தகவல்கள் அனைத்தையும் கவனமாகத் தொகுத்துவைத்தது மொஸாட். அவர்கள் கேள்விப்பட்ட எல்லாப் பெயர்களையும் லிஸ்ட்

போட்டு, ஒவ்வொருவருடைய புகைப்படம், வாழ்க்கைக் குறிப்பு, பழக்க வழக்கங்கள், ஆசை, பேராசை, பலவீனம், அண்டர்வேர் சைஸ்வரை சகல விவரங்களையும் திரட்டிவிட்டார்கள்.

ஒரே பிரச்னை, இந்த லிஸ்டில் இருக்கிற பாலஸ்தீனப் போராளிகளில் யாரெல்லாம் நிஜமாகவே ம்யூனிக் படுகொலைக்குக் காரணமாக இருந்திருக்கிறார்கள்? இந்த ஒரு தகவலைமட்டும் மொஸாடால் உறுதி செய்யவே முடியவில்லை.

விஷயம் பிரதமர் கோல்டா மெய்ரின் காதுகளுக்குச் சென்றது, 'நிறையத் தகவல்கள் கிடைச்சிருக்கு மேடம், இதில எது உண்மை, எது வதந்தி, நாம யாரைக் குறி வைக்கணும்ன்னுதான் சரியாப் புரியலை.'

பிரதமர் யோசித்தார், 'எல்லாத் தகவலையும் என்கிட்டே கொண்டுவாங்க, அடுத்து என்ன செய்யறதுன்னு பார்க்கலாம்.'

இஸ்ரேல் பிரதமர் கோல்டா மெய்ர்க்கு 'இரும்பு மனுஷி' என்று ஒரு பெயர் உண்டு. ம்யூனிக் விவகாரத்தில் சரியான பதிலடி கொடுக்க வேண்டும் என்பதில் அவர் மிக உறுதியாக இருந்தார்.

காரணம், காலம்காலமாக இஸ்ரேலியர்கள் 'ரொம்ப நல்லவங்க, எத்தனை அடிச்சாலும் தாங்கிக்குவாங்க, திருப்பி அடிக்கமாட்டாங்க' என்று ஒரு பிம்பம் உருவாகிவிட்டது, இனிமேலும் தயங்கி நின்றால், நம் தலையில் எல்லோரும் சட்னி அரைக்க ஆரம்பித்துவிடுவார்கள்.

ம்யூனிக் படுகொலையுடன் நேரடியாக, மறைமுகமாகச் சம்பந்தப் பட்ட ஒவ்வொருவரையும் கண்டுபிடித்து அழித்தாகவேண்டும், இனிமேல் இஸ்ரேலுக்கு எதிராகத் துப்பாக்கி தூக்குகிற தைரியம் எவனுக்கும் வரக்கூடாது.

இதற்காகவே, கோல்டா மெய்ர் ஒரு விசேஷக் குழுவை உருவாக்கினார். 'கமிட்டி எக்ஸ்' என்று பெயர் சூட்டப்பட்ட இந்த ரகசியக் குழுவில் பிரதமரோடு மூன்று சீனியர் அமைச்சர்களும் இடம்பெற்றிருந்தார்கள்.

ம்யூனிக் விவகாரம் தொடர்பாக மொஸாட் உளவாளிகள் திரட்டிய தகவல்கள் அனைத்தும், எக்ஸ் கமிட்டியின் பார்வைக்கு அனுப்பப் பட்டன. அவர்கள் அந்த விவரங்கள், ஆதாரங்களைப் படித்துப் பார்த்து யாரை என்ன செய்யவேண்டும் என்று தீர்மானித்தார்கள்.

நியாயப்படி பார்த்தால், மொஸாடின் ஹிட் லிஸ்டில் இருக்கும் ஒவ்வொருவருக்கும் ம்யூனிக் படுகொலையுடன் தொடர்பு உண்டா, இல்லையா என்பதைத்தான் கோல்டா மெய்ர் முதலில் ஆராய்ந்திருக்க வேண்டும். அதன்பிறகு, இப்போது அவர்கள் எங்கே வாழ்கிறார்கள்

என்று கண்டுபிடித்து, அந்த நாட்டு அரசாங்கத்திடம் கெஞ்சிக் கூத்தாடி, அவர்களைக் கைது செய்து இஸ்ரேல் கோர்ட்டுக்குக் கொண்டுவரவேண்டும், விசாரணை நடத்தவேண்டும், செய்த குற்றம் நிரூபிக்கப்பட்டால் அவர்களுக்குத் தண்டனை கொடுக்கவேண்டும்.

ஆனால், இப்படியெல்லாம் நீட்டி முழக்கினால் ஏழெட்டு வருடங்கள் கழிந்துவிடும். அதற்குள் மக்கள் ம்யூனிக் விவகாரத்தையே மறந்து விடுவார்கள்.

தவிர, ஒருவரைக் கோர்ட்டில் நிறுத்தித் தண்டனை வாங்கிக் கொடுத்தால், மற்ற தீவிரவாதிகளுக்கு எப்படிப் பயம் வரும்? நாம் இவர்களுக்குக் கொடுக்கிற அடியில், மற்றவர்கள் இன்னொருமுறை துப்பாக்கியைத் தூக்கவே யோசிக்கவேண்டும், அதுதான் மொஸாடின் திட்டம்.

மொஸாட் கொடுத்த ஆதாரங்களை அலசிப் பார்த்த 'கமிட்டி எக்ஸ்' தனது முதல் தீர்ப்பை வழங்கியது: வைல் ஸ்வாட்டர்!

ப்ளாக் செப்டம்பர் இயக்கத்தின் முக்கியப் புள்ளிகளில் ஒருவரான வைல் ஸ்வாட்டர், அப்போது இத்தாலியில் வாழ்ந்து கொண்டிருந்தார். மேல்பார்வைக்குச் சாதாரண அரசாங்க ஊழியர், ஆனால் உள்ளுக்குள் ஏகப்பட்ட தீவிரவாத நடவடிக்கைகள், இவருக்குதான் முதலாவதாகக் குறிவைத்தது மொஸாட்.

உண்மையிலேயே, வைல் ஸ்வாட்டர் ம்யூனிக் படுகொலையில் பங்கு பெற்றாரா? இந்தக் கேள்விக்கு யாருக்கும் நிச்சயமான பதில் தெரியவில்லை. ஆனால், மொஸாட் அதைப்பற்றிக் கவலைப்பட வில்லை என்பதுதான் உண்மை.

காரணம், தீவிரவாத நடவடிக்கைகளில் ஈடுபடுகிற, அந்த இயக்கங் களை ஆதரிக்கிற ஒருவர் இன்றைக்கு இல்லாவிட்டாலும் நாளைக்கு இதுபோன்ற ஒரு படுகொலையில் பங்கு பெறுவது நிச்சயம். ஆகவே, வைல் ஸ்வாட்டர் அழிக்கப்படவேண்டியவர், கமிட்டி எக்ஸூம் மொஸாடும் முடிவு செய்துவிட்டது, அவ்வளவுதான்.

ம்யூனிக் சம்பவம் நிகழ்ந்து சில வாரங்களில், மொஸாட் குழு ஒன்று இத்தாலியின் ரோம் நகரத்துக்குச் சென்று இறங்கியது, வைல் ஸ்வாட்டரைத் தீவிரமாகக் கண்காணிக்க ஆரம்பித்தது.

மொஸாடின் சாமர்த்தியம், அவர்கள் ஒருவரைப் பின்தொடர்கிறார்கள் என்றால், அது அவருடைய நிழலுக்குக்கூடத் தெரியாது. சில நாள்களுக்குள் அவர்கள் கண் விழிப்பதுமுதல் தூங்கச் செல்வது வரையிலான அத்தனை நடவடிக்கைகளையும் கச்சிதமாகப் படம் வரைந்து பாகம் குறித்துவிடுவார்கள்.

வைல் ஸ்வாட்டர் ஒரு பிரம்மச்சாரி, அவ்வப்போது தன்னுடைய காதலியைப் பார்ப்பதற்குச் செல்வார், மற்றபடி அவருடைய வீடு உண்டு, அலுவலகம் உண்டு என்று இருக்கிற சமர்த்துப் பேர்வழி.

அவருடைய தினசரி நடவடிக்கைகளைக் கவனித்துப் பார்த்தபோது, மொஸாடுக்கு ஒரு விஷயம் புரிந்தது - வைல் ஸ்வாட்டரைப் போட்டுத்தள்ளுவதென்றால், ராத்திரி நேரம்தான் சரிப்படும்.

ஏனெனில், வைல் ஸ்வாட்டர் தினந்தோறும் ராத்திரி ரொம்ப நேரம் அலுவலகத்தில் வேலை பார்க்கிறார். நன்கு இருட்டியபிறகு நடந்து வீட்டுக்கு வருகிறார். இந்த வழியில் அவரைத் தனியே மடக்கி விட்டால் போதும், சுலபமாகக் கதையை முடித்துவிடலாம்.

இந்தத் திட்டம் மொஸாட் மேலிடத்துக்கும் பிடித்திருந்தது, 'ஜமாய்ங்க' என்று பச்சைக் கொடி காட்டிவிட்டார்கள், 'ஆனா, மாட்டிக்காம செய்ங்க, வெளிநாட்டு மண்ணிலே இஸ்ரேல் இப்படி ஒரு வேலை பண்ணுதுன்னு வெளியே தெரிஞ்சா பெரிய சங்கடமாயிடும்.'

அவர்கள் திட்டத்தை மீண்டும் பலமுறை புரட்டிப்பார்த்தார்கள், ஓட்டைகளைச் சரி செய்தார்கள், கடைசியாக வைல் ஸ்வாட்டருக்கு நாள் குறிக்கப்பட்டது.

ம்யூனிக் படுகொலைகள் நிகழ்ந்து நாற்பது நாள் கழித்து, 1972 அக்டோபர் பதினாறாம் தேதி இரவு, வைல் ஸ்வாட்டர் அலுவலகத்திலிருந்து வீடு திரும்பிக்கொண்டிருந்தார்.

அவர் தன்னுடைய அபார்ட்மெண்ட் லிஃப்டுக்குள் நுழையப்போகும் நேரம், பின்னால் ஏதோ சத்தம் கேட்டுத் திரும்பினார்.

இரண்டு மொஸாட் ஏஜென்ட்கள் அவருக்காகக் காத்திருந்தார்கள், வைல் ஸ்வாட்டர் யோசிக்கக்கூட அவகாசம் கொடுக்காமல் சரமாரியாகச் சுட ஆரம்பித்தார்கள்.

சைலன்ஸர் பொருத்திய துப்பாக்கிகள், யாருக்கும் சத்தம் கேட்கவில்லை, குண்டுகளால் துளைக்கப்பட்ட வைல் ஸ்வாட்டர் ரத்த வெள்ளத்தில் சுருண்டு விழுந்தார்.

மொஸாட் ஏஜென்ட்கள் துப்பாக்கிகளைப் பத்திரப்படுத்தினார்கள். நிதானமாக வெளியேறி நடந்தார்கள்.

சில மணி நேரம் கழித்து, வைல் ஸ்வாட்டரின் மரணச் செய்தி வெளியானபோது, அவரை யார் கொன்றார்கள், எதற்காகக் கொன்றார்கள் என்று யாருக்கும் எதுவும் புரியவில்லை. ஒரு சின்னத்

தடயத்தைக்கூட விட்டுவைக்காமல் கச்சிதமாக வேலையை முடித்திருந்தது மொஸாட்.

சிறிது நேரம் கழித்து, ம்யூனிக்கில் கொல்லப்பட்ட இஸ்ரேல் வீரர்களின் வீடுகளில் ஃபோன் ஒலித்தது, 'ஹலோ, இன்னிக்கு ராத்திரி மறக்காம ரேடியோ நியூஸ் கேளுங்க.'

'எதுக்கு?'

'கேளுங்க, புரியும்.'

அவர்கள் ஆவலுடன் அன்றைய செய்திகளைக் கேட்டார்கள், விஷயத்தை ஓரளவு ஊகித்துக்கொள்ளமுடிந்தது.

ம்யூனிக் படுகொலைக்கு மொஸாடின் பதிலடியாக, முதல் தலை விழுந்துவிட்டது, அடுத்து யார்? எங்கே?

3. அதிர்ச்சி அலை

'ஹலோ, டாக்டர் ஹம்ஷாரி?'

'யெஸ், ஸ்பீக்கிங்.'

'நாங்க ஒரு இத்தாலியப் பத்திரிகையிலிருந்து கூப்பிடறோம். உங்களைப் பேட்டி எடுக்கணும்ன்னு விரும்பறோம்.'

உற்சாகமாக நிமிர்ந்து உட்கார்ந்தார் டாக்டர் மஹ்மூத் ஹம்ஷாரி, 'ரொம்ப சந்தோஷம், நாம எங்கே, எப்போ சந்திக்கலாம்?'

மறுமுனையில் பேசிக்கொண்டிருந்த மொஸாட் ஏஜென்ட்கள் புன்னகையோடு கட்டை விரல் உயர்த்திச் சிரித்துக்கொண்டார்கள். மிகச் சரியாக, ஹம்ஷாரியின் பலவீனத்தைப் பார்த்து அடித்தாகி விட்டது, இனிமேல் அவரை வீழ்த்துவது அத்தனை சிரமமாக இருக்காது.

பாரிஸில் வாழ்ந்துகொண்டிருந்த டாக்டர் மஹ்மூத் ஹம்ஷாரியின் முக்கியமான வேலை, ஊடகங்களில் பாலஸ்தீன விடுதலை இயக்கத்தைப்பற்றிய தகவல்களைப் பதிவு செய்வது. பத்திரிகைகள், தொலைக்காட்சிகள், வானொலிகள் என்று எதையும் விட்டு வைக்காமல் பரபரப்பு பண்ணிக்கொண்டிருந்தார் அவர்.

அதனால்தான், இத்தாலியப் பத்திரிகையாளர்கள் அழைக்கிறார்கள் என்றவுடன், உடனடியாகப் பேட்டிக்குத் தயாராகிவிட்டார் ஹம்ஷாரி. மொஸாட் தனது திட்டத்தின் அடுத்த கட்டத்தை நிறைவேற்ற ஆரம்பித்தது.

‘ப்ளாக் செப்டம்பர்’ இயக்கத்துடன் மஹ்மூத் ஹம்ஷாரிக்குத் தொடர்பு இருக்கிறது என்று தெரிந்தவுடனேயே, மொஸாட் தன்னுடைய பழிவாங்கல் வலைகளைப் பின்னத் தொடங்கிவிட்டது. பல ஏஜென்ட்கள் பாரிஸுக்குக் குடிபெயர்ந்து ஹம்ஷாரியின் தினசரி நடவடிக்கைகளைக் கூர்ந்து கவனித்துப் பதிவு செய்ய ஆரம்பித்தார்கள்.

கிட்டத்தட்ட இதே நேரத்தில்தான், ரோம் நகரத்தில் மொஸாட் ஏஜென்ட்கள் வைல் ஸ்வாட்டரைச் சுட்டுக் கொன்றார்கள். அதேபோல் மஹ்மூத் ஹம்ஷாரி கதையையும் முடித்துவிடலாமா?

ம்ஹூம், சான்ஸே இல்லை!

காரணம், ஹம்ஷாரி வெளிநாட்டுக்காரராக இருந்தாலும், பிரான்ஸ் சமூகத்தில் ஒரு குறிப்பிடத்தக்க புள்ளியாக உயர்ந்திருந்தார். பாரிஸ் நகரத்தில் பணக்காரர்கள் அதிகம் வாழ்கிற பகுதியாகப் பார்த்துத் தங்கியிருந்தார்.

இதனால், ஹம்ஷாரியை நடுத்தெருவில் சுட்டுத் தள்ளுவது சிரமம். வேறு ஏதாவது வழி யோசிக்கவேண்டும்.

பேசாமல், அவர் வீட்டில் குண்டு வைத்துச் சிதறடித்துவிடலாமா?

செய்யலாம். ஆனால், அதிலும் ஒரு பிரச்னை, ஹம்ஷாரிக்கு ஃப்ரெஞ்சுப் பெண் ஒருவருடன் திருமணமாகியிருந்தது. அமினா என்கிற மகளும் இருந்தாள்.

இதனால், ஹம்ஷாரி வீட்டில் குண்டு வைக்கத் தயங்கியது மொஸாட். ஒருவேளை குண்டு வெடிக்கிற நேரமாகப் பார்த்து ஹம்ஷாரி வேறு எங்காவது போய்விட்டால், அவருடைய அப்பாவி மனைவியும் மகளும் மாட்டிக்கொள்வார்களே!

ஹம்ஷாரி ரகசியமாகக் கொல்லப்படவேண்டும். அதேசமயம் அவருடைய குடும்பத்தினர் பாதிக்கப்படக்கூடாது, என்ன செய்யலாம்?

மஹ்மூத் ஹம்ஷாரியின் தினசரி நடவடிக்கைகளைத் தீவிரமாக அலசி ஆராயத் தொடங்கியது மொஸாட். கடைசியில் அவர்களுக்கு ஒரு பிரமாதமான யோசனை கிடைத்துவிட்டது.

பத்திரிகையாளர்களிடம் பேசுவது என்றால், ஹம்ஷாரிக்கு ரொம்பப் பிரியம். இந்த பலவீனத்தைப் பயன்படுத்தி, அவருக்குத் தூண்டில் போட்டது மொஸாட்.

யாரோ ஒருவர் இத்தாலியப் பத்திரிகையிலிருந்து அழைக்கிறார் என்றதும், ஹம்ஷாரி சந்தேகப்படவில்லை. சட்டென்று அவர்கள் சொன்ன இடத்துக்குப் புறப்பட்டு வந்துவிட்டார்.

அதே நேரத்தில், மொஸாட் ஏஜெண்ட்கள் ஹம்ஷாரியின் வீட்டுக்குள் நுழைந்தார்கள். அங்கே இருக்கும் மேஜை, நாற்காலி, சோஃபா, கட்டில், அடுப்பு, குப்பைத் தொட்டி, எலிப் பொந்தைக்கூட விட்டுவைக்காமல் சுற்றிச் சுற்றி புகைப்படம் எடுத்துக்கொண்டார்கள். இந்த ஃபோட்டோக்கள் அனைத்தும் மொஸாட் மேலிடத்துக்கு அனுப்பிவைக்கப்பட்டன.

அங்கே ஒரு வெடிகுண்டு நிபுணர் படை இந்தப் புகைப்படங்களைப் புரட்டிப்போட்டு அலசியது, கடைசியாக, ஹம்ஷாரியின் டெலிஃபோன் வைக்கப்பட்டிருந்த சிறிய மேஜைக்கு டிக் போட்டார்கள்.

உடனடியாக, அதேபோல் இன்னொரு மேஜை தயார் செய்யப்பட்டது. ஃபோட்டோவில் இருக்கும் மேஜைக்கும் இதற்கும் துளி வித்தியாசம் கண்டுபிடிக்கமுடியாதபடி கச்சிதமாக வேலை செய்தது மொஸாட்.

இந்தப் புதிய மேஜைக்குள், சக்தி வாய்ந்த டி.என்.டி. வெடிபொருள்கள் ஒளித்துவைக்கப்பட்டன. அதை வெடிக்கச் செய்வதற்கான ரிமோட் கன்ட்ரோலும் தயாரிக்கப்பட்டது.

மறுபடியும், ஹம்ஷாரிக்கு ஃபோன் செய்தது மொஸாட், 'டாக்டர், உங்களை ஒரு பேட்டி எடுக்கணும், புறப்பட்டு வர்றீங்களா?'

இப்போதும் ஹம்ஷாரிக்குத் துளி சந்தேகம் வரவில்லை, 'உடனே வர்றேன்' என்று ஒப்புக்கொண்டார்.

ஹம்ஷாரி இந்தப் பக்கம் கிளம்பிச் செல்ல, அந்தப் பக்கம் மொஸாட் ஏஜெண்ட்கள் அவர் வீட்டுக்குள் புகுந்தார்கள். மேஜையை மாற்றி விட்டார்கள்.

இப்போது, ஹம்ஷாரி வீட்டுக்குள் வெடிகுண்டு வைத்தாகிவிட்டது. அடுத்த வேலை, அவர்மட்டும் தனியாக இருக்கிற நேரமாகப் பார்த்து, அவரை மேஜைக்கு அருகில் வரவழைக்கவேண்டும், அப்புறம் ரிமோட் கன்ட்ரோலில் ஒரே ஒரு பொத்தானை அழுத்தினால் போதும், விஷயம் முடிந்துவிடும்.

1972 டிசம்பர் 8ம் தேதி, மஹ்மூத் ஹம்ஷாரியின் மனைவி மேரி க்ளாட் மகளைக் கூட்டிக்கொண்டு வெளியே சென்றார். சில நிமிடங்கள் கழித்து, மொஸாட் ஏஜெண்ட்கள் ஹம்ஷாரிக்கு ஃபோன் செய்தார்கள்.

'ஹலோ!'

'நீங்க ஹம்ஷாரிதானே?'

'யெஸ், டாக்டர் மஹ்மூத் ஹம்ஷாரிதான் பேசறேன்.'

பட்டன் அழுத்தப்பட்டது. டெலிஃபோனுக்குக் கீழே இருந்த குண்டு வெடித்துச் சிதறியது.

அப்போதும், மஹ்மூத் ஹம்ஷாரி சாகவில்லை. உடனடியாக அவரை மருத்துவமனையில் சேர்த்தார்கள். ஆனால், அடுத்த பல நாள்கள் தீவிர சிகிச்சை அளித்தும் ஹம்ஷாரியைக் காப்பாற்றமுடியவில்லை.

மறுநாள், ம்யூனிக்கில் படுகொலை செய்யப்பட்ட இஸ்ரேலிய விளையாட்டு வீரர்களின் வீடுகளுக்கு இன்னொரு ரகசியத் தொலைபேசி அழைப்பு வந்தது, 'இரண்டாவது ஆள் காலி!'

முன்பு வைல் ஸ்வாட்டர் கொல்லப்பட்டபோது, மொஸாட்மீது யாருக்கும் சந்தேகம் வரவில்லை. இஸ்ரேல் பாலஸ்தீனச் சண்டையில் இருதரப்பிலும் அவ்வப்போது உயிர் இழப்புகள் நேர்வது வழக்கம் தான் என்பதால், அதை யாரும் பெரிதாக நினைக்கவில்லை.

ஆனால், வைல் ஸ்வாட்டர் இறந்து சில நாள்களுக்குள் மஹ்மூத் ஹம்ஷாரியும் மர்மமான முறையில் கொல்லப்பட்டதும்தான், அவர்களுக்கு லேசாகச் சந்தேகம் எழுந்தது, இஸ்ரேலியர்கள் ஏதோ திட்டம் போட்டு வேலை செய்கிறார்கள் என்று புரிய ஆரம்பித்தது.

உடனடியாக, பாலஸ்தீன விடுதலைப் போராளிகள், தலைவர்கள் மத்தியில் ஒரு பெரிய அதிர்ச்சி அலை பரவத் தொடங்கியது. அடுத்து இஸ்ரேல் யாருக்குக் குறி வைத்திருக்கிறது என்று தெரியாமல் எல்லோரும் பயப்பட ஆரம்பித்தார்கள்.

அடுத்த சில நாள்களில், அவரைக் கொல்லப்போகிறார்கள், இவரைக் கொன்றுவிட்டார்கள் என்று ஏகப்பட்ட வதந்திகள், யாசர் அராஃபத் தொடங்கி எல்லா பெரிய தலைவர்களின் பெயர்களும் இதில் அடிபட்டன, பாலஸ்தீன விடுதலைப் போராளிகள் யாருடைய உயிருக்கும் உத்திரவாதம் இல்லை என்கிற பதற்ற நிலை ஏற்பட்டுவிட்டது.

மொஸாடுக்கு அதுதானே வேண்டும்? பாலஸ்தீனப் போராளிகள் மூச்சு விடக்கூட அவகாசம் தராமல் அடுத்தடுத்த கொலைகளை அரங்கேற்றினார்கள்.

மஹ்மூத் கொலை செய்யப்பட்டுச் சில வாரங்கள் கழித்து, சைப்ரஸில் ஹூசைன் அல் பஷீர் என்ற பாலஸ்தீன விடுதலைப் போராட்டத் தலைவர் கொல்லப்பட்டார். அவருடைய படுக்கைக்குக் கீழே குண்டு வைத்துச் சிதறடித்திருந்தது மொஸாட்.

அடுத்து, மறுபடியும் பாரிஸ், இந்தமுறை பாசில் அல்-குபைஸி என்ற பேராசிரியர். வைல் ஸ்வாட்டரைக் கொன்றதுபோலவே இவரையும் நடுத்தெருவில் சுட்டு வீழ்த்தினார்கள்.

மொஸாட் வரிசையாகக் கொலை செய்வதோடு நிறுத்திக்கொள்ள வில்லை. இதன்மூலம் இஸ்ரேலின் விரோதிகள் மத்தியில் பயம் பரவுகிறதா என்பதையும் உறுதிப்படுத்திக்கொள்ள விரும்பினார்கள்.

இதனால், மொஸாட் யாருக்கெல்லாம் குறிவைத்திருக்கிறதோ, அவர்களுடைய வீடுகளுக்கு மலர் வளையங்கள் அனுப்பப்பட்டன, 'இன்னும் கொஞ்ச நாளில் உங்கள் வீட்டுத் தலைவரைக் கொல்லப் போகிறோம், ஆழ்ந்த அனுதாபங்கள்.'

போதாதா? எப்போது கொல்வார்கள், எப்படிக் கொல்வார்கள் என்று புரியாமல் அந்தத் தலைவர்கள் தவித்துக்கொண்டிருக்கும்போதே, மொஸாட் ஏஜென்ட்கள் கச்சிதமாகக் கதையை முடித்துவிடுவார்கள்.

இந்தக் கொலைச் செய்திகளை, இஸ்ரேல் மூடி மறைக்கவில்லை. 'நாங்கள்தான் செய்தோம்' என்று பகிரங்கமாக ஒப்புக்கொள்ளா விட்டாலும், ஒவ்வொரு கொலையைப்பற்றியும் விரிவான செய்திகள், கட்டுரைகள் லோக்கல் பத்திரிகைகளில், அதுவும் அரபி மொழியில் வெளியாகும்படி பார்த்துக்கொண்டார்கள்.

ஒருகட்டத்தில், ம்யூனிக் படுகொலைக்குதான் இஸ்ரேல் பழிவாங்குகிறது என்கிற விவரம் பாலஸ்தீன விடுதலைப் போராளி களுக்குப் புரிந்துவிட்டது, 'இது அநியாயம், நீங்கள் கொலை செய்த நபர்களுக்கும் ம்யூனிக் தாக்குதலுக்கும் துளி சம்பந்தம் கிடையாது' என்று அலற ஆரம்பித்தார்கள்.

மொஸாட் அதையெல்லாம் கண்டுகொள்ளவில்லை. அவர்கள் தங்களுடைய அடுத்த பெரிய தாக்குதலைத் திட்டமிட ஆரம்பித் திருந்தார்கள்.

பாசில் அல்-குபைஸி கொல்லப்பட்டு மூன்று நாள் கழித்து, சில மொஸாட் ஏஜென்ட்கள் லெபனான் நாட்டின் தலைநகரமான பெய்ரூட்டுக்கு வந்து சேர்ந்தார்கள். ஜாலியாக ஊர் சுற்றும் இளைஞர் களைப்போல் வேஷம் போட்டுக்கொண்டார்கள், ஆடைக்குள் துப்பாக்கிகளை மறைத்துவைத்தார்கள்.

லெபனான் தேசத்தில், பாலஸ்தீன விடுதலைப் போராட்ட இயக்கங் களுக்கு ஆதரவு அதிகம். அவர்களுடைய கோட்டையில் புகுந்து மொஸாட் என்ன செய்யமுடியும்?

மொஸாட் அதைப்பற்றிக் கவலைப்படவில்லை. இந்தமுறை அவர்கள் ஒரே நேரத்தில் மூன்று தலைகளுக்குக் குறி வைத்திருந்தார்கள், எந்தத் தடைகள் வந்தாலும் சரி, அந்த மூன்று பேரையும் கொல்லாமல் விடமாட்டோம் என்று உறுதி எடுத்துக் கொண்டு புறப்பட்டார்கள்.

4. திமிங்கிலம் எங்கே?

துளி வெளிச்சம் இல்லாத இருட்டு ராத்திரி. மொஸாட் ஏஜென்ட்கள் கள்ளத்தோணியில் ரகசியமாக வந்து சேர்ந்தார்கள்.

அங்கே ஏற்கெனவே சிலர் காத்திருந்தார்கள், அடையாளச் சங்கேதங்கள் பரிமாறிக்கொள்ளப்பட்டன, 'கார் ரெடியா இருக்கு, வாங்க போலாம்'

ஆளில்லாத சாலைகளில் வண்டி அதிவேகமாக ஓடியது, கடைசியாக ஒரு சிறிய பாதையின் நடுவே போய் நின்றது.

எதிரெதிரே இரண்டு பெரிய கட்டடங்கள், அங்கேதான் மூன்று 'ப்ளாக் செப்டம்பர்' புள்ளிகளுக்கு வட்டம் போட்டிருந்தது மொஸாட்.

இந்தத் தாக்குதல் குழுவின் தலைவர் பெயர், எஹூத் பராக். யார் என்ன செய்யவேண்டும், அதை எப்படிச் செய்யவேண்டும் என்பதையெல்லாம் விநாடி சுத்தமாகத் திட்டமிட்டு, எல்லோருக்கும் பயிற்சி கொடுத்திருந்தார் அவர்.

ஆனால் இப்போது, எஹூத் பராக் மேக்கப், லிப்ஸ்டிக் சகிதம் ஒரு பெண்ணாக உருமாறியிருந்தார். அவருடைய கண்கள் சுற்றுப்புறத்தைக் கவனமாக நோட்டமிட்டன.

அவரைப்போலவே பெண் வேடம் போட்ட மொஸாட் ஏஜென்ட்கள் காரிலிருந்து இறங்கி நின்றுகொண்டார்கள், 'யாரும் உள்ளே வராம நாங்க பார்த்துக்கறோம், நீங்க காரியத்தைக் கச்சிதமா முடிச்சுட்டு வாங்க.'

மற்ற மொஸாட் ஏஜெண்ட்கள் சத்தம் போடாமல் முன்னேறினார்கள். ராத்திரி நேரம் என்பதால் பாதுகாப்பு ஏற்பாடுகள் அவ்வளவாக இல்லை, அது அவர்களுக்கு ரொம்ப வசதியாகிவிட்டது, திட்டப்படி தங்களுடைய முதல் இலக்கை நோக்கி வேகமாக நடந்தார்கள்.

ஆனால், அவர்கள் யோசிக்க மறந்த விஷயம், வெளியே நடு ராத்திரி, இந்த நேரத்தில் ரோட்டில் ஒரு கார் நிற்கிறது, அதில் சில பெண்கள் தனியே வேடிக்கை பார்த்துக்கொண்டிருக்கிறார்கள் என்றால், பார்க்கிறவர்களுக்குச் சந்தேகம் வராதா?

சில நிமிடங்கள் கழித்து, ஓர் இளைஞன் அந்தப் பெண்(?)களை நெருங்கினான், 'யார் நீங்க?', துப்பாக்கியைத் தூக்கினான்.

எஹூத் பராகிற்கு யோசிக்க நேரமில்லை, இவனிடம் மாட்டிக் கொண்டால் ஆபத்து, வேறு யாரும் வருவதற்குமுன்னால், இவனைத் தாக்கி வீழ்த்திவிடவேண்டும்!

அடுத்த விநாடி, அந்தப் பெண்களின் கைகளில் துப்பாக்கிகள் முளைத்தன, அந்த இளைஞனை நோக்கிச் சுட ஆரம்பித்தார்கள்.

அவ்வளவுதான், சத்தம் கேட்டுப் பலர் ஓடி வந்தார்கள், என்ன நடக்கிறது என்றே புரியாமல் அவர்கள் விழிக்க, மொஸாட் பெண்கள் தொடர்ந்து சுடவேண்டியிருந்தது.

சில நிமிடங்களில், வந்தவர்கள் சுதாரித்துக்கொண்டு திருப்பித் தாக்க ஆரம்பித்தார்கள், அந்த நடு ராத்திரியின் நிசப்தத்தைக் கிழித்துக் கொண்டு சண்டை தொடங்கிவிட்டது.

உள்ளே இருந்த மொஸாட் ஏஜெண்ட்களுக்குத் துப்பாக்கிக் குண்டுகளின் சத்தம் தெளிவாகக் கேட்டது, ஏதோ பிரச்னை, என்ன செய்யலாம்?

மொஸாட் ஏஜெண்ட்களுக்குச் சொல்லித்தரப்படுகிற பாலபாடங்களில் ஒன்று, மற்றவர்களுக்கு எது நடந்தாலும் சரி, நீ உன்னுடைய திட்டத்தைப் பாதியில் கைவிடக்கூடாது, எந்தச் சூழ்நிலையிலும் நினைத்ததைச் செய்து முடித்தாகவேண்டும்.

அவர்கள் தொடர்ந்து முன்னேறினார்கள், திட்டமிட்டபடி ஒவ்வொரு வீடாகக் குறி வைத்துத் தாக்க ஆரம்பித்தார்கள்.

அடுத்த சில நிமிடங்களில் மூன்று பாலஸ்தீன விடுதலை இயக்கத் தலைவர்கள் கொல்லப்பட்டுவிட்டார்கள். இதுதவிர, பல உதிரிக் கொலைகளையும் தவிர்க்கமுடியவில்லை.

தாக்குதலை வெற்றிகரமாக முடித்த மொஸாட் ஏஜென்ட்கள் பரபரப்பாக வெளியேறினார்கள். பாலஸ்தீனத் தலைவர்களின் பாதுகாவலர்கள், உள்ளூர் போலிஸ் எல்லோருக்கும் டிமிக்கி கொடுத்துவிட்டு அதே காரில் தப்பித்துவிட்டார்கள்.

மீண்டும் கடற்கரை. அவர்களுக்காகக் கள்ளத் தோணிகள் காத்திருந்தன, ஏறிக்கொண்டார்கள். சில நிமிடங்களில் லெபனானுக்கு டாட்டா காண்பித்து மாயமாகிவிட்டார்கள்.

'பொங்கும் இளமை' என்று பெயர் சூட்டப்பட்ட இந்தத் திட்டம், மொஸாடுக்கு மிகப் பெரிய வெற்றி. காரணம், இத்தாலி, பிரான்ஸ்மாதிரி பொதுவான நாடுகளில் பாலஸ்தீனத் தலைவர்களை வீழ்த்துவது கஷ்டமே இல்லை. லெபனானில், அவர்களுடைய கோட்டைக்குள் புகுந்து மூன்று பேரை அடித்துவிட்டு வருவது என்றால், நிஜமாகவே சாதனைதான்!

இதனால், 'பொங்கும் இளமை'த் திட்டத்திற்குத் தலைமை தாங்கிய எஹுத் பராக், மொஸாட் வட்டாரங்களில் பெரிய 'சூப்பர் ஹீரோ'வாகிவிட்டார். அதன்பிறகு அவர் அரசியலில் இறங்கி இஸ்ரேலின் பிரதம மந்திரியாக வந்தது தனிக்கதை.

ஓர் உளவாளி, பிரதமராகமுடியுமா? நினைத்துப்பார்க்கவே கஷ்டமாக இருக்கிறதா?

அப்படியானால், உங்களுக்கு இஸ்ரேலைப்பற்றித் தெரியாது என்று அர்த்தம். அங்கே உளவுத்துறை என்பது ஒப்புக்குச் சப்பாணி அரசாங்க 'டிபார்ட்மென்ட்' அல்ல, ஆட்சிக்கும் அரசாங்கத்துக்கும் அத்தியாவசியத் தேவையான ஒன்று.

இதனால், இஸ்ரேல் பிரதமராக வருகிற எல்லோருமே, மொஸாட் என்ன செய்யவேண்டும் என்பதில்மட்டும் மிகக் கவனமாக இருப்பார்கள். தங்களுக்கு நன்கு பரிச்சயமான திறமைசாலி நண்பர்களை மொஸாட் தலைவர்களாக நியமித்துவிடுவார்கள். உளவுத்துறை எப்போதும் தங்களுடைய கட்டுப்பாட்டில் இருக்கும்படி பார்த்துக்கொள்வார்கள்.

இப்படிப்பட்ட கலாசார(?)ப் பின்னணி கொண்ட இஸ்ரேலில் ஓர் உளவாளி பிரதமராக வருவது பெரிய விஷயமே இல்லை. சொல்லப் போனால், தங்களுடைய பிரதமர், அமைச்சர்கள், அதிகாரிகளெல்லாம் கூட முன்னாள் உளவாளிகளாக இருந்தால் நல்லது என்றுதான் இஸ்ரேலில் பலர் விரும்புகிறார்கள், அப்போதுதான் அவர்கள் எதிலும் அசட்டையாக இல்லாமல் கவனமாக ஆட்சி நடத்துவார்களாம்!

மொஸாட் லெபனானில் புகுந்து ரத்த வேட்டை ஆடியிருக்கிறது என்பது தெரிந்தபிறகு, மிச்சமிருக்கும் ப்ளாக் செப்டம்பர் தலைவர்களுக்குப் பீதி பற்றிக்கொண்டது. அடுத்தடுத்து நடந்த கொலைகள் அவர்களுடைய அச்சத்தை இன்னும் அதிகரித்தன.

ஆனால், இத்தனைக்குப்பிறகும், மொஸாட் பெருந்தலைகளுக்கு முழுத் திருப்தி இல்லை, 'எல்லாம் ஒழுங்காதான் நடக்குது, ஆனா,...' என்று இழுத்தார்கள்.

காரணம், ம்யூனிக் படுகொலைக்குப் பழிவாங்குவதற்காக அவர்கள் தூண்டில் போட்டுப் பிடித்தது எல்லாமே, சின்னச் சின்ன மீன்கள்தான். இவர்களுக்கெல்லாம் தலைவரான ஒரு பெரிய திமிங்கிலம் இன்னும் வலையில் சிக்கவில்லை, சரியாகச் சொல்வதென்றால், அது எங்கே இருக்கிறது என்றே அவர்களுக்குத் தெரியவில்லை.

அந்தப் பெரிய 'ப்ளாக் செப்டம்பர்' திமிங்கிலம், அபு ஹாசன், முழுப் பெயர், அலி ஹாசன் சாலமெ. செல்லப் பெயர், 'ரெட் ப்ரின்ஸ்', அதாவது, சிவப்பு இளவரசன்!

அப்போது அபு ஹாசனுக்கு வயது ஜஸ்ட் 33 தான். இதற்குள் இஸ்ரேலியர்களின் கண்ணில் விரல் விட்டு ஆட்டக்கூடிய கில்லாடியாக உருவெடுத்திருந்தார்.

பெரிய பணக்காரக் குடும்பத்தில் பிறந்தவர் அபு ஹாசன். பிரம்மாண்டமான வீடு, கை தட்டினால் ஓடி வருகிற வேலைக்காரர்கள், வகைக்கு ஒன்றாகப் பல கார்கள், மேலே பாய்ந்து மொய்க்கும் பெண்கள், கவலையில்லாமல் உலகத்தைச் சுற்றும் வாழ்க்கை என்று நீங்கள் இதுவரை சினிமாவில் பார்த்த 'பெரிய இடத்துப் பையன்'களையெல்லாம் ஒன்றாகச் சேர்த்துக் குழைத்துக் கற்பனை செய்துகொள்ளுங்கள், அதுதான் அபு ஹாசன்.

சின்ன வயதிலிருந்தே அபு ஹாசனுக்குப் பாலஸ்தீன விடுதலைப் போராட்டத்தில் ஆர்வம் அதிகம். அதற்காகப் பல இயக்கங்கள், அமைப்புகளை உருவாக்கி ஏகப்பட்ட தாக்குதல்களைத் திட்டமிட்டு நிறைவேற்றிக்கொண்டிருந்தார்.

'ப்ளாக் செப்டம்பரின்' முக்கியப் புள்ளியான அபு ஹாசன்தான் ம்யூனிக் படுகொலைக்குச் சூத்திரதாரி என்று நம்பியது இஸ்ரேல். அவர் உயிரோடு சுற்றிக்கொண்டிருக்கும்வரை, மொஸாட் மற்றவர்களைப் பழிவாங்கி எந்தப் பிரயோஜனமும் இல்லை.

அபு ஹாசன் விவகாரம் மொஸாட் ஏஜென்ட்களுக்கு ஒரு தனிப்பட்ட அவமானமாகிவிட்டது. அவரை எப்படியாவது வளைத்துப்

பிடித்துவிடவேண்டும் என்று அவர்களும் தீவிரமாக முயற்சி செய்து கொண்டிருந்தார்கள். ஆனால் அவர் எங்கே இருக்கிறார், என்னவாக இருக்கிறார் என்கிற விவரம்கூடச் சிக்கவில்லை.

1973ம் ஆண்டு மத்தியில், அவர்களுக்கு ஒரு தகவல் கிடைத்தது, 'அபு ஹாசன் நார்வே நாட்டில் லில்லிஹாமர் என்ற ஊரில் இருக்கிறார்'.

இந்த விவரத்தை யார் அனுப்பியது, நம்பகமான தகவல்தானா என்பதெல்லாம் மொஸாடுக்குத் தெரியவில்லை. ஆனால், அபு ஹாசன் விஷயத்தில் எந்தச் சிறிய வாய்ப்பையும் அவர்கள் தவறவிட முடியாது.

ஆகவே, அவசரமாக ஒரு மொஸாட் குழு திரட்டப்பட்டது. அவர்கள் கையில் அபு ஹாசனின் புகைப்படத்தைக் கொடுத்து, 'இந்த ஆளைத் தேடிப் பிடித்து முடித்துவிடுங்கள்' என்று சொல்லி அனுப்பினார்கள்.

அவர்களுடைய அதிர்ஷ்டம், லில்லிஹாமர் அப்படியொன்றும் பெரிய ஊர் இல்லை. அங்கே அபு ஹாசனைத் தேடிக் கண்டுபிடிப்பது பெரிய சிரமமாக இருக்காது.

மொஸாட் குழு வேலையில் இறங்கியது, அபு ஹாசன் எங்கே இருக்கக்கூடும் என்பது பற்றித் தகவல் திரட்ட ஆரம்பித்தார்கள், தெருவில் அகப்படுகிற முகங்களை உற்றுப்பார்த்துக் குறிப்பு எடுத்தார்கள்.

ஆனால் உண்மையில், அப்போது அபு ஹாசன் நார்வே நாட்டிலேயே இல்லை. இப்படி ஒரு பொய்யான தகவலைக் கொடுத்து மொஸாடை அலைக்கழிக்கவேண்டும் என்று யாரோ திட்டம் போட்டிருக்கிறார்கள்.

இந்த விஷயம் தெரியாமல், மொஸாட் ஏஜென்ட்கள் லில்லிஹாமரைச் சல்லடை போட்டுத் தேடிக்கொண்டிருந்தார்கள். அவர்களுடைய அவசரத்துக்கு, ஓர் அப்பாவி மாட்டினான்.

அவர்கள் உடனடியாக மேலிடத்துக்குத் தகவல் அனுப்பினார்கள், 'அபு ஹாசனைக் கண்டுபிடிச்சுட்டோம், அடுத்து என்ன செய்யறது?'

'இதென்ன கேள்வி? சுட்டுத் தள்ளுங்க!'

5. பதுங்கிய புலி

'ஏங்க, இன்னிக்கு சினிமாவுக்குப் போலாமா?'

இப்படி ஒரு மனைவி, அதுவும் கர்ப்பமாக இருக்கிற மனைவி கேட்டால் எந்தக் கணவனால் மறுக்கமுடியும்? 'டபுள் ஓகே' சொல்லி விட்டார் அஹ்மத் பௌச்சிகி.

அஹ்மத் மொராக்கோவைச் சேர்ந்தவர், இப்போது நார்வே நாட்டின் லில்லிஹாமரில் செட்டிலாகியிருந்தார், அங்கே ஒரு ஹோட்டலில் சர்வர் உத்தியோகம்.

அடிப்படையில், அஹ்மத் ரொம்ப அமைதியான மனிதர். அநாவசிய மாக எந்த வம்புதும்புக்கும் போகமாட்டார். தான் உண்டு தன்னுடைய வேலை உண்டு என்றிருக்கிற சமர்த்துப் பேர்வழி.

1973 ஜுலை 21ம் தேதி, அவர் தன் மனைவியுடன் சினிமாவுக்குப் புறப்பட்டார். படம் முடிந்தபிறகு, இருவரும் கலகலப்பாகப் பேசியபடி வீடு திரும்பிக்கொண்டிருந்தார்கள்.

அப்போது, திடீரென்று அவர்கள் முன்னால் ஒரு கார் வந்து நின்றது,. ஆயுதம் தாங்கிய மொஸாட் ஏஜென்ட்கள் அதிலிருந்து இறங்கினார்கள்.

அஹ்மதுக்கு எதுவும் புரியவில்லை, 'என்ன நடக்கிறது? இவர் களெல்லாம் யார்?' என்று அவர் குழம்பிக்கொண்டிருக்கும்போதே, அவர்கள் சுட ஆரம்பித்தார்கள்.

சில விநாடிகள்தான், அவருடைய மனைவியின் கண்முன்னே அஹ்மதின் உயிர் பறிக்கப்பட்டுவிட்டது. அவர் சுருண்டு விழுவதற்குள், வந்தவர்கள் காரில் ஏறித் தப்பித்துவிட்டார்கள்.

மொஸாடைப் பொறுத்தவரை, அவர்கள் அபு ஹாசனைக் கொன்று விட்டதாக நினைத்துக்கொண்டிருந்தார்கள். திமிங்கிலம் பிடிபட்டு விட்டது, ம்யூனிக் படுகொலைக்கான பழிவாங்குதல் இத்துடன் முடிந்தது.

ஆனால், அவர்களால் சுட்டுக் கொல்லப்பட்ட அஹ்மத் பௌச்சிகிக்கும் அபு ஹாசனுக்கும் எந்தச் சம்பந்தமும் கிடையாது. பார்ப்பதற்கு இருவரும் கிட்டத்தட்ட ஒரேமாதிரியாக இருக்கிறார்கள் என்பதைத்தவிர.

இந்த விஷயம் வெளியே தெரிந்தபோது, மொஸாட் மேலிடம் வெலவெலத்துப்போனது, ஒரு தீவிரவாதியைக் கொல்வதற்குப் பதிலாக, அப்பாவிப் பொதுஜனம் ஒருவரைச் சுட்டுத் தள்ளியது மிகப் பெரிய குற்றம்.

சொல்லப்போனால், நிஜமான தீவிரவாதிகளைக்கூடக் கொலை செய்கிற உரிமை மொஸாடுக்கு இல்லை. அவர்கள் என்ன தப்பு செய்திருந்தாலும், நீதிமன்றத்துக்குக் கொண்டுவந்து விசாரணை நடத்திதான் தண்டனை கொடுக்கவேண்டும், அதுதான் சட்டம்.

இதற்கு உள்ளூர் உதாரணம் வேண்டுமென்றால், சமீபத்திய மும்பை தாக்குதல் சம்பவங்களை எடுத்துக்கொள்ளலாம், அதை யார் செய்தார்கள், எப்படிச் செய்தார்கள் என்பதெல்லாம் எல்லோருக்கும் தெரியும், ஃபோட்டோ, வீடியோ ஆதாரங்கள்கூட இருக்கின்றன, போதாக்குறைக்கு, அஜ்மல் கசாப் என்று ஒரு தீவிரவாதி உயிருடன் பிடிபட்டிருக்கிறார்.

ஆனால், இந்திய அரசாங்கமோ, போலீஸோ, உளவுத்துறையோ அஜ்மலுக்குத் தண்டனை கொடுக்கமுடியாது. அவர்மேல் சட்டப்படி வழக்குத் தொடர்ந்திருக்கிறார்கள். அதை ஒரு நீதிபதி விசாரித்துத் தண்டனை தருவதுதான் முறை.

ம்யூனிக் விவகாரத்தில் இதுபோன்ற சட்டதிட்டங்களையெல்லாம் மொஸாட் மதிக்கவில்லை, கண்ணுக்குக் கண், பல்லுக்குப் பல், அவ்வளவுதான்!

ஆனால் இப்போது, அபு ஹாசனுக்குப் பதிலாக யாருடைய கண்ணையோ குத்திவிட்டார்கள், மன்னிக்கமுடியாத தவறு இது.

இந்த விவகாரத்தில் மொஸாட் செய்த தவறுகள் ஒன்று, இரண்டு இல்லை. ஏழெட்டு வால்யூம்களில் எழுதி நிரப்பும் அளவுக்குப் பிரமாதமாகச் சொதப்பியிருந்தார்கள்.

முதலில், லில்லிஹாமர் மிகச் சிறிய நகரம், அங்கே யாருடைய கண்ணிலும் படாமல் தப்புச் செய்வது சிரமம்.

பெரிய நகரம் என்றால் எந்த மாபாதகமும் செய்துவிட்டுச் சட்டென்று காணாமல் போய்விடலாம், சிறிய ஊர்களில் அது முடியாது, சுற்றி என்ன நடக்கிறது என்று எல்லோரும் எப்போதும் கவனித்துக் கொண்டே இருப்பார்கள்.

இப்படி ஒரு சூழ்நிலையில், ஒருவரை நடுத்தெருவில் சுட்டுத் தள்ளுவது சுத்தப் பைத்தியக்காரத்தனம், நம் ஊரில் 'சொந்த செலவில் சூனியம் வைத்துக்கொள்வது' என்று சொல்வார்களே, அதுவும் இதுவும் ஒன்றுதான்!

அஹ்மதைக் கொலை செய்த மொஸாட் ஏஜென்ட்கள் டான் எர்ட், மரியானெ க்ளாட்னிகாஃப். இவர்கள் துப்பாக்கியோடு காரிலிருந்து இறங்கியது, அஹ்மதைச் சுட்டுக் கொன்றது எல்லாவற்றையும் நேரில் பார்த்த சாட்சிகள் இருந்தார்கள்.

அதுகூடப் பரவாயில்லை, மொஸாட் செய்த அடுத்த தவறு, இந்தக் கொலைக்காகக் கார் வாடகைக்கு எடுக்கும்போது, ஏஜென்ட்கள் அவர்களுடைய சொந்தப் பெயரைக் கொடுத்திருந்தார்கள்.

நார்வே போலீஸ் சும்மா இருக்குமா? சுறுசுறுப்பாகத் துப்புத்துலக்கி, ஒரே நாளில் சம்பந்தப்பட்ட மொஸாட் ஏஜென்ட்களை வளைத்துப் பிடித்துவிட்டார்கள்.

கைது செய்யப்பட்ட இந்த மொஸாட் ஏஜென்ட்களாவது, வாயை மூடிக்கொண்டு சும்மா இருந்திருக்கலாம். போலீஸ் சித்திரவதைக்குப் பயந்து, இந்தக் கொலையின் நோக்கம் என்ன, திட்டத்தில் சம்பந்தப் பட்ட மற்றவர்கள் யார், அவர்கள் இப்போது எங்கே இருக்கிறார்கள் என்று எல்லா விவரங்களையும் கொட்டிவிட்டார்கள்.

போதாதா? நேராகக் கார் எடுத்துக்கொண்டு புறப்பட்டுப் போன நார்வே போலீஸ், அஹ்மத் பௌச்சிகி கொலையுடன் சம்பந்தட்ட கும்பலை அப்படியே அள்ளிப் போட்டு ஜெயிலில் தள்ளிவிட்டார்கள்.

இப்போது, மொஸாடுக்கு வேறு வழியே இல்லை, போலீஸிடம் மாட்டியவர்கள் வாயைத் திறக்காமல் இருக்கவேண்டும் என்று பிரார்த்தனை செய்ய ஆரம்பித்தார்கள்.

பொதுவாக, மொஸாட் ஏஜென்ட்களுக்குப் பல விஷயங்களில் கடுமை யான பயிற்சி அளிக்கப்படுகிறது. அதில் முக்கியமானது, மாட்டிக் கொண்டால் அடுத்தவர்களைக் காட்டிக் கொடுக்காமல் இருப்பது.

குறிப்பாக, 'நான் ஒரு மொஸாட் ஏஜென்ட்' என்று யாரும் எப்போதும் ஒப்புதல் வாக்குமூலம் தரக்கூடாது. அதற்குப் பதிலாக வேறு என்ன பொய் வேண்டுமானாலும் சொல்லலாம். மொஸாட் ஒரு

விவகாரத்தில் சம்பந்தப்பட்டிருக்கிறது என்பதுமட்டும் யாருக்கும் எப்போதும் தெரிந்துவிடக்கூடாது.

ஆனால், அஹ்மத் பௌச்சிகியைக் கொலை செய்த மொஸாட் ஏஜென்ட்கள், இந்த ஒரு பாடத்தைமட்டும் சாய்ஸில் விட்டு விட்டார்களோ என்னவோ, போலீஸ் லத்தியைத் தூக்கியவுடன் எல்லா விஷயங்களையும் கக்கிவிட்டார்கள். அஹ்மதைக் கொலை செய்தது மொஸாட்தான் என்கிற விவரம் வெளியே வந்துவிட்டது.

உடனடியாக, இந்த விவகாரம் சர்வதேசப் பிரச்னையாக மாறியது. 'நார்வேயில் வாழ்கிற ஒருவரை, அந்த ஊர் மண்ணில் சுட்டுத் தள்ளுவதற்கு மொஸாடுக்கு என்ன தைரியம்!' என்று எல்லோரும் ஹை-வால்யூமில் அலற ஆரம்பித்தார்கள்.

அதுமட்டுமில்லை, ம்யூனிக் படுகொலைக்குப் பழிவாங்குவதற்காக மொஸாட் ஒரு ரகசிய வேட்டை நடத்திக்கொண்டிருக்கிற தகவலும் வெளியே கசிந்துவிட்டது. 'இது அராஜகம், மனித உரிமை மீறல்' என்று பத்திரிகைகள், சமூக இயக்கங்கள் கடுமையாகக் கண்டித்தன.

போதாக்குறைக்கு, நார்வே போலீஸிடம் மாட்டிய மொஸாட் ஏஜென்ட்கள் தொடர்ந்து 'பேசி'க்கொண்டிருந்தார்கள். உள்ளூரில், அக்கம்பக்கத்து நாடுகளில் எங்கெல்லாம் மொஸாட் உளவாளிகள் இருக்கிறார்கள், அவர்கள் என்னமாதிரியான வேஷங்களில் ஒளிந்து வாழ்கிறார்கள், அங்கே என்னென்ன திட்டங்களை நிறைவேற்றிக் கொண்டிருக்கிறார்கள் என்று ஒரு தகவல் பாக்கியில்லாமல் புட்டுப்புட்டு வைத்துவிட்டார்கள்.

பதறிப்போன மொஸாட், ஐரோப்பாவில் வாழும் தனது ஏஜென்ட்கள் பலரை ரகசியமாகத் திரும்ப அழைத்துக்கொண்டது, இன்னும் சிலரை அங்கேயே ஒளிந்து வாழச் சொன்னார்கள்.

ஆனால் இதற்குள், உலக அளவில் மொஸாடின் இமேஜ் கெட்டுப் போய்விட்டது. 'அது என்ன உளவுத்துறையா? இல்லை, அடியாள் படையா?' என்று ஆளாளுக்குக் கேள்வி கேட்க ஆரம்பித்தார்கள்.

இஸ்ரேல் அரசாங்கத்துக்கு எல்லாப் பக்கங்களிலும் டென்ஷன், 'ஒழுங்காக மொஸாடை அடக்கிவைக்கிறீர்களா? இல்லை, நாங்கள் உங்கள்மீது நடவடிக்கை எடுக்கவேண்டுமா? நீங்களே யோசித்துக் கொள்ளுங்கள்!'

அவர்களுக்குத் தெரியாத விஷயம், இஸ்ரேலின் அரசாங்கத்துக்கு இணையான (அல்லது, அதைவிட ஒரு படி மேலான) சக்தி மொஸாட். யாரும் அவர்களை அடக்கிவைப்பதெல்லாம் சாத்தியமே இல்லை, அவர்களாக வாலைச் சுருட்டிக்கொண்டால்தான் உண்டு!

லில்லிஹாமர் விவகாரத்துக்குப்பிறகு, மொஸாட் கொஞ்சம் அடங்கிப்போக முடிவெடுத்தது. ‘இப்போது சூழ்நிலை சரியில்லை, பதுங்கிக்கொள்வதுதான் புத்திசாலித்தனம்!’

உடனடியாக, ம்யூனிக் பழிவாங்கல் நடவடிக்கையில் ஈடுபட்டிருந்த மொஸாட் உளவாளிகள் எல்லோருக்கும் தகவல் பறந்தது. ‘கைவசம் எந்தத் திட்டம் இருந்தாலும் அதைப் பெட்டியில் போட்டுப் பூட்டி விடுங்கள், இப்போதைக்கு எதுவும் செய்யவேண்டாம், அமைதியாக வீட்டில் உட்கார்ந்து ரெஸ்ட் எடுங்கள்.’

அப்படியானால், அபு ஹாசன்? இத்தனை பேரைக் கொன்றுவிட்டுக் கடைசியில் பெரிய திமிங்கிலத்தை நழுவவிடப்போகிறதா மொஸாட்?

ம்ஹூம், சான்ஸே இல்லை, மொஸாட் பதுங்குகிறது என்றாலே, பின்னால் பாயப்போகிறார்கள் என்றுதான் அர்த்தம்!

மொஸாட் மேலிடம் அபு ஹாசனை மறந்துவிடவில்லை, அவர் எங்கே இருக்கிறார், என்ன செய்துகொண்டிருக்கிறார் என்பதைத் தொடர்ந்து கண்காணித்துக்கொண்டுதான் இருந்தார்கள், ஆனால் இந்தமுறை ரொம்ப ரகசியமாக, ரொம்பக் கவனமாக.

அவர்கள் எதிர்பார்த்தபடி, அபு ஹாசன் ஒரு தப்புச் செய்தார். ‘லில்லிஹாமர் விவகாரத்தில் மொஸாடின் மூக்கு உடைந்துவிட்டது, இனிமேல் அவர்களால் வாலாட்டமுடியாது’ என்று நினைத்துக் கொண்டு, தன்னுடைய தலைமறைவு வாழ்க்கையிலிருந்து வெளியே வந்தார். பாதுகாப்பு நடவடிக்கைகளையெல்லாம் ஓரங்கட்டிவிட்டு, பகிரங்கமாக உலாவ ஆரம்பித்தார்.

இதனால், அதுவரை அபு ஹாசனின் இருப்பிடம் தெரியாமல் திணறிக் கொண்டிருந்த மொஸாடுக்கு ரொம்ப வசதியாகிவிட்டது. வழக்கம்போல் தன்னுடைய உளவாளிகளை வைத்து அபு ஹாசனின் நடவடிக்கைகளை நுணுக்கமாக மோப்பம் பிடிக்க ஆரம்பித்தார்கள்.

மொஸாட் புலி, தன்னுடைய அவமானக் காயங்களை நக்கிக் கொண்டது, முன்பைவிட அதிக வெறியுடன் பாயத் தயாரானது!

6. நிரந்தரமானவன்?

லில்லிஹாமர் சொதப்பல்கள் நடந்து முழுசாக ஐந்து வருடமாகி விட்டது!

இந்த இடைவெளிக்குள், இஸ்ரேலில் ஏகப்பட்ட அரசியல் மாற்றங்கள், இரண்டு பிரதம மந்திரிகள் மாறிவிட்டார்கள், அந்த நாட்டு அரசாங்கத்திலும் சரி, மொஸாடிலும் சரி, பழைய 'சக்தி'கள் ரிடையராகி, பல புதியவர்கள் தலை தூக்கியிருந்தார்கள்.

ஆனால், இஸ்ரேல் இன்னும் அபு ஹாஸனை மறந்திருக்கவில்லை. வெளிப் பார்வைக்கு மொஸாட் நல்ல பிள்ளைபோல் சமர்த்தாக உட்கார்ந்திருந்தாலும், பின்னணியில் தகவல்கள் திரட்டுவது, அலசுவது, திட்டம் தயார் செய்வது, அப்புறம் மொத்தத்தையும் எச்சில் போட்டு அழித்துவிட்டு மறுபடி பூஜ்ஜியத்திலிருந்து ஆரம்பிப்பது என்று தொடர்ந்து உழைத்துக்கொண்டிருந்தார்கள்.

இந்த ஐந்து ஆண்டுகளில் அபு ஹாஸனும் நிறைய மாறியிருந்தார், ஒரு காலத்தில் ஹை க்ளாஸ் அடியாள்போல் துப்பாக்கியைத் தூக்கிக் கொண்டு திரிந்தவருக்கு, இப்போது அரசியல் வட்டாரங்களில் ஏகப்பட்ட செல்வாக்கு. அவர்தான் யாசிர் அராஃபதுக்கு அடுத்த வாரிசு என்றெல்லாம் பேச்சு அடிபட்டது.

பாலஸ்தீன விடுதலை இயக்கங்களில்மட்டுமில்லை, அதற்கு வெளியிலும் அபு ஹாஸனுக்குப் பல புதிய நண்பர்கள் கிடைத் திருந்தார்கள். அமெரிக்க உளவுத்துறையான சி.ஐ.ஏ.வுக்கும், பாலஸ்தீனத் தலைவர்களுக்கும் இடையே ஒரு பாலமாக அவர் இயங்கிவருகிறார் என்று வதந்தி.

1978ம் வருடம், அபு ஹாஸன் கல்யாணம் செய்துகொண்டார். அவருடைய புது மனைவி ஜார்ஜினா ரிஜ்க், முன்னாள் மிஸ் யுனிவர்ஸ்!

ஜார்ஜினாவுடன் ஹனிமூன் சென்ற அபு ஹாஸன், விரைவில் பெய்ரூட் திரும்பிவிட்டார். லெபனான் நாட்டுத் தலைநகரமான இந்த ஊர்தான், இப்போது அவருடைய கோட்டை!

பெய்ரூட்டில் அபு ஹாஸனுக்கு ஏகப்பட்ட நண்பர்கள் இருந்தார்கள். அதைவிட அதிக எண்ணிக்கையில் நண்பிகள்!

கல்யாணமானபிறகும், அபு ஹாஸன் தன்னுடைய பழைய 'ப்ளேபாய்' வாழ்க்கையை மறந்துவிடவில்லை. ஒவ்வொரு நாளையும் ஜாலியாக அனுபவிக்கவேண்டும் என்கிற கொள்கையுடன் ஊரைச் சுற்றிக் கொண்டிருந்தார்.

இதைக் கவனித்த அபு ஹாஸனின் நண்பர்கள், அவரைக் கடுமையாக எச்சரித்தார்கள். 'நீங்க உங்க இஷ்டம்போல விளையாடுங்க, வேணாம்னு சொல்லலை. ஆனா, இப்படி அசட்டையா இருக்காதீங்க, அப்பப்போ உங்க பயணத் திட்டத்தை மாத்துங்க. ஒரே இடத்துக்கு டெய்லி போகாதீங்க, முன்பின் தெரியாதவங்ககிட்டே பழகாதீங்க. மொஸாட் இன்னும் உங்களைத் துரத்திகிட்டுதான் இருக்கு, அதை மறந்துடாதீங்க!'

அவர்களுடைய அக்கறையான வார்த்தைகளை அபு ஹாஸன் பெரிதாகக் கண்டுகொள்ளவில்லை. 'இந்த ஊர்ல எவனும் என்மேல கை வைக்கமுடியாது' என்கிற மொட்டை தைரியத்தில் அலட்சியமாக இருந்துவிட்டார்.

அந்தப் பக்கம், இஸ்ரேலின் புதிய பிரதமர் மெனகெம் பெகின் மொஸாடைக் கூப்பிட்டார். 'அந்த அபு ஹாஸன் மேட்டர் என்ன ஆச்சு? அந்தாள் எங்கே இருக்கான்னு தெரியுமா?'

'தெரியும் ஸார்'

'அப்புறம் ஏன் சும்மா இருக்கீங்க?'

இது போதுமே, அதுவரை காகிதத்தில் கோட்டை கட்டிக் கொண்டிருந்தவர்கள், பெய்ரூட்டுக்கு டிக்கெட் எடுக்கக் கிளம்பினார்கள்.

இந்தமுறை, மொஸாட் வெறும் கத்தி, கபடா, துப்பாக்கியை நம்பவில்லை. அபு ஹாஸனின் பலவீனம் எது என்று தெரிந்து, அதற்காகவே ஒரு ஸ்பெஷல் ஆயுதத்தைக் கொண்டுவந்தார்கள்.

அந்த ஆயுதம், ஒரு பெண் உளவாளி. இந்தத் திட்டத்துக்காக அவருக்குச் சூட்டப்பட்ட கற்பனைப் பெயர், எரிகா சாம்பர்ஸ். இதுவே அவரது உண்மைப் பெயராகவும் இருக்கலாம்!

பிரிட்டனைச் சேர்ந்த எரிகாவுக்கு, சமூகப் பணி(?)களில் ஆர்வம் அதிகம். குறிப்பாக, பாலஸ்தீன அகதிகளுக்குச் சேவை செய்வது என்றால் எக்ஸ்ட்ரா பிரியம்.

இதற்காக, 1978ம் ஆண்டு இறுதியில் அவர் லெபனானுக்கு அழைக்கப் பட்டார். பெய்ரூட் வந்து சேர்ந்து வீடு எடுத்துத் தங்கிக்கொண்டு சேவை செய்ய ஆரம்பித்தார்.

எரிகா சாம்பர்ஸ் ஒரு மொஸாட் உளவாளி என்கிற தகவல் அப்போது யாருக்கும் தெரிந்திருக்கவில்லை. எல்லோரும் அவருடன் சகஜமாகப் பழகத் தொடங்கினார்கள்.

அதே நேரத்தில், இன்னும் பல மொஸாட் ஏஜென்ட்கள் பெய்ரூட் வந்து சேர்ந்தார்கள். எல்லோருக்கும் வெவ்வேறு (பொய்ப்) பெயர்கள், வெவ்வேறு நாட்டு பாஸ்போர்ட்கள்- லில்லிஹாமரில் நிகழ்ந்த தவறை அவர்கள் மறுபடியும் செய்வதாக இல்லை.

பெய்ரூட்டில் எரிகா சாம்பர்ஸ், மற்ற மொஸாட் ஏஜென்ட்கள் திரட்டுகிற தகவல்கள் அனைத்தும், மேலிடத்துக்கு அனுப்பப்பட்டன. இதன் அடிப்படையில் அவர்கள் வெவ்வேறு கொலைத் திட்டங் களைத் தயார் செய்து ஒத்திகை பார்த்துக்கொண்டிருந்தார்கள், எதுவும் சரிப்படவில்லை.

இதற்கு நடுவே, மொஸாடின் ஒரிஜினல் திட்டப்படி எரிகா சாம்பர்ஸ் பாலஸ்தீன விடுதலை இயக்கப் போராளிகள், தலைவர்கள் வட்டாரத்தில் ஊடுருவ ஆரம்பித்திருந்தார். அபு ஹாஸனையும் நெருங்கிவிட்டார்.

சாதாரணமாகவே அபு ஹாஸன் பெண்கள் விஷயத்தில் கொஞ்சம் வீக். இப்படி ஒரு வெளிநாட்டுப் பெண் பாலஸ்தீனர்களுக்கு ஆதரவாகப் பேசுகிறார் என்றதும், அவருக்குச் சுத்தமாகச் சந்தேகமே வரவில்லை.

அபு ஹாஸன், எரிகா சாம்பர்ஸ் நெருங்கிப் பழக ஆரம்பித்தபிறகு, அவருடைய தினசரி நடவடிக்கைகள் அனைத்தும் உடனுக்குடன் மொஸாடுக்குச் சென்று சேர்ந்தது. இதன் அடிப்படையில் புதிய திட்டங்கள் தயார் செய்யப்பட்டன.

1979ம் ஆண்டு ஜனவரி மாதம் 22ம் தேதி, அபு ஹாஸன் வழக்கமாகப் பயணம் செய்கிற சாலையில் ஒரு வோல்ஸ்வாகன் கார் வந்து நின்றது.

அதில் நூறு கிலோ எடையுள்ள வெடிபொருள்களைப் பதுக்கி வைத்திருந்தது மொஸாட்.

இந்தக் காரை வெடிக்கச் செய்வதற்கான ரிமோட் கன்ட்ரோல், பக்கத்திலேயே இன்னொரு வீட்டில் இருந்தது. பட்டனில் விரலை வைத்து அழுத்தியபடி அவர்கள் அபு ஹாஸனுக்காகக் காத்திருந்தார்கள்.

அபு ஹாஸனுக்குக் கொஞ்சமாவது உயிர் பயம் இருந்திருந்தால், அவர் தினந்தோறும் ஒரே சாலைவழியே பயணம் செய்திருக்கமாட்டார், வேண்டுமென்றே காரை மாற்றி, ரூட்டை மாற்றி, சந்திப்புத் திட்டங்களை மாற்றி ஏதாவது ஒரு வழியில் தன்னுடைய எதிரிகளைக் குழப்பப் பார்த்திருப்பார்.

ஆனால் அவருக்கு அந்தப் பயமோ, பதற்றமோ சுத்தமாக இல்லை. 'நான் நிரந்தரமானவன், அழிவதில்லை, எந்த நிலையிலும் எனக்கு மரணமில்லை' என்று பாட்டுப் பாடிக்கொண்டு அதே வழியில் வந்து சேர்ந்தார்.

அப்புறம் என்ன? சரியாக அபு ஹாஸனின் கார் அந்த வோல்ஸ்வாகனைக் கடக்கும்போது, ரிமோட்வழியே குண்டு வெடிக்கப்பட்டது, அபு ஹாஸன், அவருடைய பாதுகாவலர்கள், பக்கத்தில் இருந்த அப்பாவிகள் என்று மொத்தம் ஒன்பது பேர் இறந்துபோனார்கள்.

அடுத்த சில மணி நேரங்களுக்குள், எரிகா சாம்பர்ஸ், மற்ற மொஸாட் ஏஜென்ட்கள் சத்தமில்லாமல் பெய்ரூட்டிலிருந்து வெளியேறிவிட்டார்கள். லெபனான் காவல்துறை, பாலஸ்தீன விடுதலைப் போராளிகள் விழித்துக்கொண்டு துப்புத்துலக்க ஆரம்பிப்பதற்குள், எல்லாத் தடயங்களும் சுத்தமாக அழிக்கப்பட்டுவிட்டன.

ரொம்ப நாளைக்குப்பிறகு, இஸ்ரேல் மொஸாட் வட்டாரங்களில் அன்றைக்குத் திருவிழாக் கோலம். ம்யூனிக் பழிவாங்கல் லிஸ்டில் கடைசியாக மிச்சமிருந்த அபு ஹாஸனின் பெயருக்கு எதிராக டிக் போட்டுக் கொண்டாடினார்கள்.

மொஸாடுக்குமட்டுமில்லை, ஒட்டுமொத்த இஸ்ரேலின் அரசியல் சரித்திரத்திலும் இது மிக முக்கியமான சம்பவம். இதன்மூலம், 'யாராக இருந்தாலும் சரி, எங்கள்மீது கை வைத்தால் தொலைத்துவிடுவோம்' என்கிற செய்தியைச் சொல்லாமல் சொல்லியிருந்தது இஸ்ரேல்.

இதனால் பாலஸ்தீன விடுதலை இயக்கம் அழிந்துவிடவில்லை. ஆனால் அதேசமயம், இஸ்ரேலுக்கு உள்ளேயும் வெளியேயும் யூதர்கள்மீது நிகழ்த்தப்பட்ட வன்முறைச் சம்பவங்கள் கணிசமாகக் குறைந்தன. மொஸாடுக்கு அதுதானே வேண்டும்?

ம்யூனிக் படுகொலைக்குப் பழிவாங்குவதற்காக, மொஸாட் எத்தனை பேரைக் கொன்றது என்கிற கணக்கு சரியாகத் தெரியவில்லை. சிலர் பத்து என்கிறார்கள், இன்னும் சிலர் பன்னிரண்டு, பதினைந்து, இருபது, முப்பது என்று இஷ்டத்துக்கு அடுக்குகிறார்கள்.

ஆனால் ஒன்று, இப்படிக் கொல்லப்பட்ட எல்லோரும் ம்யூனிக் படுகொலையில் நேரடியாகச் சம்பந்தப்பட்டிருக்க வாய்ப்பு இல்லை. 'இந்தச் சம்பவத்தை நல்ல சாக்காகப் பயன்படுத்திக்கொண்டு, இஸ்ரேலுக்கு எதிராக இயங்குகிறவர்களையெல்லாம் மொஸாட் திட்டம் போட்டு அழித்துவிட்டது' என்று பலர் குற்றம் சாட்டுகிறார்கள்.

உண்மையில், ம்யூனிக் படுகொலையால் நேரடியாகப் பாதிக்கப் பட்டவர்கள், அதாவது, அங்கே கொலை செய்யப்பட்ட இஸ்ரேல் விளையாட்டு வீரர்களின் குடும்பத்தினருக்கு, இந்தப் பழிவாங்கல் நடவடிக்கைகளில் சுத்தமாக ஒப்புதல் இல்லை.

'ஒரு கொலைக்குப் பழிவாங்குவதற்காக, இன்னொரு கொலை செய்வது எந்தவிதத்திலும் நியாயம் இல்லை. இப்படிக் கொல்லப் பட்டவர்களுக்கும் ஒரு குடும்பம் இருக்கும், மனைவி, குழந்தைகள் இருப்பார்கள், இப்படிப் பழிவாங்குகிறேன் பேர்வழி என்று அவர்களுடைய சந்தோஷத்தையெல்லாம் அழித்துவிட்டால் சரியாப் போச்சா? இறந்துபோன எங்களுடைய கணவர்கள், மகன்கள் மறுபடியும் உயிரோடு திரும்பி வந்துவிடுவார்களா?'

அப்படியானால், மொஸாட் வேறு என்ன செய்திருக்கவேண்டும்?

'சில வருஷம் முன்னாடி அடால்ஃப் ஐக்மெனை என்ன செஞ்சீங்க? மறந்துபோச்சா?'

அடால்ஃப் ஹிட்லர் தெரியும், அது யார் அடால்ஃப் ஐக்மென்? அவரை மொஸாட் என்ன செய்தது?

7. அழுக்குப் பன்றி

சென்ற நூற்றாண்டின் மிகக் கொடூரமான சம்பவங்களில் ஒன்று, அடால்ஃப் ஹிட்லரின் நாஜிப் படைகள் யூதர்களைக் கொத்துக் கொத்தாகக் கொன்று குவித்த இனப் படுகொலை.

அப்போது யூதர்களுக்குத் தனி தேசம் எதுவும் இல்லை. உலகம் முழுக்க, குறிப்பாக ஐரோப்பாவின் பெரும்பாலான நாடுகளில் அவர்கள் கணிசமான எண்ணிக்கையில் பரவியிருந்தார்கள்.

ஏனோ, இது ஹிட்லரின் கண்களை உறுத்தியது. யூதர்கள் அழித்து ஒழிக்கப்படவேண்டியவர்கள் என்று முடிவெடுத்துவிட்டார்.

இதனால், ஹிட்லர் ஆட்சியின்கீழ் வந்த ஒவ்வொரு தேசத்திலும் யூதர்கள் வேட்டையாடப்பட்டார்கள், சித்திரவதை கேம்ப்களில் அவர்கள் உடலும் மனமும் நரக அவஸ்தையை அனுபவித்தது. தினமும் இத்தனை ஆயிரம் யூதர்களைக் கொல்லவேண்டும் என்று கணக்கு வைத்துக்கொண்டு செயல்பட்டது நாஜிப் படை.

இந்தக் கொடுமைகளுக்கெல்லாம் அடால்ஃப் ஹிட்லர்தான் சூத்திரதாரி. ஆனால், அவருக்குக் கீழிருந்த அடுத்த கட்டத் தலைவர்கள், ஜூனியர் அடிபொடிகளும்கூட இந்த விஷயத்தில் ஹிட்லருக்கு இணையான கொடூரர்களாக இருந்தார்கள். அவர்களுடைய ஒத்துழைப்பு(?) இல்லாமல், ஹிட்லரால் இவ்வளவு குறுகிய காலகட்டத்தில் இத்தனை லட்சம் யூதர்களைக் கொன்று தீர்த்திருக்கமுடியாது.

இரண்டாம் உலகப் போரின் முடிவில், அடால்ஃப் ஹிட்லர் தற்கொலை செய்துகொண்டார். ஆனால், அவருடைய சிஷ்யப்

பிள்ளைகள்? சிலர், ஹிட்லரின் வழியைப் பின்பற்றித் துப்பாக்கி அல்லது சயனைட் உதவியுடன் மரணத்தைத் தேர்ந்தெடுத்தார்கள், இன்னும் சிலர் எதிரிப் படையினரிடம் சிக்கினார்கள், மற்றவர்கள் தப்பித்து ஓடிக் காணாமல்போனார்கள்.

யுத்தத்துக்குப்பிறகு, ஒட்டுமொத்த உலகமும் அமைதியைத் தேடிக் கொண்டிருந்த நேரம். யூதர்களின் மனம்மட்டும் ஆறவில்லை.

'ஐயா பெரியவர்களே, நீங்களெல்லாம் நிலம் இழந்தீர்கள், அல்லது பணம் இழந்தீர்கள், அல்லது பதவி இழந்தீர்கள், நாங்கள் எல்லா வற்றையும் இழந்துவிட்டு நிர்க்கதியாக நிற்கிறோம், இந்தக் கொடுமைகளுக்குப் பழிவாங்காமல் விடமாட்டோம்.'

ஆனால், இனிமேல் யாரைப் பழிவாங்கமுடியும்? ஹிட்லர்தான் மேலே போய்ச் சேர்ந்துவிட்டாரே!

அதனால் என்ன? ஹிட்லருக்குச் சமமாக, அல்லது அவரைவிட ஒரு படி மேலே போய் யூதர்கள்மேல் இரக்கமற்ற நடவடிக்கைகளில் ஈடுபட்ட நாஜி கொடுமைக்காரர்கள் பலர் இன்னும் உயிரோடுதானே இருக்கிறார்கள்? அவர்களைத் தேடிப் பிடித்துத் தண்டனை கொடுப்போம்!

இப்படிச் சொன்ன யூதர்கள், தங்களுக்கு 'நாக்மின்' என்று பெயர் சூட்டிக்கொண்டார்கள். இதன் அர்த்தம், 'பழிவாங்குபவர்கள்'!

நாக்மின் என்பது, யாரும் அதிகாரப்பூர்வமாக ரிப்பன் வெட்டித் தொடங்கிவைத்த அமைப்பு இல்லை. ஹிட்லர் படைகளின் கொடுமை களால் பாதிக்கப்பட்ட யூதர்கள் பலர் தாங்களே ஒருங்கிணைந்து இந்த ரகசிய இயக்கத்தை உருவாக்கினார்கள்.

ஒருவிதத்தில், யூதர்களின் முதல் உளவுத்துறை அதுதான். முன்பு ஹிட்லருக்குக் கீழே பணிபுரிந்த முக்கியப் புள்ளிகளில் யார் யார் இன்னும் உயிரோடு இருக்கிறார்கள் என்று முதலில் பட்டியல் போட்டார்கள். அதன்பிறகு, அவர்கள் இப்போது எங்கே, என்ன வேஷத்தில் ஒளிந்திருக்கிறார்கள் என்பதைக் கவனமாகத் துப்புத்துலக்க ஆரம்பித்தார்கள்.

அடுத்தபடியாக, இந்த முன்னாள் நாஜிக்களைப் பழிவாங்கும் நடவடிக்கைகள் தொடங்கின. சிலரைக் காட்டிக்கொடுத்துக் கைது செய்து உள்ளே தள்ளினார்கள், இன்னும் சிலரை நேரடியாகக் கொலை செய்து முடித்துவைத்தார்கள். இதற்கெல்லாம் அவர்கள் யாருடைய அனுமதியையும் எதிர்பார்க்கவில்லை.

இந்தக் காலகட்டத்தில்தான், யூதர்களுக்கான தனி நாடு (இஸ்ரேல்) உருவாகியிருந்தது. அவர்களுக்குப் பல அரசியல் பிரச்னைகள்,

எல்லைக் குளறுபடிகள், மற்ற தலைவலிகள், இதையெல்லாம் ஒருவழியாக ஒழுங்கு செய்வதற்குள் இஸ்ரேல் ஆட்சியாளர்களுக்கு நாக்கு தள்ளிவிட்டது.

இப்படி இஸ்ரேல் தனது 'ஸ்டார்ட்டிங் ட்ரபுள்'களைச் சமாளிக்கப் போராடிக்கொண்டிருந்த நேரம், இன்னொருபக்கம் 'நாக்மின்'களிடமிருந்து தப்பிய முன்னாள் நாஜிப் படையினர் ஐரோப்பாவிலும் அமெரிக்காவிலும் ஆங்காங்கே செட்டிலாகியிருந்தார்கள். பொய்ப் பெயர்தான், டுபாக்கூர் அடையாளங்கள்தான், ஆனால் யாருடைய தொந்தரவும் இல்லாத நிம்மதியான வாழ்க்கை, போதுமே!

*1954*ம் வருடம், இஸ்ரேலுக்கு ஒரு தகவல் கிடைத்தது, 'அந்த அழுக்குப் பன்றி, இப்போது அர்ஜென்டினாவில் இருக்கிறது.'

இங்கே 'அழுக்குப் பன்றி' என்று குறிப்பிடப்படுபவர், ஒரு முன்னாள் நாஜி, அவர் பெயர் அடால்ஃப் ஐக்மென்.

ஜெர்மனியில் நல்ல வசதியான குடும்பத்தில் பிறந்த ஐக்மென், சின்ன வயதிலேயே தாயை இழந்துவிட்டார். அதன்பிறகு, அவரது குடும்பம் ஆஸ்திரியாவுக்குக் குடிபெயர்ந்தது. ஐக்மெனுக்குப் படிப்பு ஏறவில்லை. பள்ளிக்கூடத்துக்கு முழுக்குப் போட்டுவிட்டு வேலைக்குப் போனார், அதுவும் சரிப்படவில்லை. இதனால், ஐக்மென் தாழ்வு மனப்பான்மையில் மூழ்கினார். எப்படியாவது, ஏதாவது ஒரு விஷயத்தில் தன் திறமையை நிரூபித்துவிடவேண்டும் என்று துடித்தார்.

கிட்டத்தட்ட இதே நேரத்தில்தான், ஹிட்லர் ஐரோப்பாமுழுக்கப் பிரபலமாக ஆரம்பித்தார். அவர் ஹீரோவா, வில்லனா என்று புரியாமல் குழம்பியது உலகம்.

அடால்ஃப் ஐக்மெனுக்கு ஹிட்லரைப் பிடித்திருந்தது. அவரையே தனது ஆதர்ஷமாக ஏற்றுக்கொண்டு, நாஜிக் கட்சியில் இணைந்துவிட்டார்.

'கட்சி' என்றால், பொதுக்குழு, செயற்குழு, உள்கட்சி ஜனநாயகம், தேர்தலில் ஜெயித்து எம்.எல்.ஏ. ஆகி ஆட்சியைப் பிடிப்பதெல்லாம் கிடையாது, ஹிட்லர் இன்னும் பெரிய திட்டங்கள் வைத்திருந்தார், அவற்றை நிறைவேற்றுவதற்கான ஒரு படையைத் திரட்டிக் கொண்டிருந்தார்.

இந்தப் படையில், அடால்ஃப் ஐக்மெனுக்குக் கொடுக்கப்பட்ட பொறுப்பு, யூதர்களை வெளியேற்றுவது!

ஏதோ காரணத்தால், தன் ராஜ்ஜியத்தில் யூதர்கள் யாரும் இருக்கக் கூடாது என்று முடிவெடுத்துவிட்டார் ஹிட்லர். ஜெர்மனியில்மட்டு மில்லை, அவர் எங்கெல்லாம் கால் பதிக்கிறாரோ, அங்கெல்லாம் களை பிடுங்குவதுபோல் யூதர்கள் பிய்த்து எறியப்பட்டார்கள்.

ஆரம்பத்தில், ஹிட்லர் படையினர் கொலை ஆயுதத்தைக் கையில் எடுக்கவில்லை, யூதர்களை ஜஸ்ட் வெளியே துரத்தினார்கள், 'எங்கேயாவது போய்விடுங்கள், எப்படியாவது பிழைத்துக் கொள்ளுங்கள், ஹிட்லர் கண்ணில்மட்டும் பட்டுவிடாதீர்கள்.'

கொஞ்ச நாள் கழித்து, அடால்ஃப் ஐக்மென் யோசித்தார், 'இப்போது இந்த யூதர்களெல்லாம் எங்கே போவார்கள்? அவர்கள் எந்த நாட்டில் தஞ்சம் புகுந்தாலும், சீக்கிரத்தில் ஹிட்லர் அந்த தேசத்தையும் ஆக்கிரமித்துவிடுவார், அதன்பிறகு மீண்டும் யூதர்களை அங்கிருந்து துரத்தவேண்டும், அநாவசியத் தொல்லை.'

'இந்தத் தொந்தரவுக்குப் பதிலாக, யூதர்களை மொத்தமாக அழித்து விடலாம்' என்றார் ஐக்மென், இந்தத் திட்டத்துக்கு அவர் சூட்டிய பெயர், 'கடைசித் தீர்வு'. ஐக்மெனின் யோசனைக்கு, சீனியர் நாஜிக்களின் அனுமதி உடனடியாகக் கிடைத்துவிட்டது. மளமளவென்று இதனை நிறைவேற்றுவதற்கான ஏற்பாடுகள் நடந்தன.

அதன்பிறகு நிகழ்ந்ததுதான் உச்சகட்டக் கொடுமை. ஆண், பெண், சிறியவர், பெரியவர் என்று வித்தியாசமே பார்க்காமல் யூதர்கள் உடனுக்குடன் சுட்டுத் தள்ளப்பட்டார்கள். யூத இனத்தைச் சேர்ந்தவர்கள் என்கிற ஒரு காரணம் போதும், விசாரணை எதுவும் கிடையாது, உடனடித் தண்டனைமட்டுமே.

ஆனால், இப்படி ஸ்லோ மோஷனில் ஒவ்வொருவராகச் சுட்டுக் கொண்டிருந்தால், ஒட்டுமொத்த யூதர்களையும் காலி செய்வதற்குப் பல வருஷம் ஆகும். அதுவரை யாரால் காத்திருக்கமுடியும்?

அடால்ஃப் ஐக்மெனுக்கு அவசரம், மிக விரைவில் யூதர்களை 'முடித்து'விட்டு ஹிட்லர் கையால் மெடல் வாங்கவேண்டும் என்று துடித்துக்கொண்டிருந்தார் அவர். இதனால், குறைந்த நேரத்தில் அதிக யூதர்களைக் கொல்வது எப்படி என்று தீவிரமாக யோசிக்க ஆரம்பித்தார் ஐக்மென். அவருடைய குரூர மனத்தில் ஏகப்பட்ட புதிய உத்திகள் தோன்றின.

உடனடியாக, ஹிட்லர் ஆட்சியின்கீழ் இருந்த ஒவ்வொரு தேசத்திலும், யூதக் கைதிகள் ஆயிரக்கணக்கில் ஒன்றுதிரட்டப்பட்டார்கள். அவர்களை ரயிலில் மாடுகளை அடைப்பதுபோல் திணித்துவைத்துச் சித்திரவதை கேம்ப்களுக்குக் கொண்டுசென்றார்கள்.

கொடுமையான இந்தப் பயணத்திலேயே பல யூதர்கள் இறந்து போனார்கள். மிச்சமிருந்தவர்களுக்கு வெந்நீர்த் தொட்டிகள், விஷ வாயு அறைகள், நெருப்புக் குளியல் என்று பலவிதமான தண்டனைகள் காத்திருந்தன.

இப்படி அடால்ஃப் ஐக்மெனின் உத்தரவால் உயிர் இழந்த யூதர்களின் எண்ணிக்கை, ஐந்தாயிரம், பத்தாயிரம் இல்லை, அரைக் கோடிக்குமேல்!

'லட்சக்கணக்கில அப்பாவி யூதர்களைக் கொல்லறீங்களே, இதுபத்தி உங்களுக்குக் கவலையோ, வருத்தமோ, குற்றவுணர்ச்சியோ இல்லையா?' யாரோ ஐக்மெனிடம் கேட்டார்கள், 'நாளைக்கு ஒருவேளை ஹிட்லர் தோத்துப்போயிட்டா, இந்தக் கொலைக் கெல்லாம் நீங்க பதில் சொல்லவேண்டியிருக்குமே? அப்போ என்ன செய்வீங்க?'

அடால்ஃப் ஐக்மென் அலட்டிக்கொள்ளாமல் சொன்னார், 'நூறு பேர் இறந்துபோனா, அது சம்பவம், ஆனா, லட்சம் பேர் இறந்தா, வெறும் புள்ளிவிவரம், அவ்ளோதான்!'

ஹிட்லருக்கு இணையான ரத்த வேட்கை கொண்டவர் ஐக்மென். யூதர்களுடன் அவருக்குத் தனிப்பட்ட விரோதம் எதுவும் இல்லை. ஆனாலும் அவரது கண்ணசைவில் லட்சக்கணக்கான யூதர்கள் கொல்லப்பட்டார்கள்.

இதனால், போருக்குப்பிறகு உயிர் தப்பிய நாஜிக்களில் யூதர்களின் நம்பர் 1 விரோதி என்றால், அடால்ஃப் ஐக்மென்தான். அவருடைய கொலைவெறியுடன் ஒப்பிடும்போது, மற்ற நாஜிக்களின் குற்றங்களெல்லாம் சாதாரண பிக்பாக்கெட், வழிப்பறி ரகத்தில் அடங்கிவிடும்.

ஆனால், ஹிட்லரின் வீழ்ச்சிக்குப்பிறகு ஐக்மென் எங்கே போனார் என்று யாருக்கும் தெரிந்திருக்கவில்லை. 'நாக்மின்'களின் வேட்டையிலும் அவர் அகப்படவில்லை. எப்படியோ நழுவிவிட்டார்.

இதனால், அடுத்த பல வருடங்களுக்கு எல்லோரும் ஐக்மெனைப் பற்றிக் கிட்டத்தட்ட மறந்தேபோய்விட்டார்கள். இந்த நேரத்தில்தான், இப்படி ஒரு கடிதத்தின்மூலம் 'அழுக்குப் பன்றி' வெளியே வந்தது.

உடனடியாக, இஸ்ரேல் அரசாங்கம், உளவுத்துறை அடால்ஃப் ஐக்மென் ஃபைலைத் தூசு தட்டி எடுத்தது. அவரை என்ன செய்யலாம், எப்படிச் செய்யலாம் என்று தீவிரமாக யோசிக்க ஆரம்பித்தார்கள்.

8. ஆபரேஷன் ஐக்மென்

அவள் பெயர் சில்வியா, நல்ல அழகி. சில்வியாவை ஓர் இளைஞன் நோட்டம் விட்டுக்கொண்டிருந்தான். அவன் பெயர் க்ளாஸ்.

இத்தனை அழகான ஒரு பெண்ணைக் காதலிக்கிற பையன் என்ன செய்வான்? தன்னைப்பற்றியும் தன்னுடைய குடும்பத்தைப்பற்றியும் விதவிதமாக அவளிடம் அளந்துவிடுவான், 'நாங்க இப்படியாக்கும், அப்படியாக்கும்' என்று பெருமை அடித்துக்கொண்டு அவளை ஈர்க்க முயற்சி செய்வான்.

க்ளாஸ் இதையெல்லாம் ரொம்பச் சிரத்தையாகச் செய்தான், 'அந்தக் காலத்தில, ஹிட்லர் படையில எங்க அப்பா பெரிய ஆள், தெரியுமா?'

சில்வியாவுக்கு இதிலெல்லாம் அவ்வளவாக ஆர்வம் இல்லை, 'ஹிட்லரே போயாச்சு, அப்புறம் என்ன பெரிய ஆள், சின்ன ஆள்' என்று அலட்சியமாக இருந்துவிட்டாள்.

ஆனால், சில்வியாவின் தந்தை லோதர் ஹெர்மன் இந்த விஷயத்தைக் கேள்விப்பட்டபோது, அவருக்கு லேசாகச் சந்தேகம் எழுந்தது, 'அந்தப் பையனோட முழுப் பெயர் என்ன?' என்று விசாரித்தார்.

'க்ளாஸ் ஐக்மென்.'

அந்தப் பெயரைக் கேட்ட லோதருக்கு, ஏதோ லேசாகப் பொறி தட்டியது. ஆனால், அது என்ன என்பது நிச்சயமாகத் தெரியவில்லை. அப்போதைக்கு அந்த விஷயத்தை மறந்துவிட்டார்.

ஹிட்லரின் சித்திரவதை கேம்ப்களில் சிக்கிச் சிரமப்பட்டவர் லோதர் ஹெர்மன். அங்கே அனுபவித்த கொடுமைகளால், அவருக்குப் பார்வை பறிபோயிருந்தது.

அதனால்தான், க்ளாஸின் தந்தை ஒரு பழைய நாஜி என்பது தெரிந்ததும், லோதர் ஹெர்மன் அதைப்பற்றி ஆர்வமாக விசாரித்தார். ஆனால் அப்போதும், 'ஐக்மென்' என்கிற பெயரை அவரால் சரியாக அடையாளம் கண்டுகொள்ள முடியவில்லை.

கொஞ்ச நாள் கழித்து, லோதர் ஹெர்மன் எதேச்சையாக ஒரு பத்திரிகைச் செய்தியைப் படித்தார். அதில் அடால்ஃப் ஐக்மென், அவருடைய ரத்த வெறியாட்டத்தைப்பற்றி விரிவாக எழுதியிருந்தார்கள். கூடவே, 'இப்போது அடால்ஃப் ஐக்மென் எங்கேயோ மறைந்து வாழ்கிறார்' என்றும் குறிப்பிட்டிருந்தார்கள்.

சட்டென்று லோதருக்கு 'க்ளாஸ் ஐக்மென்' என்கிற பெயர் ஞாபகம் வந்தது, 'அந்தப் பையனுக்கும் இந்த அடால்ஃப் ஐக்மெனுக்கும் ஏதாவது சம்பந்தம் இருக்குமோ?'

உடனடியாக, லோதர் தன்னுடைய மகளை அழைத்தார், 'க்ளாஸ்ன்னு ஒரு பையன் உன் பின்னாடி சுத்திகிட்டிருந்தானே, ஞாபகம் இருக்கா?'

'ஆமா, அவனுக்கு என்ன?'

'அந்தப் பையனோட அப்பா பேர் என்ன? உனக்குத் தெரியுமா?'

சில்வியா கொஞ்சம் யோசித்துவிட்டுச் சொன்னாள். 'ரிகார்டோ க்ளெமென்ட்'

லோதர் ஹெர்மன் புன்னகைத்துக்கொண்டார், 'இது நிச்சயமாகப் பொய்ப் பெயர்தான்!'

பின்னே? சின்னச் சின்னத் தப்பு செய்த நாஜிக்களையெல்லாம் யூதர்கள் தேடிப் பிடித்துப் பழிவாங்கிக்கொண்டிருக்கும்போது, லட்சக்கணக்கான யூத இனத்தவர்களை மொத்தமாக அழித்த அடால்ஃப் ஐக்மெனை விட்டுவைப்பார்களா? அதனால்தான், இந்தக் கொலைகாரன் பெயரை மாற்றிக்கொண்டு ஒளிந்திருக்கிறான்!

உடனடியாக, அடால்ஃப் ஐக்மெனைப்பற்றி இஸ்ரேலுக்குத் தகவல் அனுப்ப முடிவெடுத்தார் லோதர் ஹெர்மன். ஆனால் அதற்குமுன்னால், அந்த ஆள் எங்கே இருக்கிறான் என்று கண்டுபிடிக்கவேண்டும்.

க்ளாஸ் பலமுறை சில்வியா வீட்டுக்கு வந்திருக்கிறான். ஆனால், சில்வியா ஒருமுறைகூட அவன் வீட்டுக்குப் போனதில்லை.

‘நீங்க கவலைப்படாதீங்கப்பா, அவனோட அட்ரஸை நான் கண்டுபிடிக்கறேன்’ என்றாள் சில்வியா. சொன்னபடி எப்படியோ கஷ்டப்பட்டு க்ளாஸின் வீட்டைக் கண்டறிந்து கதவைத் தட்டிவிட்டாள்.

சில நிமிடங்கள் கழித்து, கதவு திறக்கப்பட்டது, சுமார் ஐம்பது வயது மதிக்கத்தக்க ஒருவர் சில்வியாவைச் சந்தேகமாகப் பார்த்தார், ‘யாரும்மா நீ? உனக்கு என்ன வேணும்?’

‘க்ளாஸ் வீடு இதுதானே?’

‘ஆமா, ஆனா அவன் வெளியே போயிருக்கானே’

‘நீங்க?’

அவர் சில விநாடிகள் தயங்கினார். பிறகு, ‘நான் க்ளாஸோட அப்பா’ என்றார்.

அவ்வளவுதான். அந்த நிமிடத்தில் அடால்ஃப் ஐக்மெனின் முடிவு தீர்மானிக்கப்பட்டுவிட்டது. என்னதான் பொய்ப் பெயரில் ஒளிந்து வாழ்ந்தாலும், தன்னுடைய மகனுடைய பெயரில் இருக்கும் ‘ஐக்மென்’ என்கிற ஒற்றை வார்த்தையை மறைக்காத சின்னத் தப்பு, அவரைக் காட்டிக்கொடுத்துவிட்டது.

உடனடியாக, இந்தத் தகவல் இஸ்ரேலுக்குப் பறந்தது, ‘அடால்ஃப் ஐக்மென் இப்போது அர்ஜென்டினாவின் தலைநகரம் ப்யூனஸ் ஐரிஸில் இருக்கிறார், அவருடைய பொய்ப் பெயர் ரிகார்டோ க்ளெமென்ட், முகவரி...’

அப்புறம் என்ன? நேராக அர்ஜென்டினாவுக்குப் போய் ஐக்மென் சட்டையைப் பிடித்து இழுத்துவரவேண்டியதுதானே?

ம்ஹூம், விஷயம் அத்தனை சுலபம் இல்லை, இதில் பல சர்வதேசச் சிக்கல்கள் இருக்கின்றன.

முதலில், இந்த ரிகார்டோ க்ளெமென்ட்தான் அடால்ஃப் ஐக்மென் என்பதற்கு என்ன ஆதாரம்? யாரோ சொல்வதை வைத்து நடவடிக்கை எடுக்கமுடியாது, சாட்சி வேண்டும், அல்லது சம்பந்தப்பட்ட ஆளே தன்னை ஐக்மென் என்று ஒப்புக்கொண்டு வாக்குமூலம் கொடுக்க வேண்டும்.

அப்போதும், அர்ஜென்டினாவில் வாழ்கிற ஒருவரை இஸ்ரேல் போலீஸோ, உளவுத்துறையோ கைது செய்யமுடியாது. அந்த நாட்டு அரசாங்கம் இதற்கு நிச்சயமாக ஒப்புக்கொள்ளமாட்டார்கள்.

எதற்கு இத்தனை வம்பு? பேசாமல் அந்த ஐக்மெனைச் சுட்டுத் தள்ளிவிட்டால் என்ன?

அடால்ஃப் ஐக்மென் செய்திருப்பது சாதாரணக் குற்றம் இல்லை. அதற்குத் தண்டனையாக அவரை வெறுமனே கொலை செய்தால் போதாது. நீதிமன்றத்தில் நிறுத்திவைத்து, செய்த தப்புகளையெல்லாம் ஒப்புக்கொள்ள வைக்கவேண்டும், அப்போதுதான் ஹிட்லர் ஆட்சியின் மிருகத்தனமான நடவடிக்கைகள், யூதர்கள் அனுபவித்த கொடுமைகளெல்லாம் உலகத்திற்குப் புரியும்.

சுருக்கமாகச் சொன்னால், நூலில் விழுந்த சேலையை எடுப்பதுபோல, மிகவும் கவனமாகச் செயல்படவேண்டிய விஷயம் இது. கொஞ்சம் சொதப்பினாலும் மொத்தமும் கிழிந்து நாசமாகிவிடும்.

உடனடியாக, இஸ்ரேல் அரசாங்கம் மொஸாடைக் கூப்பிட்டது. விஷயத்தைச் சொல்லி, அடால்ஃப் ஐக்மென்பற்றிய குறிப்புகளை ஒப்படைத்தார்கள்.

அப்போதைய மொஸாட் தலைவர் ஐஸர் ஹரேல். ஒரு மாலை நேரத்தில் ஐக்மென் ஃபைலைப் பிரித்துப் படிக்க ஆரம்பித்தார் அவர்.

அன்று ராத்திரிமுழுக்க அவர் தூங்கவில்லை. அடால்ஃப் ஐக்மெனின் திருவிளையாடல்களை ஒவ்வொன்றாகப் படிக்கப் படிக்க, அவருக்கு இந்த வேட்டையின் முக்கியத்துவம் புரிந்தது.

மறுநாள் காலை, இஸ்ரேலின் பிரதமர் டேவிட் பென்-குரியனைச் சந்தித்தார் ஐஸர் ஹரேல். இதுவரை கிடைத்திருக்கும் தகவல்கள், தனது திட்டத்தை அவருக்கு விளக்கிச் சொன்னார், ‘அர்ஜென்டினாவில இருக்கிற அடால்ஃப் ஐக்மெனை ரகசியமாக் கைது செஞ்சு இஸ்ரேலுக்குக் கொண்டுவரணும், அதுக்கு உங்க அனுமதி வேணும் சார்.’

‘ஓகே’ என்றார் பிரதமர்.

உடனடியாக, ‘ஆபரேஷன் ஐக்மென்’ தொடங்கியது, மொஸாடின் மிகச் சிறந்த ஏஜென்ட்கள் ஒன்றுதிரட்டப்பட்டார்கள். அவர்கள் வெவ்வேறு பெயர்களில் அர்ஜென்டினாவுக்குள் நுழைவதற்கான ஏற்பாடுகள் செய்யப்பட்டன.

விரைவில், மொஸாட் உளவாளிகள் அர்ஜென்டினாவின் தலைநகரமான ப்யூனஸ் ஐரிஸுக்கு வந்து சேர்ந்தார்கள். வெவ்வேறு வீடுகளில் தங்கிக்கொண்டு வேலைகளைத் தொடங்கினார்கள்.

முதலில், அடால்ஃப் ஐக்மெனின் வீடு, அலுவலகம், சுற்றுப்புறம் ஆகியவற்றைக் கண்காணித்துக் குறிப்பு எடுக்கவேண்டும், பிறகு அவர் தினந்தோறும் எத்தனை மணிக்கு ஆபீஸ் போகிறார், எப்படிப் போகிறார், எப்போது திரும்பி வருகிறார் என்பதையெல்லாம் தெரிந்துகொள்ளவேண்டும். மற்ற தினசரி நடவடிக்கைகளையும்

இதேபோல் துல்லியமாகப் பதிவு செய்யவேண்டும். பிறகு இந்தத் தகவல்களின் அடிப்படையில் எங்கே, எப்போது வலை விரித்தால் பட்சி சிக்கும் என்று கணக்குப் போடவேண்டும், இதுதான் ஃபார்முலா.

ஆனால், இந்தத் திட்டத்தைச் செயல்படுத்தத் தொடங்கிய மொஸாட் உளவாளிகளுக்கு, ஆரம்பத்திலேயே பெரிய அதிர்ச்சி காத்திருந்தது- அவர்களிடம் இருந்த முகவரிக்குச் சென்று பார்த்தால், அங்கே அடால்ஃப் ஐக்மெனையும் காணோம், ரிகார்டோ க்ளெமென்டையும் காணோம்!

என்ன ஆச்சு? மொஸாட் தன்னைத் தேடி வருகிறது என்று தெரிந்து கொண்டு ஐக்மென் உஷாராகிவிட்டாரா? வேறு எங்கேயாவது தப்பித்துப் போய்விட்டாரா?

மொஸாட் ஏஜென்ட்கள் பதறவில்லை. மெல்ல அக்கம்பக்கத்தில் விசாரிக்க ஆரம்பித்தார்கள். கொஞ்சம் கொஞ்சமாக நூலைப் பிடித்துக்கொண்டு போய் ரிகார்டோ க்ளெமென்டின் புதிய முகவரியைக் கண்டுபிடித்துவிட்டார்கள்.

அதன்பிறகு, வழக்கமான கண்காணிப்புப் பணிகள் தொடங்கின. ரிகார்டோ க்ளெமென்டின் நிழல்போல ஏஜென்ட்கள் பின்தொடர்ந்து தகவல் திரட்டினார்கள், அவருடைய குத்துமதிப்பான உயரம், எடை, தோற்றம், மற்ற விவரங்களெல்லாம் சேகரிக்கப்பட்டன, நிறைய புகைப்படங்களையும் எடுத்தார்கள்.

இந்த ஏஜென்ட்கள் அனுப்பிவைத்த தகவல்கள் அனைத்தையும், மொஸாட் மேலிடம் அடால்ஃப் ஐக்மெனுடன் ஒப்பிட்டுப்பார்த்தது. இதன் அடிப்படையில் ரிகார்டோ க்ளெமென்ட்தான் அடால்ஃப் ஐக்மென் என்கிற முடிவுக்கு அவர்கள் வந்தார்கள்.

ஆனால், இதை எப்படி உறுதிப்படுத்திக்கொள்வது? சரியாகத் தெரியாமல் யாரையோ கைது செய்து இஸ்ரேலுக்குக் கொண்டுசென்று விட்டால் மொஸாடுக்குப் பெரிய அவமானம் இல்லையா?

1960 மார்ச் *21*ம் தேதி, அலுவலம் முடிந்து வீடு திரும்பிய ரிகார்டோ க்ளெமென்ட் கையில் ஒரு பூங்கொத்து. அதைத் தன்னுடைய மனைவிக்குக் கொடுத்தார் அவர். வீட்டில் எல்லோர் முகத்திலும் ஏகப்பட்ட சிரிப்பு, சந்தோஷம்.

இதைக் கவனித்த மொஸாட் ஏஜென்ட்கள், சட்டென்று ஐக்மென் ஃபைலைப் பிரித்தார்கள், பரபரப்பாகத் தேடினார்கள்.

மார்ச் 21: அடால்ஃப் ஐக்மென் திருமண நாள்!

இந்த ஆதாரம் போதுமே. ரிகார்டோ க்ளெமென்ட் என்கிற அடால்ஃப் ஐக்மெனைக் கடத்த நாள் குறித்துவிட்டது மொஸாட்.

9. உடும்புப் பிடி

ரஃபி எய்டன் கடிகாரத்தைப் பார்த்தார், மணி 8:05, இன்னும் கொஞ்ச நேரம்தான். அந்தத் தெரு நன்றாக இருட்டியிருந்தது, அக்கம்பக்கத்தில் வீடுகள், மக்கள் நடமாட்டம் எதுவும் இல்லை. ரஃபி உட்கார்ந்திருந்த கார் மிக மெதுவாக ஊர்ந்துகொண்டிருந்தது. தெருவின் இந்த மூலைக்கும் அந்த மூலைக்குமாக மாறி மாறி கல்யாண ஊர்வலம்.

தெரு முனையில் ஒரு பஸ் ஸ்டாப். அந்தக் காரில் இருந்த எல்லோரும் அங்கே ஒரு கண்ணைப் பதித்து வைத்திருந்தார்கள்.

சில நிமிடங்கள் கழித்து, தூரத்தில் இரண்டு வெளிச்சப் பொட்டுகள் தெரிந்தன. அவை கொஞ்சம் கொஞ்சமாகப் பெரிதானதும், ஒரு பஸ் வருவது புரிந்தது. சட்டென்று ரஃபி எய்டனின் உடல் சிலிர்த்துக் கொண்டது. வந்து நின்ற பஸ்ஸிலிருந்து இறங்குகிறவர்கள் ஒவ்வொருவரையும் கூர்ந்து கவனிக்க ஆரம்பித்தார்.

ம்ஹூம், இந்த பஸ்ஸிலும் ஐக்மென் இல்லை!

என்ன ஆச்சு? வழக்கமாக இந்த நேரத்துக்கு வீடு திரும்பிவிடுவாரே, இன்றைக்கு ஏன் லேட்? ஒருவேளை, விஷயம் வெளியே கசிந்திருக்குமோ? யாராவது ஐக்மேனை உஷார்படுத்தித் தப்பிக்க வைத்துவிட்டார்களா?

ம்ஹூம், சான்ஸே இல்லை. இந்தக் கடத்தல் விவகாரத்தில் மொஸாட் மிகக் கவனமாகக் காய்களை நகர்த்தியிருந்தது. வெளியாள்கள் யாருக்கும் திட்டம் தெரிந்துவிடாதபடி கச்சிதமாக வேலைகள் நடந்திருந்தன.

பத்து நாள் முன்பாகதான், ரஃபி எய்டன், அவருடைய சிறப்புக் குழுவினர் ப்யூனஸ் ஐரிஸ் வந்து இறங்கியிருந்தார்கள். யார்மீதும் துளி இஸ்ரேல் வாசம்கூட அடித்துவிடாதபடி பொய் வேஷம் போட்டு அனுப்பியிருந்தது மொஸாட்.

ரஃபி எய்டன் குழுவினர் வருவதற்குமுன்பாகவே இந்தக் கடத்தல் திட்டத்துக்காக நகரின் வெவ்வேறு பகுதிகளில் ஏழு வீடுகள் வளைத்துப்போடப்பட்டிருந்தன. கூடவே ஒரு டஜன் கார்களும்.

ஒற்றை ஆளைக் கடத்துவதற்கு இத்தனை வீடுகள், இத்தனை கார்கள் எதற்கு?

அடால்ஃப் ஐக்மென் இப்போது இஸ்ரேலில் இருந்தால் பிரச்னையே இல்லை, மொஸாட் ஏஜென்ட்கள் ஷேர் ஆட்டோவில்கூடப் புறப்பட்டுப்போய்க் கோழி அமுக்குவதுபோல் அள்ளிக் கொண்டு வந்துவிடலாம், ஒரு பயல் கேள்வி கேட்கமுடியாது.

ஆனால் இது வெளிநாடு. அதுவும் ஹிட்லரின் முன்னாள் கூட்டாளிகள், நாஜிகளுக்கு ஆதரவு தரக்கூடிய நாடு. இங்கே ஓர் அந்நிய உளவுத்துறை ஐக்மென்மேல் கை வைக்கிறது என்று தெரிந்தால், ரஃபி எய்டனும் மற்ற மொஸாட் ஏஜென்ட்களும் வாழ்நாள்முழுக்க ஜெயிலில் களி தின்னவேண்டியதுதான். எல்லை மீறிய சில்மிஷம் என்று சொல்லி எல்லோரையும் தூக்கில் போட்டால்கூட ஆச்சர்யப்படுவதற்கில்லை.

அதனால்தான், மொஸாட் இந்த விஷயத்தில் ரிஸ்கே எடுக்கவில்லை. ஏழெட்டு வீடுகள், பத்துப் பன்னிரண்டு கார்கள் என்று பிடித்துப் போட்டால் கடத்தலுக்கு ரொம்ப வசதி. ஒரு வீட்டில் ஏதாவது பிரச்னையாகி போலீஸ் ரெய்ட் வந்தால்கூட, சட்டென்று தப்பிக்கலாம், ஐக்மெனை வேறு எங்கேயாவது ஒளித்துவைக்கலாம்.

ஒருவேளை, அர்ஜென்டினா போலீஸ்காரர்கள் ஓவர்டைமில் வேலை செய்து எல்லா மொஸாட் வீடுகளையும் சுற்றி வளைத்துவிட்டால்?

'நோ ப்ராப்ளம்' என்றார் ரஃபி எய்டன், 'அப்படி ஒரு நிலைமை வந்தா, ஐக்மெனை நானே என் கையால கழுத்தை நெரிச்சுக் கொன்னுடுவேன், அறுபது லட்சம் யூதர்களைக் கொன்ன அந்த அயோக்கியனுக்காக, நான் ஒருத்தன் தூக்கு மேடைக்குப் போனாப் பரவாயில்லை.'

ரஃபி எய்டன் முன்னாள் ராணுவ வீரர். அங்கேயும், அவர் துப்பாக்கி தூக்கிச் சண்டை போட்டதைவிட, ரகசிய உளவுப் பணிகளில் ஈடுபட்டு எதிரிகளுக்கு வேட்டு வைத்ததுதான் அதிகம்.

இஸ்ரேல் தேசம் உருவானபிறகு, அதன் உளவுத்துறைக்கு நிறைய திறமைசாலி இளைஞர்கள் தேவைப்பட்டார்கள். அப்படி இழுக்கப் பட்டவர்தான் ரஃபி எய்டன்.

உண்மையில், ரஃபி எய்டன் மொஸாட் ஏஜென்ட் இல்லை, 'ஷபக்' எனப்படும் இஸ்ரேலிய உள்நாட்டு உளவுத்துறையில் முக்கியப் பொறுப்பு வகித்துக்கொண்டிருந்தவர் அவர்.

'ஷபக்'கா? இது என்ன புதுசா இருக்கே? மொஸாட் இருக்க ஷபக் எதற்கு?

இது எல்லா நாடுகளிலும் உள்ள வழக்கம்தான். பெரும்பாலானோர் உள் விவகாரங்களுக்கு ஒன்று, வெளி விவகாரங்களுக்கு ஒன்று என இரண்டு தனித்தனி உளவுத்துறைகளை வைத்திருப்பார்கள்.

உதாரணமாக, அமெரிக்காவின் 'உள்' உளவுத்துறை FBI, 'வெளி' உளவுத்துறை CIA. அதுபோல, இஸ்ரேலில் ஷபக் மற்றும் மொஸாட்!

'மொஸாட்' போலவே, 'ஷபக்' என்பதும் செல்லப் பெயர்தான். அதன் முழு வடிவம்: 'Sherut ha-Bitachon ha-Klali', ஹீப்ரு மொழியில் இதன் அர்த்தம், பொதுப் பாதுகாப்புச் சேவை.

'பாதுகாப்பு' என்று சொன்னாலும், ஷபக் ஏஜென்ட்களின் முக்கியமான வேலை, உள்ளூரில் வம்பு பண்ணக்கூடிய நபர்களைக் கவனிப்பது. இவர்களுடைய தினசரி நடவடிக்கைகள் என்னென்ன, சந்தேகத்துக்கு இடமாக ஏதாவது ரகசிய சில்மிஷங்கள் செய்கிறார்களா, யார் யாரெல்லாம் இவர்களுக்குக் கூட்டாளிகள் என்று கவனித்து ரிப்போர்ட் எழுதுவது.

இதோடு ஒப்பிடும்போது, மொஸாடின் எல்லைகள் மிகவும் பரந்து விரிந்தவை. இஸ்ரேலுக்கு வெளியிலிருந்து வருகிற விவகாரங்களைக் கவனிப்பது, தேவையான முன்னெச்சரிக்கை ஏற்பாடுகள், அதிரடி 'நடவடிக்கை'களில் ஈடுபட்டு இஸ்ரேலுக்கு எதிராக யாரும் வாலாட்டாமல் பார்த்துக்கொள்வது இவர்களுடைய வேலை.

சட்டப்படி பார்த்தால், ஒரு நாட்டின் உள், வெளி உளவுத்துறைகளின் பொறுப்புகள் முற்றிலும் வேறுபட்டவை, ஒன்றுடன் ஒன்று குறுக்கிடவே கூடாது.

ஆனால், எதார்த்தத்தில் அப்படி இருக்காது. அவ்வப்போது இந்த இரண்டு குழுக்களும் சேர்ந்து செயல்பட்டால்தான் பல எதிர் நடவடிக்கைகளை முறியடிக்கமுடியும்.

இப்படிதான், ஷபக்கைச் சேர்ந்த ரஃபி எய்டன் மொஸாட் ஏஜென்ட் களுடன் பழக ஆரம்பித்தார். மொஸாட் மேலதிகாரிகள் அவருடைய திறமையைக் கவனித்துக் குறித்துக்கொண்டார்கள்.

இந்த நேரத்தில், அர்ஜென்டினாவில் இருந்து அடால்ஃப் ஐக்மெனைக் கடத்துவதற்கான திட்டம் தயாரானது. மிகவும் ரகசியமான, ஆபத்தான

இந்த வேலையைச் செய்து முடிப்பதற்குச் சரியான ஆள் யார் என்று தேட ஆரம்பித்தது மொஸாட்.

உடனே, விஜயகாந்த் படங்களில் வருவதுபோல, 'இதைச் செய்யறதுக்கு ஒரே ஓர்த்தராலதான் முடியும்' என்று யார் வசனம் பேசினார்களோ, ரஃபி எய்டன் தேர்வு செய்யப்பட்டார். மொத்தப் பொறுப்பையும் அவர் கையில் ஒப்படைத்து அர்ஜென்டினாவுக்கு அனுப்பிவைத்தார்கள்.

'சீஃப், அடுத்த பஸ் வருது.'

டிரைவரின் குரல் கேட்ட ரஃபி எய்டன், தீவிர சிந்தனையிலிருந்து விடுபட்டார், மீண்டும் பேருந்து நிறுத்தத்தைக் கவனிக்க ஆரம்பித்தார்.

இந்தமுறை, அவருடைய உதடுகளில் ஒரு சின்னப் புன்னகை அரும்பியது. அடால்ஃப் ஐக்மென் பேருந்துப் படிகளில் இறங்கிக் கொண்டிருந்தார்.

ஒருகாலத்தில் லட்சக்கணக்கான யூதர்களின் மரண சாசனத்தில் கையெழுத்துப் போட்ட ஐக்மென். வயது காரணமாக அவருடைய உடல் தளர்ந்திருந்தாலும், ரஃபி எய்டனுக்கு அவர்மேல் துளி பரிதாபம் வரவில்லை.

'எல்லாரும் ரெடியா?'

'யெஸ் சீஃப்.'

அடால்ஃப் ஐக்மென் நடக்க ஆரம்பித்தார். அவரைப் பின்தொடர்ந்துகொண்டிருந்த மொஸாட் கார் லேசாக வேகம் பிடித்து ஐக்மெனை உரசுவதுபோல் வந்து நின்றது. சட்டென்று கதவைத் திறந்துகொண்டு ஒருவர் இறங்கினார்.

ஐக்மெனுக்கு என்ன நடக்கிறது என்றே புரியவில்லை, கொஞ்சம் ஒதுங்கிப் போக முயற்சி செய்தார்.

அதற்குள், காரிலிருந்து இறங்கியவர் நிற்கமுடியாமல் தடுமாறினார், அவருடைய ஷூ லேஸ் அவிழ்ந்துவிட்டது.

ரஃபி எய்டனுக்கு டென்ஷன் எகிறியது. எத்தனை மாதமாகக் கஷ்டப்பட்டுத் தயார்செய்த திட்டம், இப்போது ஒரு சின்ன ஷூ லேஸ் பிரச்னையால் மொத்தமும் பாழாகிவிடுமோ?

ம்ஹூம், விடக்கூடாது! சட்டென்று கதவைத் திறந்துகொண்டு வெளியே பாய்ந்தார் ரஃபி எய்டன்.

இதற்குள், நடப்பதை ஓரளவு ஊகித்துக்கொண்டிருந்த ஐக்மென், அங்கிருந்து விலகி ஓட முயன்றார். ஆனால் ரஃபி எய்டன் அவரைப் பாய்ந்து பிடித்துவிட்டார்.

அந்த வயதிலும், ஐக்மென் பலமாகத் திமிறினார். ஆனால் ரஃபியின் வெறித்தனமான உடும்புப் பிடியிலிருந்து அவரால் தப்பிக்க முடியவில்லை. அதே நேரம் மொஸாட் குழுவிலிருந்து இன்னொருவரும் ஐக்மென்மேல் பாய, எல்லோரும் மொத்தமாகத் தெருவில் விழுந்து புரண்டார்கள்.

சில விநாடிகளில், ஐக்மென் காருக்குள் பிடித்துத் திணிக்கப்பட்டார். யாரோ அவர்மீது ஏறி உட்கார்ந்தார்கள், சத்தம் போடாதபடி வாயைப் பொத்தினார்கள். அவ்வளவு நேரம் தேர்போல ஊர்ந்துகொண்டிருந்த கார், இப்போது வேகம் பிடித்துப் பறக்க ஆரம்பித்தது.

சிறிது நேரத்தில், அவர்கள் பக்கத்திலிருந்த ஒரு மொஸாட் வீட்டுக்குள் நுழைந்தார்கள். அடால்ஃப் ஐக்மெனை உள்ளே தள்ளிய ரஃபி எய்டன், 'ட்ரெஸ்ஸையெல்லாம் கழட்டு' என்று சைகையால் உத்தரவிட்டார்.

ஐக்மெனுக்கு என்ன நடக்கிறது என்று ஒருமாதிரியாக விளங்கியிருக்க வேண்டும். இனிமேல் தப்பிக்கமுடியாது என்று புரிந்துகொண்டிருந்த அவர், மறுபேச்சில்லாமல் தன் உடைகளைக் கழற்றத் தொடங்கினார்.

முழு நிர்வாணமாக நின்ற அடால்ஃப் ஐக்மெனின் உயரம், எடை, தலையின் சுற்றளவு, கை, கால் நீளங்கள், மற்ற விவரங்களைக் குறித்துக்கொண்டார் ரஃபி எய்டன். அவற்றைத் தன்னுடைய ஃபைலில் இருந்த அளவுகளுடன் ஒப்பிட்டுப் பார்த்தார், எல்லாம் கச்சிதமாக இருந்தது.

ரஃபி எய்டன் கண்ணசைத்ததும், மற்ற ஏஜென்ட்கள் ஐக்மெனை ஒரு கட்டிலில் தூக்கிப் போட்டார்கள், அவருடைய கை, கால்கள் அசையாதபடி சங்கிலியில் இறுகக் கட்டப்பட்டன, பிறகு அந்த அறை பூட்டப்பட்டது.

'என் அனுமதி இல்லாம யாரும் இந்த ரூமைத் திறக்கக்கூடாது' என்றார் ரஃபி எய்டன். 'அந்தாள் ராத்திரி முழுக்கத் தனிமையில கண்டதையும் கற்பனை பண்ணிக் கவலைப்படணும், நாம எப்ப வருவோமோ, அடுத்து என்ன செய்வோமோன்னு யோசிச்சு நடுங்கணும். இனிமே நம்ம கதி அவ்ளோதான்னு எல்லா நம்பிக்கையையும் மொத்தமா இழக்கணும். அதுக்கப்புறமா, நம்ம வேலையை ஆரம்பிப்போம்.'

10. விஸ்கி நாடகம்

ஒருவழியாக, அடால்ஃப் ஐக்மெனைப் பிடித்துவிட்டோம். இனிமேல், அவரைப் பேசவைப்பது எப்படி? உண்மையை ஒப்புக் கொள்ளவைப்பது எப்படி?

முரண்டு பிடிக்கும் ஒருவரை வழிக்குக் கொண்டுவரவேண்டு மென்றால், அதற்கு நிறைய உத்திகள் இருக்கின்றன. அன்பாகச் சொல்லலாம், ஆசை காட்டலாம். இரண்டுக்கும் பணியாவிட்டால், மிரட்டலாம், அடிக்கலாம், போதை ஊசி போட்டு அரை மயக்கத்தில் நிஜத்தைக் கக்கவைக்கலாம்.

ஆனால், இதெல்லாம் ஒன்றரையணா கிரிமினல்களிடம் பயன்படும். அடால்ஃப் ஐக்மென்மாதிரி ஓர் அயோக்கிய சிகாமணி அத்தனை சுலபத்தில் மசிந்துவிடுவானா? ரஃபி எய்டனுக்குச் சந்தேகமாகவே இருந்தது.

ஆகவேதான், அவர் கொஞ்சம் வித்தியாசமான ஒரு வழியைப் பயன்படுத்தினார்: ஐக்மெனைத் தனிமையில் தள்ளிவிடுவது, அவரிடம் ஒரு வார்த்தைகூடப் பேசாமல், மிரட்டாமல், அடுத்து என்ன நடக்குமோ என்கிற பயத்திலேயே அவரைக் குழப்பியடிப்பது, நடுங்கச்செய்வது. இப்படி அவருடைய மனத்தில் இருக்கும் கொஞ்சநஞ்ச நம்பிக்கையையும் பிய்த்து எடுத்துவிட்டால், வேறு வழியில்லாமல் பார்ட்டி உளற ஆரம்பித்துவிடும், அதில் சந்தேகமே இல்லை.

முந்தின நாள் இரவு ஐக்மெனைக் கடத்தியதுமுதல், இஸ்ரேல் உளவாளிகள் யாரும் அவரிடம் பேசவில்லை. 'பல லட்சம் யூதர்களை

இரக்கமற்றுக் கொன்று குவித்த நீசனே, உன்னை என்ன செய்கிறோம் பார்' என்று வீர வசனம் கிடையாது, 'நீ செய்த அக்கிரமத்துக்கெல்லாம் தெய்வம் சரியான தண்டனை கொடுத்துவிட்டது' என்று உணர்ச்சிவயப்படவில்லை. 'மவனே, அன்னிக்கு என்னா ஆட்டம் ஆடினே, இப்ப உன்னை யார் காப்பாத்துவாங்க?' என்று முகத்தில் இடிக்கவில்லை. எதற்காக இந்தக் கடத்தல், அடுத்து அவரை எங்கே கொண்டுசெல்லப்போகிறார்கள், என்ன செய்யப்போகிறார்கள் என்று எந்த விவரமும் அவருக்குத் தெரிந்துவிடாதபடி மூடிய அறைக்குள் தனியே குழம்பவிட்டார்கள்.

ஆங்கிலத்தில் இதனை சைக்காலஜிகல் டார்ச்சர் என்று சொல்வார்கள், எப்பேர்ப்பட்ட வலுவான மனிதனையும், இப்படி அடுத்து என்ன என்று தெரியாதபடி தவிக்கவிட்டால் அவனுடைய மனமும் உடலும் சோர்ந்துபோய்விடும். அதன்பிறகு அவனைப் பேசவைப்பது சுலபம்.

ராத்திரிமுழுக்கச் சங்கிலிகளில் கட்டிப் போடப்பட்டிருந்த ஐக்மெனை, மறுநாள் காலை வெளியே கொண்டுவந்தார்கள். அவரிடம் ஒரே ஒரு கேள்வி கேட்டார் ரஃபி எய்டன். 'உன் பேர் என்ன?'

'ரிகார்டோ க்ளெமென்ட்.'

'அது இப்போ நீ வெச்சுகிட்ட பேர், அதுக்கு முன்னாடி?'

சட்டென்று பதில் வந்தது, 'அடால்ஃப் ஐக்மென்.'

அவ்வளவுதான். மறுபடியும் அவரை அறைக்குள் வைத்துப் பூட்டச் சொல்லிவிட்டார் ரஃபி எய்டன்.

அடுத்த ஒரு வாரத்துக்கு, அந்த வீட்டில் இருந்த யாரும் ஐக்மெனுடன் பேசவில்லை. வேளாவேளைக்குச் சாப்பாடு தருவார்கள், வேறு ஏதாவது வேண்டும் என்று கேட்டால் கொண்டுவருவார்கள். மற்றபடி அவரை அடிப்பதோ, உதைப்பதோ, மிரட்டுவதோ கிடையாது.

காரணம், அவர்களுடைய கடமை இன்னும் முடியவில்லை. அடால்ஃப் ஐக்மெனைக் கடத்தினால்மட்டும் போதாது. அர்ஜென்டினா போலீஸுக்கோ, அரசாங்கத்துக்கோ தெரியாதபடி அவரைப் பத்திரமாக இஸ்ரேலுக்குக் கொண்டுசெல்லவேண்டும். நீதிமன்றத்தின்முன் நிறுத்தவேண்டும்.

சென்னையில் இருக்கிற ஒருவரை மதுரைக்குக் கடத்தவேண்டுமென்றால், ஒரு வண்டி போதும். ஆனால் அதே பார்ட்டியை அமெரிக்காவுக்குக் கொண்டுசெல்லவேண்டுமென்றால் ரொம்பக் கஷ்டம். பாஸ்போர்ட், விசா, இன்னும் என்னென்னவோ

ஆவணங்கள் தேவைப்படும். விமான நிலையத்தில் ஆயிரம் கேள்விகளுக்குப் பதில் சொல்லவேண்டியிருக்கும்.

மொஸாட் இதுமாதிரியான காகிதச் சடங்குகளில் மாட்டிக்கொள்ள விரும்பவில்லை. அடால்ஃப் ஐக்மெனை அவர்கள் பிடித்து வைத்திருக்கிற விஷயம் தெரிந்தால், உடனடியாக அர்ஜென்டினா அரசாங்கம் உஷாராகிவிடும். அங்கிருந்து ஒரு காக்கா, குருவிகூட வெளியே பறக்கமுடியாதபடி வேலி போட்டுவிடுவார்கள்.

ஆனால், இந்தக் கடத்தலைப்பற்றி ஆயிரம் விஷயம் யோசித்த மொஸாட், இதைமட்டும் விட்டுவைப்பார்களா? அதற்கும் கச்சிதமாக ஒரு திட்டம் தயார் செய்திருந்தார்கள்.

அடால்ஃப் ஐக்மென் கடத்தப்பட்டு பத்து நாள் கழித்து, அவருக்கு ஒரு புதிய ஆடை அணிவிக்கப்பட்டது: விமான அதிகாரி யூனிஃபார்ம்!

இந்தப் பத்து நாள்களுக்குள், ஐக்மென் மனத்தளவில் ரொம்பத் தளர்ந்திருந்தார். இனிமேல் இங்கிருந்து தப்பிக்கமுடியும் என்கிற நம்பிக்கை சுத்தமாகக் காணாமல் போயிருந்தது, தன்னைக் காத்தியவர்கள் எது சொன்னாலும் மறுபேச்சு இல்லாமல் ஒத்துழைக்கிற மனோநிலைக்கு வந்திருந்தார்.

அடால்ஃப் ஐக்மென் விமான அதிகாரி சீருடையை அணிந்து கொண்டதும், அடுத்த ஸ்பெஷல் ஐட்டம் வந்து சேர்ந்தது: ஒரு பாட்டில் விஸ்கி!

யூனிஃபார்ம் சரி, விஸ்கி எதற்கு? ஒருவேளை, விஸ்கியில் விஷம் கலந்திருக்குமோ?

யாரும் பதில் சொல்லவில்லை. 'பேசாமல் குடி' என்றுமட்டும் சைகை காட்டினார்கள்.

ஏதோ, இந்தமட்டும் புண்ணியவான்கள் அடி, உதை கொடுக்காமல் இலவசமாகச் சரக்கு ஊற்றித்தருகிறார்கள்! நாளைக்கு இஸ்ரேல் போய்ச் சேர்ந்தபிறகு உடம்பில் உயிர் இருக்குமோ இருக்காதோ தெரியவில்லை, சாகிற நேரத்தில் இந்தச் சந்தோஷமாவது மிஞ்சட்டுமே என்று மொத்தத்தையும் குடித்துமுடித்தார் ஐக்மென்.

அவர் போதையில் கண் செருகிக்கொண்டிருக்கும்போது, மொஸாட் ஏஜென்ட்களும் அதேமாதிரியான விமான அதிகாரி யூனிஃபார்ம்களை அணிந்துகொண்டார்கள். விஸ்கி பாட்டிலைத் திறந்து, பன்னீர்போல தாராளமாக மேலே தெளித்துக்கொண்டார்கள்.

இப்போது, அவர்கள் எல்லோர்மீதும் காத்திரமான விஸ்கி வாடை. திருப்தியாகத் தலையாட்டினார் ரஃபி எய்டன்.

சில நிமிடங்கள் கழித்து, அவர்களுடைய கார் விமான நிலையத்துக்கு வந்து சேர்ந்தது. பாதுகாப்புப் பரிசோதனைக்காக வண்டியை நெருங்கிய காவலர்கள், சட்டென்று மூக்கைப் பொத்திக்கொண்டார்கள், 'இதென்ன காரா, இல்லை சாராய வண்டியா?'

'ஸாரி, இன்னிக்குக் கொஞ்சம் ஜாஸ்தி ஊத்திக்கிட்டோம்' என்றார் முன் சீட்டில் உட்கார்ந்திருந்தவர், 'உங்க ஊர் விஸ்கி ரொம்ப ஸ்ட்ராங்க், எங்களால தாங்கமுடியலை.'

இதைக் கேட்டதும், அந்த ஊர்க் காவலர்கள் விழுந்து விழுந்து சிரித்தார்கள்.

'பின்னே? அர்ஜென்டினா சரக்குன்னா சும்மாவா?' என்று நமுட்டுச் சிரிப்புடன் பெருமையடித்துக்கொண்டார்கள்.

இந்தக் களேபரத்தில், அவர்கள் யாரும் அடால்ஃப் ஐக்மெனைக் கவனிக்கவில்லை, 'இனிமேலாவது கொஞ்சம் பார்த்துக் குடிங்கப்பா' என்று பொதுவாக அட்வைஸ் பண்ணி வழியனுப்பிவிட்டார்கள்.

உள்ளே ஐக்மெனுக்காக ஓர் இஸ்ரேலிய ஏர்லைன்ஸ் விமானம் காத்திருந்தது. அரை மயக்க நிலையிலேயே அவரை மேலே ஏற்றி யார் கண்ணிலும் படாமல் ஒளித்துவைத்துவிட்டார்கள்.

அப்போதும், மொஸாட் ஏஜென்ட்களுக்கு முழு நம்பிக்கை வரவில்லை. எந்த நேரத்தில் மறுபடி போலீஸ் வருமோ என்று கொஞ்சம் திகிலோடுதான் உட்கார்ந்திருந்தார்கள்.

ஆனால், அவர்கள் நினைத்ததுபோல் எந்த திடீர்ப் பரிசோதனையும் நடக்கவில்லை. விஸ்கி நாடகம் பிரமாதமாக வேலை செய்திருந்தது. சிறிது நேரத்தில், அவர்களுடைய விமானம் புறப்பட்டது. பல வாரங்களுக்குப்பிறகு முதன்முறையாக மொஸாட் ஏஜென்ட்கள் நிம்மதிப் பெருமூச்சு விட்டார்கள்.

இரண்டு நாள் கழித்து, இஸ்ரேல் பிரதமர் டேவிட் பென்-குரியன் அந்த நாட்டுப் பாராளுமன்றத்தில் பெருமையுடன் அறிவித்தார். 'நாங்கள் அடால்ஃப் ஐக்மெனைக் கைது செய்துவிட்டோம்'

ஹிட்லர் காலத்துக்குப்பிறகு காணாமலே போய்விட்ட ஐக்மெனை மறுபடிக் கண்டுபிடித்துக் கைது செய்தது பெரிய விஷயம்தான். ஆனால், அதற்காக மொஸாட் நடத்திய கடத்தல் நாடகமெல்லாம் வெளியே தெரிந்தபோது, அது பெரிய பிரச்னையாகிவிட்டது.

உடனடியாக, அர்ஜென்டினா அரசாங்கம் பெரிய எழுத்துகளில் அலறியது, 'இது மனித உரிமை மீறல், எங்கள் எல்லைக்குள் வந்து, எங்கள் நாட்டுக் குடிமகன் ஒருவரைக் கடத்தியிருக்கிறீர்கள், ஒழுங்காக ஐக்மெனைத் திருப்பிக் கொடுத்துவிடுங்கள்.'

'ம்ஹூம், சான்ஸே இல்லை' என்றது இஸ்ரேல் அரசாங்கம், 'அவர்மீது முறைப்படி வழக்கு நடத்துகிறோம், ஐக்மென் தப்பு செய்திருப்பது நிரூபிக்கப்பட்டால், அதற்கு ஏற்பத் தண்டனை கொடுப்போம்.'

சொன்னபடி, அடால்ஃப் ஐக்மெனை நீதிமன்றத்தின்முன் நிறுத்தியது இஸ்ரேல். அவரை ஒரு குண்டு துளைக்காத கூண்டுக்குள் பத்திரமாக உட்காரவைத்துவிட்டு, ஹிட்லர் ஆட்சியின்கீழ் அவர் செய்த அக்கிரமங்களையெல்லாம் ஒவ்வொன்றாகப் புட்டுப்புட்டு வைத்தார்கள்.

சென்ற நூற்றாண்டின் மிகப் பிரபலமான வழக்குகளில் ஒன்று அது. லட்சக்கணக்கான அப்பாவி யூதர்களுக்கு ஐக்மென் செய்த கொடுமைகளெல்லாம் வெளியே தெரிந்தபோது, 'இப்படியெல்லாம் கூட ஒரு மனிதனால் கொடூரமாக யோசிக்கமுடியுமா' என்று உறைந்துபோனது உலகம்.

அடால்ஃப் ஐக்மென் எதையும் மறுக்கவில்லை. ஆனால், 'இதெல்லாம் நான் விரும்பிச் செய்தது இல்லை, யாரோ அதிகாரிகள் சொன்னார்கள், நான் நிறைவேற்றினேன், அவ்வளவுதான்' என்று கதையைத் திருப்பிப்போட்டார்.

ஆனால், இந்தக் கடைசி நேர நாடகம் பலிக்கவில்லை. பல லட்சம் யூதர்களின் மரணத்துக்கு அடால்ஃப் ஐக்மென் நேரடிக் காரணமாக இருந்திருப்பது சந்தேகத்துக்கு இடமின்றி நிரூபிக்கப்பட்டது, நீதிபதிகள் அவருக்கு மரண தண்டனை விதித்தார்கள்.

ஐக்மென் கடத்தல் விவகாரத்துக்குப்பிறகு உளவுத்துறையினர் மத்தியில் மொஸாடின் இமேஜ் கன்னாபின்னாவென்று எகிறிவிட்டது. பின்னே? தங்களுக்கு முன்பின் பரிச்சயமே இல்லாத ஒரு வெளிநாட்டுக்குப் போய், ரகசியமாக ஒரு நபரைக் கடத்திக் கொண்டு வருவது என்றால் சாதாரண விஷயமா? இன்றைக்கு அர்ஜென்டினா அதிகாரிகள் கண்ணில் மண்ணைத் தூவியவர்கள், நாளைக்கு இன்னும் எங்கெங்கே என்னென்னவெல்லாம் செய்வார்களோ? பல நாடுகள் மொஸாடைப் பிரமிப்புடனும், கொஞ்சம் பயத்துடனும் பார்க்க ஆரம்பித்தார்கள்.

11. ரகசிய வேட்டு

அந்தப் புனிதச் சுவரின்முன்னால் அமைதியாக ஒரு கூட்டம் சேர்ந்து கொண்டிருந்தது. விதவிதமான முகங்கள், வெவ்வேறு தொழில்களைச் செய்கிறவர்கள், பணக்காரர்கள், அன்றாடங் காய்ச்சிகள், கொழுத்தவர்கள், மெலிந்தவர்கள் என எல்லா வகை மக்களையும் அங்கே பார்க்கமுடிந்தது. அனைவரும் ஒரேமாதிரியாக உடுத்தியிருந்தார்கள், பிரார்த்தனைகளில் ஈடுபட்டிருந்தார்கள்.

யூதர்களைப் பொறுத்தவரை, அது வெறும் சுவர் அல்ல. பல நூற்றாண்டுகளுக்குமுன்னால் இதே இடத்தில் கம்பீரமாக நின்று கொண்டிருந்த ஓர் ஆலயத்தின் அடையாள மிச்சம், அவர்களுடைய மதத்தை ஒருங்கிணைத்த, கட்டுக்கோப்புடன் வைத்திருக்கிற புனிதச் சின்னம்.

ஜெருசலேம் நகரில் இந்த ஆலயத்தை அமைத்தவன், ஹெரோத் என்கிற யூத அரசன். அந்தக் காலத்தில் யூதர்களின் பெருமைக்குரிய புண்ணியத் தலமாக மதிக்கப்பட்ட கோவில் அது.

கி.பி. எழுபதாம் வருடம், அங்கே படையெடுத்து வந்த ரோமானியர்கள் இந்தக் கோவிலைதான் குறிவைத்துத் தாக்கினார்கள். உள்ளே இருந்த விலை மதிக்கமுடியாத பொருள்களையெல்லாம் கொள்ளையடித்துக்கொண்டு, ஆலயத்தையும் இடித்துத் தள்ளிவிட்டார்கள்.

இந்த அக்கிரமத்தைத் தடுப்பதற்கு யூதர்கள் எவ்வளவோ போராடினார்கள். ஆனால் ரோமானியப் படைகளின் வெறித்தனத்துக்குமுன்னால்

அவர்களால் எதுவும் செய்யமுடியவில்லை. கண்ணெதிரே அவர்களுடைய கம்பீரமான புனித அடையாளம் தகர்த்து எறியப்பட்டு விட்டது. கடைசியில் மிஞ்சியது இந்தச் சுவர்மட்டும்தான்.

அதன்பிறகு, உலகம்முழுக்க இருக்கிற யூதர்களுக்கு இந்தச் சுவர் வணக்கத்துக்குரிய மதச் சின்னமாகிவிட்டது. என்றைக்காவது இந்த ஆலயத்தை மீண்டும் முழுவதுமாகக் கட்டித்தருவதற்கு ஒரு தேவதூதன் வருவான் என்று அவர்கள் நம்பிக்கையோடு காத்திருக்கிறார்கள்.

கோவில் இருக்கட்டும். அதற்குமுன்னால், அந்தச் சுவர் உள்ள நிலம் யாருக்குச் சொந்தம்? அங்கேதான் பிரச்னை ஆரம்பித்தது.

ஜெருசலேம் நகரம் இருப்பது பாலஸ்தீனத்தில். அங்கே பெரும் பான்மையாக வாழ்வது அரேபியர்கள்தான்.

காலம்காலமாக அரேபியர்களின் தேசம் என்று அறியப்பட்டிருந்த பாலஸ்தீனத்திற்குள், அப்போது யூதர்கள் பெரும் எண்ணிக்கையில் குடியேறிக்கொண்டிருந்தார்கள். இதைப் பார்த்த மண்ணின் மைந்தர்களுக்கு டென்ஷன் அதிகரித்தது, ஏதாவது சூழ்ச்சி பண்ணி யூதர்கள் தங்களுடைய நாட்டைச் சுருட்டிக்கொண்டுவிடுவார்களோ என்று பயப்பட ஆரம்பித்தார்கள்.

இதனால், பாலஸ்தீனத்தில் யூதர்கள் நாலு பேர் சாதாரணமாகச் சேர்ந்து உட்கார்ந்து டீ சாப்பிட்டால்கூட, அவர்கள் ஏதோ சதி பண்ணுகிறார்களோ என்று அரேபியர்களுக்கு வயிற்றைக் கலக்கியது. 'இந்தப் பயலுங்களைக் கொஞ்சம் தட்டிவைக்கணும், இல்லாட்டி முதலுக்கே மோசமாயிடும்' என்று பேசத் தொடங்கினார்கள்.

அரேபியர்களின் இந்தப் பாதுகாப்பில்லாத உணர்வினால் அப்போது பாலஸ்தீனத்தில் வாழ்ந்துகொண்டிருந்த அப்பாவி யூதர்களுக்குக்கூட ஆபத்து வந்து சேர்ந்தது. நல்லவன், கெட்டவன் என்றெல்லாம் பார்க்காதே, யூதனா? போட்டுத் தள்ளு, அவ்வளவுதான்!

இப்படிதான், அன்றைக்கு ஜெருசலேம் புனிதச் சுவரின்முன்னால் வழிபாட்டுக்காகக் கூடியிருந்த யூதர்கள்மீது, திடீர்த் தாக்குதல் தொடங்கியது. எங்கிருந்தோ கற்கள், கட்டைகள், பாட்டில்கள், மற்ற 'இன்ஸ்டன்ட்' ஆயுதங்கள் பறந்து வந்தன, அமைதியாகப் பிரார்த்தனை செய்துகொண்டிருந்த பல யூதர்கள் அடிபட்டுக் கீழே சாய்ந்தார்கள்.

ஆரம்பத்தில் அங்கிருந்த யாருக்கும் என்ன நடக்கிறது என்றே புரியவில்லை. சீக்கிரத்தில் சுதாரித்துக்கொண்ட சில இளைஞர்கள்

அடிபட்டவர்களை அப்புறப்படுத்த ஆரம்பித்தார்கள். மிச்சமிருந்தவர்கள் பாதுகாப்பான இடங்களைத் தேடி ஓடினார்கள்.

கொஞ்ச நேரத்துக்குள், அடித்தவர்கள் மாயமாகக் காணாமல் போய் விட்டார்கள். புனிதச் சுவருக்குமுன்னால் இருந்த பகுதி ஒரு மினி போர்க்களம்போல் மாறியிருந்தது. சற்றும் எதிர்பாராத இந்தத் தாக்குதலால், ஏகப்பட்ட யூதர்களுக்குக் காயம்.

இங்கேமட்டுமில்லை, பாலஸ்தீனம்முழுக்கவே யூதர்களுக்கு எந்தப் பாதுகாப்பும் கிடையாது. ஒரு சின்ன வதந்திகூடப் போதும், அரேபியர்களுக்கும் யூதர்களுக்கும் நடுவே நெருப்புப் பற்றிக்கொண்டு விடும். அப்புறம் சண்டையில் எந்தப் பக்கம் எத்தனை உயிர் போகுமோ, கணக்கே இல்லை.

1929 ஆகஸ்ட் 23ம் தேதி, யூதர்களின் புனித நகரங்களில் ஒன்றான ஹெப்ரானில் பெரிய கலவரம். ஐம்பதுக்கும் மேற்பட்ட யூதர்கள் படுகொலை செய்யப்பட்டார்கள்.

இந்தத் தகவல், அதிவேகத்தில் எல்லா நகரங்களுக்கும் பரவியது. இங்கே யூதர்கள் அரேபியர்களைக் கொல்கிறார்கள், அங்கே அரேபியர்கள் யூதர்களைக் கொல்கிறார்கள், இறந்துபோனவர்களின் மொத்தக் கணக்கு நூறு, இருநூறு, ஐநூறு, ஆயிரம் என்று விதவிதமான வதந்திகள் பீதியூட்டிக்கொண்டிருந்தன.

இதனால், பாலஸ்தீனம்முழுக்கக் கலவரச் சூழல். யூதர்கள் பெரும்பான்மையாக வாழ்கிற தெருக்கள், ஏரியாக்கள் எல்லாவற்றிலும் வன்முறை வெடித்துக்கொண்டிருந்தது. ஏகப்பட்ட உயிர்ச் சேதம், பொருள் சேதம்.

பதறிப்போன யூதர்கள், ஒரு முக்கியமான முடிவெடுத்தார்கள். 'இனிமே நாம தனித்தனியா சண்டை போடறது சரிப்படாது, நம்மைப் பாதுகாத்துக்கணும்ன்னா, கும்பலா மோதறதுதான் புத்திசாலித்தனம். இல்லாட்டி, பாலஸ்தீன மண்ணில யூதர்களோட அடையாளமே இல்லாதபடி அழிச்சுடுவாங்க.'

முதலில், நாம் ஏன் இத்தனை அடி வாங்குகிறோம்? பாலஸ்தீனர்களை எதிர்த்துப் போராட நமக்கு தைரியம் இல்லையா? அல்லது, ஆள் பலம், ஆயுதம் இல்லையா?

எல்லாம் இருக்கிறது. ஆனால், அவர்கள் எப்போது அடிப்பார்கள் என்பதுதான் நமக்குத் தெரியவில்லை. குடும்பத்தோடு, நண்பர்களோடு ஜாலியாக ரிலாக்ஸ் செய்துகொண்டிருக்கும்போது, பிரார்த்தனை செய்யும்போது, ராத்திரிச் சாப்பாட்டுக்கு உட்கார்கிற

நேரத்திலெல்லாம் எதிர்பாராமல் தாக்க ஆரம்பித்தால் நம்மால் என்ன செய்யமுடியும்?

ஆக, இந்தப் பிரச்னையைத் தீர்ப்பதற்கு ஒரே ஒரு வழிதான்: அரேபியர்கள்மீது நிரந்தரமாக ஒரு கண் வைக்கவேண்டும். அவர்கள் என்ன செய்கிறார்கள் என்பதை முன்கூட்டியே தெரிந்துகொள்ள வேண்டும். அவர்கள் கட்டையைத் தூக்கிக்கொண்டு அடிக்க வருவதற்குமுன்னால், நாமும் எதிர்த் தாக்குதலுக்குத் தயாராகிவிட வேண்டும்.

ஆனால், அரேபியர்களின் திட்டங்களை நாம் எப்படித் தெரிந்து கொள்வது? கஷ்டம்தான். ஆனால், கொஞ்சம் மெனக்கெட்டால் நிச்சயமாக முடியும்.

யூதர்கள் இதற்காக நிதி திரட்ட ஆரம்பித்தார்கள். அந்தப் பணத்தை எந்த வழிகளில் செலவுசெய்யவேண்டும், யாரை எப்படிப் பயன்படுத்தி என்னென்ன தகவல்களைச் சேகரிக்கவேண்டும் என்றெல்லாம் தீவிரமான யோசனைகள் தொடங்கின. அவர்களுடைய முதல் உளவுத்துறை உருவாகிவிட்டது.

என்னதான் பாலஸ்தீனர்களுக்கும் யூதர்களுக்கும் சண்டை தூள் பறந்தாலும், 'யூதர்கள் என்ன பாவம் செஞ்சாங்க? அவங்களும் நம்மோட இருந்துட்டுப் போகட்டுமே' என்று சொல்கிற அரேபியர்கள் சிலர் இருந்தார்கள். யூதர்கள் அவர்களுடைய உதவியைப் பயன் படுத்திக்கொண்டு, பாலஸ்தீனர்கள்மத்தியில் மெல்லமாக ஊடுருவ ஆரம்பித்தார்கள்.

இதுதவிர, சில பாலஸ்தீனர்களுக்குக் காசு கொடுத்து ஆசை காட்டினார்கள். 'எப்போ, எங்கே, எப்படித் தாக்குதல் நடக்கப் போகுதுன்னு விவரம் சொல்லு, துட்டு தர்றோம்.'

இந்தக் 'கையில தகவல், வாயில தோசை' திட்டம் பிரமாதமாக வேலை செய்தது. இதன்மூலம் பல தாக்குதல் முயற்சிகளை யூதர்கள் முன்கூட்டியே தெரிந்துகொண்டு பாலஸ்தீனர்களுக்கு நல்ல பதிலடி கொடுத்தார்கள்.

இதனால், பாலஸ்தீனர்களுக்கு எரிச்சல். நம் ஊரில் வந்து உட்கார்ந்து கொண்டு நம்மையே எதிர்க்கிறார்களே என்று யூதர்கள்மீது இன்னும் ஆவேசத்துடன் மோத ஆரம்பித்தார்கள்.

பாலஸ்தீனர்களின் கோபத்தில் நியாயம் இருந்தது. அப்போது பாலஸ்தீனத்தை ஆட்சி செய்துகொண்டிருந்த பிரிட்டிஷ் அரசாங்கம், அரேபியர்களுக்கும் யூதர்களுக்கும் இந்த மண்ணில் சம உரிமை உண்டு

என்பதுபோல் நடந்துகொண்டது. இது அரேபியர்களுக்குப் பிடிக்கவில்லை. 'இது எங்களுடைய பூமி, இங்கே மைனாரிட்டிகளான யூதர்களை எப்படி எங்களுக்குச் சமமாக நடத்தலாம்?' என்று கொதித்தார்கள்.

சுருக்கமாகச் சொன்னால், பாலஸ்தீன மண் வருங்காலத்தில் யாருக்குச் சொந்தமாகப்போகிறது என்கிற விஷயத்தில் அரேபியர்கள், யூதர்கள் இருதரப்பினருக்கும் பயம் வந்துவிட்டது. அவர்கள் ரொம்பக் காலம் சேர்ந்து வாழமுடியாது என்பது கிட்டத்தட்ட உறுதியாகிவிட்டது.

யூதர்கள் யோசித்தார்கள், இப்போது பிரிட்டிஷ் ஆட்சிக்குப் பயந்து அரேபியர்கள் சும்மா இருக்கிறார்கள், நாளைக்கே ஏதாவது ஒரு பிரச்னை வந்து பிரிட்டிஷ் அரசாங்கம் இங்கிருந்து வெளியேறி விட்டால் நமக்கு யார் பாதுகாப்பு?

வேறு வழியே இல்லை. நம்முடைய உளவுத்துறையை இன்னும் வலுவாக்கவேண்டும். உள்ளே, வெளியே நமக்கு வரக்கூடிய ஆபத்துகளை முன்கூட்டியே தெரிந்துகொள்ளவேண்டும், இதற்காக என்ன வேண்டுமானாலும் செய்யலாம், எவ்வளவு பணமும் செலவழிக்கலாம், தப்பே இல்லை!

கஜானாவில் காசு, ராணுவம், ஆயுத பலத்தையெல்லாம்விட, எதிராளி என்ன செய்கிறான் என்பதைப்பற்றிய தகவல்கள்தான் மிக முக்கிய மானவை என்பதை யூதர்கள் புரிந்துகொண்டுவிட்டார்கள். அதன்பிறகு, அவர்களுடைய போர்த் தந்திரங்களே தலைகீழாக மாறிவிட்டன, அதுவரை நேருக்கு நேர் யுத்தத்தில்மட்டும் கவனம் செலுத்திக்கொண்டிருந்தவர்கள், இப்போது பின்னணியில் ரகசியமாக வேட்டு வைக்கும் முயற்சிகளில் இறங்க ஆரம்பித்தார்கள்.

இந்தக் காலகட்டத்தில் யூதர்கள் கற்றுக்கொண்ட உளவுத்துறைப் பாடங்கள்தான், இன்றுவரை அவர்களுக்குப் பெரிய பலமாக இருக்கின்றன. பல்வேறு உத்திகளைப் பயன்படுத்தி எதிரியைப்பற்றிய தகவல்களைத் திரட்டுவது. பிறகு அதெல்லாம் சரியான விவரங்கள் தானா, அல்லது உட்டாலக்கடி வேலையா என்று உறுதிப்படுத்து வதற்கான வழிமுறைகள், நம்முடைய படைக்குள் எதிராளி ஊடுருவாதபடி பார்த்துக்கொள்வது. அப்படியே தவறிப்போய் ஒன்றிரண்டு பேர் உள்ளே வந்துவிட்டாலும், அவர்கள்மூலமே தவறான தகவல்களை அந்தப் பக்கம் பரப்பிவிட்டு விளையாடுவது நம்முடைய பலம் ஒன்று என்றால், அது பத்து, நூறு, ஆயிரமாகத் தெரியும்படி மாயத் தோற்றங்களை உருவாக்கி மிரட்டுவது. இப்படி யூதர்களின் உளவு பலம் படிப்படியாக அதிகரித்துக்கொண்டிருந்தது.

யூதர்களின் அதிர்ஷ்டம், இதுமாதிரி கில்லாடித்தனமான வேலைகளைச் செய்வதற்கு ஏகப்பட்ட இளைஞர்கள் முன்வந்தார்கள். உளவுப் பணியில் இருக்கும் ரகசியத்தன்மை, த்ரில் அவர்களுக்கு ரொம்பப் பிடித்திருந்தது. அடிப்படை விஷயங்களை முனைப்புடன் கற்றுக் கொண்டார்கள். புதுசாக யோசித்து வித்தியாசமாகச் செயல்பட்டு யூதர்களுடைய உளவுத்துறையை 'எல்லாம் தெரிந்த ஏகாம்பரம்'களாக மாற்றினார்கள்.

இந்த இளைஞர் படைதான், பின்னர் இஸ்ரேல் தேசத்துக்கும், அதன் உளவுத்துறையாகிய மொஸாடுக்கும் பலமான அஸ்திவாரமாக அமைந்தது.

12. கடத்தல் படை

தெருவில் இரண்டு பேர் சண்டை போட்டுக்கொள்கிறார்கள். 'நீயா, நானா' என்று ஒரே சத்தம், கூச்சல், அடிதடி, வெட்டுக்குத்து. அப்போது, அந்தப்பக்கமாக ஒரு போலீஸ்காரர் வருகிறார். இவர்களுடைய சண்டையைப் பார்த்ததும் வண்டியை நிறுத்தி, 'இங்க என்னப்பா கலாட்டா?' என்று விசாரிக்கிறார். உடனே, பயந்துபோன இருவரும் சண்டையை நிறுத்திவிடுகிறார்கள். தங்கள் தரப்பு நியாயத்தைச் சொல்கிறார்கள்.

இந்த நிலைமையில், சட்டத்தைக் கையில் வைத்திருக்கிற அந்த போலீஸ்காரர் என்ன செய்யவேண்டும்? இரண்டு பேருக்கும் பொதுவாக, நியாயமான ஒரு தீர்ப்பைச் சொல்லவேண்டும், இல்லையா?

அதற்குப்பதிலாக, அவர் இந்த சண்டைப் பார்ட்டிகளில் ஒருவரோடு சேர்ந்துகொள்கிறார், 'ஏன்ய்யா வெறும் கையால அடிக்கறே? இந்த லத்தியை வெச்சுக்கோ' என ஆயுதம் கொடுத்து ஊக்குவிக்கிறார் என்று வைத்துக்கொள்வோம், அது அநீதி இல்லையா?

பாலஸ்தீனப் பிரச்னையில், பிரிட்டிஷ் அரசாங்கம் அப்படிதான் நடந்துகொண்டது. அரேபியர்கள், யூதர்கள் இடையே பிரச்னை வந்தபோது, அவர்கள் ஏனோ அடாவடியாக யூதர்களைத் தொடர்ந்து ஆதரித்தார்கள். பாலஸ்தீன மண்ணில் யூதர்களின் பலம் பெருகுவதற்குத் தங்களால் முடிந்த உதவிகளையெல்லாம் செய்து கொடுத்தார்கள்.

இந்தப் புண்ணிய கைங்கர்யத்தை ஆரம்பித்துவைத்தவர், ஆர்தர் ஜேம்ஸ் பால்ஃபர் எனும் இங்கிலாந்து அதிகாரி. 1917ல் அவர்

வெளியிட்ட 'பால்ஃபர் பிரகடனம்'தான், பாலஸ்தீனத்தில் யூதர்களின் உரிமைகளை அழுத்தமாக உறுதிப்படுத்தியது.

பிரிட்டிஷ்காரர்களே பச்சைக் கொடி காண்பித்துவிட்டபிறகு, யூதர்கள் சும்மா இருப்பார்களா? உலகம்முழுவதிலும் இருந்து தங்களுடைய உறவினர்கள், நண்பர்கள், தெரிந்தவர்கள், தெரியாதவர்களை யெல்லாம் பாலஸ்தீனத்துக்குள் கொண்டுவந்தார்கள்.

இப்படி வருகிறவர்களுக்கு பாஸ்போர்ட், விசா எதுவும் தேவையில்லை. யூதனா? உள்ளே வா, இஷ்டமித்ர பந்துக்களுடன் வந்தால் இன்னும் சந்தோஷம், பாலஸ்தீனத்தில் நீ நிலம் வாங்கலாம், வீடு வாடகைக்கு எடுக்கலாம், படிக்கலாம், வேலை பார்க்கலாம், தொழில் செய்யலாம். திருமணம் செய்துகொண்டு, பிள்ளைக் குட்டி பெற்றுக்கொண்டு சந்தோஷமாகக் குடும்பம் நடத்தலாம், எதற்கும் தடையில்லை, என்சாய்!

பிரிட்டிஷ் அரசாங்கம் இப்படி வெளிப்படையாக யூதர்களுக்கு ரத்தினக் கம்பளம் விரிக்க ஆரம்பித்தவுடன், அரேபியர்கள் கலவரமாகி விட்டார்கள். கட்சிக் கூட்டத்துக்கு பிரியாணி கொடுத்து லாரியில் ஆள் கூட்டி வருவதுபோல் யூதர்களின் எண்ணிக்கை எகிறிக்கொண்டே போனால் பாலஸ்தீனத்தில் அவர்கள் மெஜாரிட்டி ஆகிவிடுவார்களோ என்று பயந்தார்கள்.

ஒருபக்கம் அரேபியர்கள் இப்படிப் பதறிக்கொண்டிருக்க, இன்னொரு பக்கம் பிரிட்டிஷ் ஆசிர்வாதத்துடன் பாலஸ்தீனம்முழுக்க யூதக் குடியிருப்புகள் அதிகரிக்க ஆரம்பித்திருந்தன. அவர்களே சமூகக் குழுக்களை அமைத்துக்கொண்டு வேண்டிய வசதிகளை ஏற்படுத்தினார்கள். ஒருவருக்கு ஒருவர் உதவி செய்துகொண்டார்கள், வெளியிலிருந்து வருகிற ஆபத்துகளில் இருந்து பாதுகாத்துக் கொண்டார்கள். தங்களுக்கென்று சொந்தமாக ஆட்சி அமைத்து அரசாங்கம் நடத்தாததுதான் பாக்கி.

முப்பதுகளின் இறுதியில், யூதர்களின் நிம்மதியான வாழ்க்கைக்கு வேட்டு வைப்பதுபோல் ஒரு வேலை நடந்தது. அதற்குக் காரணகர்த்தா, அடால்ஃப் ஹிட்லர்.

எங்கேயோ ஜெர்மனியில் ஹிட்லர் அராஜகம் செய்கிறார், யூதர்களை வாட்டி வதைக்கிறார். அதனால் பாலஸ்தீனத்தில் உட்கார்ந்திருக்கிற நமக்கு என்ன வந்தது?

யூதர்களால் எப்போதும் அப்படி நினைக்கமுடியாது. அவர்களுடைய சமூகத்தைச் சேர்ந்தவர்கள் உலகில் எங்கே இருந்தாலும், தாங்கள் ஒரே மாயக் குடையின்கீழ் வாழ்வதுபோல்தான் உணர்வார்கள். ஒருவருக்குப் பிரச்னை என்றால் மற்றவர்கள் ஓடி வருவார்கள். எந்தப் பலனும் எதிர்பார்க்காமல் பரஸ்பரம் உதவி செய்துகொள்வார்கள்.

இதனால், அங்கே ஐரோப்பாவில் ஹிட்லர் தடியைத் தூக்குகிறார் என்றதும், இங்கே பாலஸ்தீனத்தில் இருக்கிற யூதர்கள் எதிர் நடவடிக்கைகளை யோசிக்க ஆரம்பித்துவிட்டார்கள். ஹிட்லரின் அராஜகத்தால் பாதிக்கப்பட்ட யூதர்களை பாலஸ்தீனத்துக்குள் கொண்டு வருவது எப்படி என்று யோசித்துத் திட்டங்கள் தயார் செய்யப்பட்டன.

ஆனால், இந்தத் திட்டங்கள் எதையும் அவர்களால் ஒழுங்காக நிறைவேற்றமுடியவில்லை. காரணம், இதுவரை யூதர்களுக்கு ஆதரவாக இருந்த பிரிட்டிஷ் அரசாங்கம், இப்போது வேண்டுமென்றே முரண்டு பிடித்தது. 'எங்களுடைய அனுமதி இல்லாமல் புதுசாக யூதர்கள் யாரும் இங்கே வரக்கூடாது' என்று கதவைச் சாத்தி திண்டுக்கல் பூட்டு மாட்டிவிட்டார்கள்.

பிரிட்டிஷ்காரர்கள் ஏன் இப்படித் திடீரென்று மனம் மாறவேண்டும்? அதற்கும் ஒரு காரணம் இருந்தது.

1938ம் வருடம் நவம்பர் 7ம் தேதி. பாரிஸில் வாழ்ந்துகொண்டிருந்த ஹெர்ஷெல் க்ரின்ஸ்பன் என்ற யூத இளைஞன் காலையில் எழுந்து பல் தேய்த்தான். தன்னுடைய பெற்றோருக்கு ஒரு கடிதம் எழுதினான். கடைக்குப் போய் ஒரு துப்பாக்கி வாங்கிக்கொண்டான், அந்த ஊரில் உள்ள ஜெர்மனி தூதரகத்துக்கு ரயில் பிடித்தான்.

ஹெர்ஷெலுக்கு ஜெர்மனிமீது தனிப்பட்ட கோபம் இருந்தது. ஹிட்லரின் ஆட்சியால் அவனுடைய குடும்பத்தினர் கடுமையாகப் பாதிக்கப்பட்டிருந்தார்கள். நியாயப்படி பார்த்தால், ஹெர்ஷெல் ஹிட்லரைதான் சுட்டிருக்கவேண்டும். அதற்கான வசதி, வாய்ப்புகள் இல்லாததால், பாரிஸில் இருக்கிற ஜெர்மனி தூதரகத்துக்குப் போனான். எதிர்ப்பட்ட அதிகாரி ஒருவரைச் சுட்டுக் கொன்றுவிட்டான்.

இந்தக் கொலைச் சம்பவம், ஹெர்ஷெல் கொஞ்சமும் எதிர்பார்க்காத அதிர்வுகளை உண்டாக்கியது. ஹிட்லர் ஆட்சியின்கீழ் வாழ்கிற யூதர்கள் குறி வைத்துத் தாக்கப்பட்டார்கள். அவர்களுடைய கடைகள், தொழிற்சாலைகள் உடைத்து நொறுக்கப்பட்டன. ஐரோப்பாவிலிருந்து யூதச் சமூகத்தை மொத்தமாகத் துடைத்து எறிந்துவிட வேண்டும் என்கிற ஆவேசத்துடன் ஹிட்லரின் அடிபொடிகள் வேலை செய்ய ஆரம்பித்தார்கள்.

இதனால், ஹிட்லர் ராஜ்ஜியத்திலும், அக்கம்பக்கத்து நாடுகளிலும் வாழ்ந்துகொண்டிருந்த யூதர்களுக்கு மரண பயம் தொற்றிக்கொண்டது. இங்கேயே இருந்து உயிரை விடுவதற்குப் பதிலாக, பாலஸ்தீனத்துக்குப் போய் மற்ற யூதர்களுடன் பிழைத்துக் கொள்ளலாம் என்று ஓட ஆரம்பித்தார்கள்.

உடனடியாக, பிரிட்டன் உஷாராகிவிட்டது. ஹிட்லர் ஆட்சியில் அடி வாங்குகிற யூதர்கள் எல்லோரும் பாலஸ்தீனத்தில் வந்து குவிந்தால், உள்ளூரில் ஏகப்பட்ட நெருக்கடிகள் வரும். அந்த அவஸ்தைகளைத் தவிர்ப்பதற்கு என்ன வழி என்று தீவிரமாக யோசிக்கத் தொடங்கினார்கள்.

இதற்காக, அவசர அவசரமாகப் பாலஸ்தீன எல்லைப் பகுதிகளில் பாதுகாப்பை அதிகப்படுத்தியது பிரிட்டிஷ் அரசாங்கம். 'ஒரு வருடத்துக்கு இத்தனை யூதர்கள்தான் உள்ளே வரலாம், மற்றவர்கள் வேறு எங்கேயாவது போய்ப் பிழைத்துக்கொள்ளுங்கள்' என்று கண்டிப்பாகச் சொல்லிவிட்டார்கள்.

யூத சமூகம் கொதித்துப்போனது. பாலஸ்தீன மண்ணை அவர்கள் தங்களுக்குச் சொந்தமாகவே நினைக்க ஆரம்பித்திருந்தார்கள். இங்கே யூதர்களுக்கு இடம் இல்லை என்றால், அது என்ன நியாயம்?

உடனடியாக, வெளிநாடுகளில் வாழ்கிற யூதர்களைப் பாலஸ்தீனத்துக்குள் கொண்டுவருவதற்கு ஒரு ரகசியக் குழு உருவாக்கப்பட்டது. அதன் பெயர், மொஸாட் லிஅலியா பெட்.

கொஞ்சம் நீளமான பெயர்தான். பின்னாள்களில் இந்த 'மொஸாட் லிஅலியா பெட்'தான் இஸ்ரேல் உளவுத்துறையாக உருவெடுத்தது என்பதால், நம்முடைய வசதிக்காக இதனைப் 'பழைய மொஸாட்' என்று அழைக்கலாம்.

பழைய மொஸாடின் நோக்கம், பிரிட்டிஷ் கண்களில் அகப்படாமல் யூதர்களை பாலஸ்தீனத்துக்குள் கடத்திக் கொண்டுவருவது. அதற்காக எந்தவிதமான தில்லுமுல்லுகள் செய்வதற்கும் அவர்கள் தயாராக இருந்தார்கள்.

இதுமாதிரி திருட்டுத்தனமாக ஆள் கடத்தவேண்டுமென்றால், அதற்குக் கடல் வழிதான் வசதி. பழைய மொஸாட் ஏஜென்ட்கள் உலகம் சுற்றிக் கப்பல் தேட ஆரம்பித்தார்கள்.

இவர்களுடைய அவசரத்தைப் புரிந்துகொண்ட கப்பல் கம்பெனிகள், ஒன்றுக்கு நான்கு மடங்காக விலை சொன்னார்கள். யூதர்கள் அசரவில்லை, 'எவ்வளவு செலவானாலும் பரவாயில்லை, முதல்ல கப்பலைக் கொடுங்க' என்று காசை நீட்டினார்கள்.

இப்படிப் பெரிய, சிறிய கப்பல்கள், படகுகள், கள்ளத் தோணிகள் வரை பல வழிகளில் யூதர்கள் பாலஸ்தீனத்துக்குக் கொண்டுவரப் பட்டார்கள். அவர்கள் பிரிட்டிஷ் கண்ணில் பட்டுவிடாமல் உள்ளே வருவதற்காக ஏகப்பட்ட தந்திரங்களைத் திட்டமிட்டு நிறை வேற்றியது பழைய மொஸாட்.

ஆரம்பத்தில் அசட்டையாக இருந்த பிரிட்டன், சீக்கிரத்தில் விழித்துக் கொண்டுவிட்டது. பாலஸ்தீனக் கடற்கரைமுழுக்க ரோந்துப் பாதுகாப்பைப் பலப்படுத்தினார்கள். சட்ட விரோதமாக எந்தக் கப்பல் தென்பட்டாலும், 'அப்படியே யு-டர்ன் எடுத்து ஓடிப்போயிடுங்க' என்று மிரட்டினார்கள்.

பிரிட்டிஷ்காரர்களுடன் ஒப்பிடும்போது, மொஸாட் ஏஜென்ட்களிடம் பெரிய படை பலமோ ஆயுதங்களோ நவீன கருவிகளோ இல்லை. ஆனால் அப்போதும், அவர்கள் தங்களுடைய கடமையிலிருந்து தவறவில்லை. எல்லைப் பாதுகாப்பு எவ்வளவு கடுமையாக இருந்தாலும், தொடர்ந்து ஏகப்பட்ட மொஸாட் கப்பல்கள் பாலஸ்தீனத்தை நோக்கி வந்துகொண்டுதான் இருந்தன.

இந்தக் கப்பல்களில் இருந்த யூதர்கள் பலர், தங்களுடைய நாட்டில் பணம், சொத்துகளையெல்லாம் இழந்து உயிரைமட்டும் கையில் பிடித்துக்கொண்டு ஓடி வந்திருந்தார்கள். அவர்களுடைய கடைசி நம்பிக்கை, மொஸாட், பாலஸ்தீன மண், அங்கே தங்களுக்கு ஒரு நிம்மதியான வாழ்க்கை அமையும் என்கிற எண்ணம்.

இப்படிப் பரிதாபமான நிலைமையில் பாலஸ்தீனத்துக்கு வந்த யூதர்களை, பிரிட்டன் அதட்டி மிரட்டித் துரத்தியது. ஹிட்லரே பரவாயில்லை என்று நினைக்கவைக்கும்படியான முகாம்களில் அடைத்துவைத்தது.

அதைவிடக் கொடுமை, பிரிட்டிஷ்காரர்களிடமிருந்து தப்பித்துப் பாலஸ்தீனத்துக்குள் நுழையவேண்டும் என்கிற பதற்றத்தில், மொஸாட் உளவாளிகள் சில ஆபத்தான வழிகளில் கப்பல்களைக் கொண்டுவந்தார்கள். ஒவ்வொரு கப்பலிலும் அதிகபட்ச அளவுக்கு மேல் யூதர்கள் பயணம் செய்தார்கள். இதனால், அவ்வப்போது விபத்துகள் நேர்ந்தன, பல நூறு யூதர்கள் கடலில் மூழ்கிப் பலியானார்கள்.

இந்தச் சூழ்நிலையில், பிரிட்டன்மட்டும் கொஞ்சம் மனிதாபிமானத் தோடு யோசித்திருந்தால், யூதர்கள் மொஸாட் என்கிற ரகசிய உளவு நிறுவனம், கடத்தல் படையை உருவாக்கவேண்டிய அவசியமே ஏற்பட்டிருக்காது. ஹிட்லரின் பிடியிலிருந்து தப்பிய ஆயிரக்கணக்கான யூதர்களுக்கு ஒரு நல்ல வாழ்க்கை அமைந்திருக்கும்.

ஆனால், எல்லா பிரிட்டிஷ்காரர்களுக்கும் கல் மனசு இல்லை. அங்கேயும் மொஸாடுக்கு ஆதரவாக, யூதர்கள் தப்பிக்க உதவி செய்த பல நல்ல உள்ளங்கள் இருந்தன. உளவாளிகள், ராணுவ அதிகாரிகள், காவலர்களுக்குக்கூடக் கருணை மனம் உண்டு என்று நிரூபித்த நெகிழ்ச்சிக் கதைகள் அவை.

13. உத்தரவின்றி வெளியே போ

வெளிநாட்டில் கஷ்டப்படுகிற யூதர்களை பாலஸ்தீனத்துக்கு அழைத்துவரவேண்டும். அங்கே அவர்களுக்கு ஒரு நல்ல வாழ்க்கையை அமைத்துத்தரவேண்டும் என்கிற 'பழைய' மொஸாடின் நோக்கங்கள் உசத்தியானவைதான். ஆனால் எதார்த்தம்?

ஹிட்லர் என்ன இளிச்சவாயரா? இவர்கள் பாட்டுக்கு அவருடைய ராஜ்ஜியத்துக்குப் போய் யூதர்கள் கையைப் பிடித்து வெளியே அழைத்துவந்துவிடமுடியுமா? உள்ளே இருக்கிற யூதர்களுக்கே நித்ய பூஜை போட்டுப் பிரசாதம் கொடுத்துக்கொண்டிருக்கிறவர், இப்படி வெளியிலிருந்து வருகிற விருந்தாளிகளைச் சும்மா விட்டுவைப்பாரா?

சிரமம்தான். ஆனால், ஹிட்லர் ஆட்சியில் எல்லோருக்கும் இதயம் தொலைந்துவிடவில்லை. அங்குள்ள சிலர் கருணை, மனிதாபிமானத்தால் உந்தப்பட்டு, யூதர்களுக்குத் தங்களால் முடிந்த உதவிகளைச் செய்துகொண்டிருந்தார்கள்.

ஷிண்ட்லர்பற்றிக் கேள்விப்பட்டிருப்பீர்கள். ஹாலிவுட் வசூல் ராஜா ஸ்டீஃபன் ஸ்பீல்பெர்க் சினிமாவாக எடுத்துப் பிரபலப்படுத்திய அதே ஆஸ்கர் ஷிண்ட்லர்தான். ஆஸ்கர் ஷிண்ட்லர் ஜெர்மனியைச் சேர்ந்த தொழிலதிபர். ஆனால் அவருக்கு ஹிட்லரின் முரட்டுக் கொள்கைகளில் சம்மதம் இல்லை, யூதர்கள் அழிக்கப்பட வேண்டியவர்கள் என்று அவர் நினைக்கவில்லை.

அப்போது ஷிண்ட்லரின் தொழிற்சாலையில் ஏகப்பட்ட யூதர்கள் வேலை பார்த்துக்கொண்டிருந்தார்கள். கொஞ்சம் அசந்தால்,

இவர்களையெல்லாம் நாஜிப்படைகள் கொத்து பரோட்டா போட்டுவிடும் என்கிற நிலைமை.

ஷிண்ட்லர் நினைத்திருந்தால், யூதத் தொழிலாளர்களை மொத்தமாக டிஸ்மிஸ் செய்துவிட்டு உள்ளூர் 'மண்ணின் மைந்தர்'களை வேலைக்குச் சேர்த்துக்கொண்டிருக்கலாம். அவர் அப்படிச் செய்திருந்தால் ஹிட்லர் கையால் 'ஜெர்மன் ரத்னா' விருதுகூடக் கொடுத்துக் கொண்டாடியிருப்பார்கள்.

ஆனால், ஷிண்ட்லர் மனிதர்களை ஜெர்மானியர்கள், யூதர்கள் என்று பிரித்துப் பார்க்கவில்லை. தன்னிடம் வேலை செய்கிற யூதர்களை எப்படியாவது காப்பாற்றவேண்டும் என்று தீர்மானித்தவர், அதற்காக எப்பேர்ப்பட்ட பொய், பித்தலாட்டம், தகிடுதத்தங்களையும் செய்யத் தயாராக இருந்தார்.

'நாலு பேருக்கு நல்லது நடக்கும்ன்னா, எதுவும் தப்பில்லை' என்கிற அதே சினிமா ஃபார்முலாதான். ஆனால் ஆஸ்கர் ஷிண்ட்லர் அதை நிஜத்தில் செய்தார், பல நூறு யூதர்கள் அவரால் உயிர் பிழைத்தார்கள்.

ஷிண்ட்லரைப்போலவே, ஹிட்லர் காலத்து ஜெர்மனியில் யூதர்களைக் காப்பாற்றுவதற்கு உதவிய இன்னொரு ஹீரோ, ஃப்ரான்ஸிஸ் எட்வர்ட் ஃபோலி. இவர், இங்கிலாந்து உளவு நிறுவனமான 'MI6'ன் ஏஜென்ட்.

பொதுவாக, உளவாளிகளை வெளிநாட்டுக்கு அனுப்புகிறபோது, பாதுகாப்புக்காக ஒரு மாறுவேஷம் போட்டுதான் அனுப்புவார்கள்.

மாறுவேஷம் என்றால், ஒட்டுத் தாடி, கன்னத்தில் மாங்கா மச்சம், தலையில் தொப்பி வைப்பது இல்லை. அந்த உளவாளியின் பெயர், சொந்த ஊர், வேலை இப்படி சகலத்தையும் மறைத்து, வேறு ஒரு புதிய அடையாளத்தை உருவாக்குவது, அவர் எதற்காக வெளிநாடு போகிறார் என்கிற உண்மையான நோக்கத்தை மறைப்பது, உளவுத்துறை பாஷையில் இதனைக் 'கவர் செய்வது' என்று அழைப்பார்கள்.

இதையும் நம் ஊர் சினிமாவில் நிறையப் பார்த்திருக்கிறோம். ஹீரோ ஒரு வாத்தியாராகவோ, போஸ்ட்மேனாகவோ, பிக்பாக்கெட் காரராகவோ வருவார், வில்லன்களோடு நெருங்கிப் பழகி விஷயங் களைத் தெரிந்துகொள்வார், கடைசியில் 'ஹாஹாஹா, நான் யார் தெரியுமா?' என்றபடி உண்மையைச் சொல்வார், எல்லோரும் வாயைப் பிளப்பார்கள்.

வெளிநாடு போகிற உளவாளிகளும் இப்படிதான். பத்திரிகையாளர் களாக, அரசாங்க அதிகாரிகளாக, சுற்றுலாப் பயணிகளாக, சமூக

சேவை செய்கிறவர்களாக, இதுபோல் இன்னும் ஏகப்பட்ட மாறுவேஷங்களின்மூலம் தங்களுடைய உண்மையான நோக்கத்தைக் கவர் செய்துவிடுவார்கள்.

இப்படி உபத்திரவமில்லாத காரணங்களைச் சொன்னால்தான், அவர்களுக்கு வெளிநாடு செல்வதற்கான அனுமதி சுலபத்தில் கிடைக்கும். அங்கே சென்று சேர்ந்தபிறகு, அவர்கள் என்ன செய்தாலும் யாருக்கும் சந்தேகம் வராது. பரம ரகசியமாக உளவு வேலைகளை முடித்துக்கொண்டு திரும்பிவிடலாம்.

இங்கிலாந்துக்காரரான ஃப்ரான்சிஸ் ஃபோலி ஜெர்மனிக்கு அனுப்பப்பட்டபோது, அவருக்குப் போடப்பட்ட மாறுவேஷம், பாஸ்போர்ட் அதிகாரி.

அதாவது, ஃப்ரான்சிஸ் ஃபோலி ஒப்புக்கு தினமும் பாஸ்போர்ட் அலுவலகம் போகவேண்டும். அட்டெண்டன்ஸ் ரெஜிஸ்டரில் கையெழுத்துப் போடவேண்டும். தன் மேஜையில் இருக்கிற பேப்பர்களை வேடிக்கை பார்த்துக்கொண்டு உட்கார்ந்திருக்க வேண்டும். யாரும் கவனிக்காதபோது, 'ஒரு தம் அடிச்சுட்டு வந்துடறேன்' என்பதுபோல் ஏதாவது காரணத்தைச் சொல்லிவிட்டு வெளியே வந்து உளவு வேலைகளைக் கவனிக்கவேண்டும். அப்புறம் பழையபடி அலுவலகத்துக்குத் திரும்பி வந்து டீ குடிக்கலாம், அரட்டை அடிக்கலாம். சாயந்திரமானதும் சமர்த்தாக வீட்டுக்குத் திரும்பி வந்து, அதுவரை திரட்டிய எல்லாத் தகவல்களையும் இங்கிலாந்துக்கு அனுப்பிவைக்கலாம்.

சுலபமான வேலைதான். வேஷம் கலையாதவரை பிரச்னையில்லை, நடுவில் மாட்டிக்கொண்டால்தான் வம்பு, தீர்த்துக்கட்டிவிடுவார்கள்!

ஃப்ரான்சிஸ் ஃபோலி தனக்குக் கொடுக்கப்பட்ட உளவுத்துறை வேலைகளை ஒழுங்காகக் கவனித்தார். அதேசமயம், தன்னுடைய பாஸ்போர்ட் அதிகாரி வேஷத்தையும் வீணடிக்காமல் நன்றாகப் பயன்படுத்திக்கொண்டார்.

அப்போது ஜெர்மனிமுழுவதும் யூதர்களுக்கு எதிரான வன்முறைச் சம்பவங்கள் கட்டவிழ்த்து விடப்பட்டிருந்தன. ஹிட்லரின் பிடி இன்னும் இறுகுவதற்குமுன்னால் எப்படியாவது தப்பித்துப்போய்விட வேண்டும் என்று யூத மக்கள் துடித்துக்கொண்டிருந்தார்கள். மொஸாடும் அவர்களைப் பாலஸ்தீனத்துக்குக் கொண்டுசெல்வதற்கான ஆள் கடத்தல் நடவடிக்கைகளுக்கு ஏற்பாடு செய்துகொண்டிருந்தது.

ஆனால், மொஸாட் நினைத்ததுபோல் இந்த வேலை அத்தனை சுலபமாக இல்லை. பணப் பிரச்னையில் ஆரம்பித்து ஏகப்பட்ட தடைகள், தலைவலிகள்.

ஜெர்மனி எல்லையில் மொஸாட் ஒரு பஸ்ஸையோ கப்பலையோ நிறுத்திவைத்து, 'பாலஸ்தீனம் போறவங்கல்லாம் ஏறிக்கோங்க' என்று கூவமுடியாது. யூதர்கள் ஜெர்மனியிலிருந்து வெளியேறுவதற்கு அனுமதி வேண்டும், சாப்பாட்டுக்கே வழியில்லாமல் துரத்தப்படுகிறவர்கள் பாஸ்போர்ட், விசாவுக்கெல்லாம் எங்கே போவார்கள்? இந்தப் பிரச்னையை எப்படிச் சமாளிப்பது என்று புரியாமல் குழம்பியது மொஸாட்.

இந்த நேரத்தில்தான், ஃப்ரான்சிஸ் ஃபோலி மொஸாடைப்பற்றிக் கேள்விப்பட்டார். யூதர்களைப் பாலஸ்தீனத்துக்குக் கடத்திச் செல்வது, அதன்மூலம் அவர்களை உயிர் பிழைக்கவைப்பது என்கிற திட்டம் அவருக்கு மிகவும் பிடித்திருந்தது.

ஆனால் ஒரே பிரச்னை, இப்படி யூதர்களைப் பாலஸ்தீனத்துக்குக் கடத்திவருவது சட்ட விரோதம். அப்போது பாலஸ்தீனத்தை ஆட்சி செய்துகொண்டிருந்த இங்கிலாந்து அரசாங்கம் இதற்குக் கடுமையான தடை விதித்திருந்தது.

ஃப்ரான்சிஸ் ஃபோலி ஓர் இங்கிலாந்துப் பிரஜை. அந்த நாட்டு உளவுத்துறைக்காக வேலை செய்கிற அரசாங்க அதிகாரி.

அப்படியானால், மொஸாடின் ஆள் கடத்தல் வேலைகளைப்பற்றிக் கேள்விப்பட்டவுடன், அவர் என்ன செய்திருக்கவேண்டும்? உடனடியாகத் தன்னுடைய மேலதிகாரிகளை அழைத்து, 'இப்படி ஒரு க்ரூப் யூதர்களைப் பாலஸ்தீனத்துக்குக் கடத்தப்பார்க்கறாங்க' என்று தனக்குத் தெரிந்த எல்லாத் தகவல்களையும் சொல்லியிருக்க வேண்டும், அந்தக் குழுவை ஒடுக்குவதற்கான வழிகளையும் சிபாரிசு செய்திருக்கவேண்டும். அதுதான் ஓர் உளவாளியின் கடமை.

ஆனால், ஃப்ரான்சிஸ் ஃபோலி அப்படிச் செய்யவில்லை. மொஸாட் செய்வது சட்டப்படி தவறாக இருந்தாலும், கொஞ்சம் மனிதாபிமானத்தோடு யோசித்தபோது, அதில் இருக்கும் நியாயம் அவருக்குப் புரிந்தது. மொஸாடைக் காட்டிக்கொடுப்பதில்லை என்று முடிவு செய்துவிட்டார்.

அதே நேரம், அவருக்கு மொஸாட், யூதர்கள்மீது தனி ஆர்வம் பிறந்தது. ஜெர்மனியில் இருக்கும் யூத இனத்தவரைப்பற்றிய விவரங்களைத் திரட்ட ஆரம்பித்தார். ஹிட்லரின் அரசாங்கம் அவர்களுக்குச்

செய்துகொண்டிருக்கிற கொடுமைகளைப்பற்றிக் கேள்விப்பட்ட போது, அவருக்கு உடல் நடுங்கியது.

ஜெர்மனியில் இருக்கும் யூதர்கள் அனைவரும் மரண பயத்தில் இருக்கிறார்கள். இப்போது வெறியாட்ட ட்ரெய்லர் ஓட்டிக் கொண்டிருக்கும் ஹிட்லர் மெயின் பிக்சருக்கு வருவதற்குள், இவர் களைக் காப்பாற்றவேண்டும். அதுதான் நியாயம், தர்மம், எல்லாமே.

உடனடியாக, இந்த விஷயத்தில் மொஸாடுக்கு உதவுவது என்று தீர்மானித்துவிட்டார் ஃப்ரான்சிஸ் ஃபோலி. இதற்கு வசதியாக, அவருடைய பாஸ்போர்ட் அதிகாரி வேலை பயன்பட்டது.

அப்போது ஃப்ரான்சிஸ் ஃபோலி பெர்லின் நகரத்தில் இருக்கிற பிரிட்டிஷ் தூதரகத்தில் பணிபுரிந்துகொண்டிருந்தார். அங்கே இங்கிலாந்து, பாலஸ்தீனம் செல்வதற்கான விசா கேட்டு ஏகப்பட்ட விண்ணப்பங்கள் வரும்.

பொதுவாக, ஒருவருக்கு விசா கொடுப்பது என்றால் நிறைய விஷயங் களைக் கவனித்து உறுதிப்படுத்தவேண்டியிருக்கும். நடுவில் ஏதாவது ஒரு சின்ன சந்தேகம் வந்தாலும்கூட, தயவு தாட்சண்யம் பார்க்காமல் அந்த விசா விண்ணப்பத்தை நிராகரித்துவிடுவார்கள்.

ஆனால், பாஸ்போர்ட் அதிகாரி போர்வையில் மறைந்திருந்த ஃப்ரான்சிஸ் ஃபோலி, தன்னிடம் வருகிற யூதர்களின் விண்ணப்பங் களைமட்டும் தனியே பிரித்து எடுத்தார். அவர்கள் யார், எவர் என்பதைப்பற்றிக் கவலையே படவில்லை, விதிமுறைகளை யெல்லாம் ஓரங்கட்டிவிட்டு எல்லோருக்கும் விசா கொடுத்தார். பாவம், அவர்கள் எப்படியாவது வெளியே போய்ப் பிழைத்துக் கொள்ளட்டும்!

இதில் வேடிக்கை என்னவென்றால், அப்போது ஜெர்மனியிலிருந்து தப்பிச் செல்ல விரும்பிய பல யூதர்களுக்கு, பாஸ்போர்ட்டே இல்லை. அவர்களுக்கெல்லாம்கூட போலி ஆவணங்களை உருவாக்கி, திருட்டு பாஸ்போர்ட், விசா வாங்கிக்கொடுத்து அனுப்பியிருக்கிறார் ஃப்ரான்சிஸ் ஃபோலி.

இப்படி ஃப்ரான்சிஸ் ஃபோலியால் காப்பாற்றப்பட்ட யூதர்களின் சரியான எண்ணிக்கை யாருக்கும் தெரியவில்லை. நூறு, இருநூறு என்று தொடங்கி, எட்டாயிரம், பத்தாயிரம்வரை கணக்குச் சொல்கிறார்கள்.ஆச்சர்யமான விஷயம், இந்த யூதர்களையெல்லாம் ஃப்ரான்சிஸ் ஃபோலி நேரில் பார்த்தது கிடையாது. அவர்களுக்கும் இந்த இங்கிலாந்து உளவாளிதான் தங்களைக் காப்பாற்றி வாழவைத்திருக்கிறார் என்கிற உண்மை தெரியாது!

அப்போது ஜெர்மனியில் இயங்கிக்கொண்டிருந்த 'பழைய மொஸாட்' ஏஜென்ட்களுக்குக்கூட ஃப்ரான்சிஸ் ஃபோலியைப்பற்றித் தெரிந்திருக்குமா என்பது சந்தேகம்தான். அவர்களைப் பொறுத்த வரை, கொத்துக்கொத்தாக நிறைய யூதர்கள் ஜெர்மனியிலிருந்து வெளியே வருகிறார்கள், அவர்களையெல்லாம் பாலஸ்தீனத்துக்குக் கொண்டுசெல்வது எப்படி என்பதில்மட்டுமே முழு கவனம் செலுத்தினார்கள்.

அங்கே பாலஸ்தீனத்திலும், யூதர்கள்மீது கருணை காட்டிய இங்கிலாந்து அதிகாரிகள் நிறைய பேர் இருந்தார்கள். அவர்களுடைய தயவால்தான், மொஸாட் பல ஆயிரம் யூதர்களை ரகசியமாக உள்ளே கொண்டுசெல்ல முடிந்தது.

இப்படி 'மொஸாட் லிஅலியா பெட்'மூலம் உலகெங்கிலுமிருந்து பாலஸ்தீனம் வந்து சேர்ந்த யூதர்களின் எண்ணிக்கை, கிட்டத்தட்ட ஒரு லட்சம். இவர்களெல்லாம் ஹிட்லர் கையில் சிக்கினால் என்ன கதியாகியிருப்பார்கள் என்று யோசித்த யூத சமூகம், மொஸாடை நன்றியுடன் பார்த்தது. மக்கள் மத்தியில் மொஸாட் வீரர்களுக்கு மரியாதை அதிகரிக்கத் தொடங்கியது!

14. உப்புமா கிண்ட ஒன்பது பேர்

இந்தியாவுக்குச் சுதந்தரம் கிடைத்துச் சரியாக ஒன்பது மாதங்கள் கழித்து, 1948 மே 15ம் தேதி யூதர்களுக்கான தனி தேசம் உருவாகப் பட்டது. அதன் பெயர், இஸ்ரேல்.

ஆனால், நம்மைப்போல் ஆனந்த சுதந்தரம் அடைந்துவிட்டோமென்று ஆடுவதற்கும் பாடுவதற்கும் இஸ்ரேலுக்கு நேரமில்லை. எல்லாத் திசைகளில் இருந்தும் அவர்களை நெருக்கியடித்துத் துரத்துவதற்கு அதிரடிக்கார மச்சான்கள் காத்திருந்தார்கள்.

இஸ்ரேல் யோசித்தது, இதுவரை பாதுகாப்புக்கு இருந்த பிரிட்டிஷ்காரர்கள் வெளியேறிவிட்டார்கள். இனிமேல் பாலஸ்தீனர்கள், அவர்களுடைய ஆதரவு நாடுகள் நம்மிடம் வாலாட்டாமல் தடுக்கவேண்டுமென்றால், நமது உளவுத்துறையைப் பலப்படுத்தவேண்டும், அக்கம்பக்கத்தில், தூரதேசங்களில் உள்ள நம்முடைய விரோதிகளோ, நண்பர்களோ கொஞ்சம் சத்தமாக மூச்சு விட்டால்கூட அது நமக்குத் தெளிவாகக் கேட்கவேண்டும், அதற்கு என்ன வழி?

1948 ஜூன் 7ம் தேதி, இஸ்ரேல் பிரதமர் டேவிட் பென்-குரியன் தனது நம்பிக்கைக்குரிய அதிகாரிகள் சிலரை அழைத்தார், 'இன்றைய சூழ்நிலையில் இஸ்ரேலின் உளவு பலத்தை அதிகரிப்பது எப்படி?' என்று ஆலோசனை நடத்தினார்.

பிரதமரே இப்படிக் கேட்கிறபோது, அதிகாரிகள் சும்மா இருப்பார்களா? ஆளாளுக்கு யோசனைகளை அள்ளி வீசினார்கள், விவாதம் தூள் பறந்தது.

‘உளவுப்பணிகளுக்கு ராணுவத்தைப் பயன்படுத்தணும்.’

‘அதெல்லாம் வேணாம், நம்மோட எதிரிங்க எல்லாரும் ஊருக்குள்ள தான் ஒளிஞ்சிருக்காங்க, அவங்களைத் தோண்டி எடுத்து வெளியே கொண்டுவர்றதுக்குப் போலீஸுக்குக் கூடுதல் அதிகாரம் தந்தாலே போதும்.’

‘போலீஸெல்லாம் அடிதடிக்குதான் லாயக்கு, ரகசியமா வேலை பார்க்கணும்ன்னா அதுக்குன்னு தனி உளவு நிறுவனம் இருக்கணும்.’

‘உள்ளூர்ல உளவு பார்த்து என்னய்யா பிரயோஜனம்? நம்ம எல்லையைச் சுத்திலும் விரோதிங்க முறைச்சுகிட்டிருக்காங்க, அவங்களை நோட்டம் விடறதுக்கு யாராவது வேணாமா?’

‘உளவாளிங்களை வெளிநாட்டுக்கு அனுப்பறதுக்கு, அங்கிருக்கறவங் களை நம்ம வேலைக்குப் பயன்படுத்திக்கறதுக்கு ஒரு வழி செய்யணுமே. அது யாரோட பொறுப்பு? அதுக்குத் தேவையான பட்ஜெட்டை யார் ஒதுக்குவாங்க?’

இப்படி ஒவ்வொருவரும் பேசப் பேச, பிரதமர் டேவிட் பென்-குரியனுக்குத் தலை சுற்றியது. அவருக்கு யாரை நம்புவது என்றே புரியவில்லை. இஸ்ரேலின் உளவுத்துறை எப்படி அமையவேண்டும் என்கிற ஆரம்பக் குழப்பம், இப்போது மேலும் சிக்கலாகிவிட்டது.

கடைசியாக, பிரதமர் ஒரு முடிவுக்கு வந்தார் ‘இவங்க சொல்றது எல்லாமே சரியாத்தான் தோணுது. அதன்படி பார்த்தா, இஸ்ரேலுக்கு ஒரே ஒரு உளவுத்துறை போதாது, நாலஞ்சு உளவு நிறுவனங்களைத் தொடங்கணும், எல்லோருக்கும் பொறுப்புகளைப் பகிர்ந்து கொடுக்கணும், வேற வழியே இல்லை.’

அன்று இரவு, டேவிட் பென்-குரியன் தன்னுடைய டைரியில் எழுதினார். ‘இஸ்ரேல் மக்களின் பாதுகாப்பை உறுதி செய்வதற்காக, மொத்தம் மூன்று உளவு நிறுவனங்களைத் தொடங்க முடிவெடுத்திருக்கிறோம்.’

முதலில், ராணுவத்தின் உளவுப் பிரிவு. இதன் தலைவர்களாக ஐஸர் பீரி, விவியன் ஹைம் ஹெர்ட்ஸோக் இருவரும் பணியாற்றுவார்கள். அடுத்து, உள்நாட்டுப் பாதுகாப்பை உறுதி செய்வதற்கான தனி உளவு நிறுவனம், இதற்குப் பொறுப்பு ஐஸர் ஹரேல் மற்றும் யோஸெஃப் யிஸ்ரேலி. மூன்றாவதாக, வெளி அரசியல் விவகாரங்களைக் கவனிக்கும் ஓர் உளவுத்துறைப் பிரிவு, அதன் தலைவர் ரீவென் ஷிலோஷ்.

சும்மா பெயர்களைமட்டும் படிக்கிற நமக்கே இப்படித் தலை சுற்றுகிறது. அப்படியானால், நிஜமாகவே இந்த உளவுப்

பிரிவுகளெல்லாம் தனித்தனியாக இயங்கத் தொடங்கியபோது இஸ்ரேலில் என்னென்ன குழப்பங்கள் முளைத்திருக்கும் என்று கொஞ்சம் யோசித்துக்கொள்ளுங்கள்!

ஒரு வேலை உருப்படியாக நடக்கவேண்டுமென்றால், அதற்கு யாரேனும் ஒருவர்மட்டும் பொறுப்பேற்கவேண்டும். அப்படி யில்லாமல் ஒன்பது பேர் ஒரே நேரத்தில் உள்ளே புகுந்து கிண்டினால் உப்புமா காலி.

அடுத்த பல மாதங்கள், இஸ்ரேலில் எந்த உளவு வேலையும் உருப்படி யாக நடக்கவில்லை. யாராவது எதையாவது செய்ய முயன்றால் போச்சு. மற்ற உளவு நிறுவனங்களுக்கு மகாக் கோபம் வந்தது. 'டீச்சர் டீச்சர், இவன் என் பென்சிலைப் பிடுங்கறான் டீச்சர்' என்று குற்றம் சாட்டுகிற எல்.கே.ஜி. பிள்ளைகளைப்போல் உடனே பிரதமரிடம் ஓடினார்கள், 'பாருங்க சார், இந்த ஆள் எங்க அதிகாரத்தில தலையிடறார்.'

'உங்க அதிகாரமா? அது என்னது?'

அங்கேதான் குழப்பமே. ஒன்றுக்கு மூன்று உளவு நிறுவனங்களைத் தொடங்கிவைத்த பிரதமர் யாருக்கு என்ன அதிகாரம் என்பதைத் தெளிவாக வரையறுக்கவே இல்லை. அவர் குத்துமதிப்பாகச் சொன்ன எல்லைகளை ஒவ்வொருவரும் ஒவ்வொருவிதமாகப் புரிந்து கொண்டார்கள். இதனால், யார் எதைச் செய்யலாம், எதைச் செய்யக் கூடாது என்பதில் ஏகப்பட்ட சண்டை.

அதற்குமேலாக, பட்ஜெட் களேபரம். ஒவ்வோர் உளவு நிறுவனமும் தன்னை அதிமுக்கியமாக நினைத்துக்கொண்டு எக்ஸ்ட்ரா நிதி ஒதுக்கச் சொல்லிக் கேட்டது. 'அவ்ளோ காசுக்கு நான் எங்கே போறது?' என்று பிரதமர் கையை விரித்ததும், ஆளாளுக்குக் கோபித்துக்கொண்டு மூலையில் உட்கார்ந்துவிட்டார்கள். 'இது என்ன தேங்காய் மூடிக் கச்சேரியா? பட்ஜெட் இல்லாம நாங்க எப்படி வேலை பார்க்கறது?'

இவ்வளவு பேசுகிறார்களே, ஏதாவது செயலில் காட்டுகிறார்களா என்றால் அதுவும் இல்லை. ஒரு முக்கியமான வேலை என்று வரும் போதுதான், 'அது என்னோட பொறுப்பு இல்லை, அவனைக் கேளுங்க' என்று மாற்றி மாற்றிக் கை காட்டிவிட்டு ஒதுங்கிக் கொண்டார்கள். அல்லது, 'அந்த ரிப்போர்ட்டா? அது ஏற்கெனவே என்னோட டிபார்ட்மென்ட்க்கு அனுப்பிட்டேனே, உங்களுக்குக் கிடைக்கலியா?' என்று வெறுப்பேற்றினார்கள். கடைசியில் பிரதமருக்கு டென்ஷன் ஏறியதுதான் மிச்சம்.

1949 ஜூலையில், ரீவென் ஷிலோஹ் பிரதமரைச் சந்தித்தார். 'நம்மோட உளவு நிறுவனங்கள் ஒவ்வொண்ணும் கண்டபடி

தறிகெட்டு ஓடிகிட்டிருக்கு. இதையெல்லாம் ஒழுங்குபடுத்தி மூக்கணாங்கயிறு மாட்டணும்' என்றார்.

பிரதமரும் கொஞ்ச காலமாக அதைத்தான் யோசித்துக் கொண்டிருந்தார். இப்படி 'நீயா, நானா' போட்டியிலேயே உளவுத் துறையின் நேரமெல்லாம் வீணாகிக்கொண்டிருந்தால் இஸ்ரேலுக்கு தான் ஆபத்து. உடனடியாக ஏதாவது செய்யவேண்டும்.

'நீங்க என்ன நினைக்கறீங்க ரீவென்? இந்தப் பிரச்னையைத் தீர்க்கறதுக்கு உங்க யோசனை என்ன?'

'வெவ்வேற வேலைகளைச் செய்யறதுக்குத் தனித்தனி உளவுத்துறை நிறுவனங்களை அமைக்கறது தப்பில்லை. ஆனா, உங்க நேரடிக் கட்டுப்பாட்டில ஒரு விசேஷ டிபார்ட்மென்ட் இருக்கணும், அவங்களுக்குத் தேவையான பட்ஜெட், கூடுதல் அதிகாரமெல்லாம் கொடுத்து, அவங்களே மத்த உளவு நிறுவனங்களையெல்லாம் கட்டி மேய்க்கிறதுக்கு வழி செய்யணும், எல்லோரும் சேர்ந்து ஒத்துழைச்சாமட்டும்தான் இது நடக்கும்.'

'அது புரியுது. ஆனா, இவங்க எல்லாரும்தான் ஆளுக்கு ஒரு திசையில ஓடறாங்களே, இவங்களை எப்படி ஒண்ணா வேலை செய்ய வைக்கிறது?'

'வேற வழியில்லை மிஸ்டர் பிரதமரே, நீங்க மென்னு முழுங்கறதை நிறுத்திட்டு, அதிகாரத்தைக் கையில எடுக்கணும், சாட்டை இல்லாம மாடு பணியாது, வண்டி ஓடாது.'

பிரதமர் சம்மதித்தார். ரீவென் ஷிலோஹ் ஆலோசனைப்படி, இஸ்ரேலின் பல்வேறு உளவு நிறுவனங்களை ஒருங்கிணைத்துச் செயல்படுத்துவதற்கான ஓர் அமைப்பு உருவாக்கப்பட்டது.

ஆனால், பலரும் எதிர்பார்த்ததுபோல் இந்த ஒருங்கிணைப்புக் கமிட்டியும் பெரிதாக எதையும் சாதித்துவிடவில்லை. காரணம், அவர்களுக்கு ஒதுக்கப்பட்ட நிதியும் குறைவு, அதிகாரங்களும் போதுமான அளவு இல்லை.

பிரதமருக்கு எரிச்சல், இன்னும் எத்தனை நாளைக்குதான் இப்படி ஒத்தையா, ரெட்டையா விளையாடிக்கொண்டிருப்பது? குறைந்த பட்சம் வெளிநாட்டு சமாசாரங்களைக் கவனிப்பதற்காவது இஸ்ரேலில் ஒரு நல்ல, வலுவான, திறமையான உளவுத்துறை வேண்டாமா?

1951ம் ஆண்டு மார்ச் **2**ம் தேதி, இஸ்ரேலில் உள்ள அனைத்து உளவுத்துறை நிறுவனங்களின் தலைவர்களுக்கும் ஓர் அவசர அழைப்பு வந்தது. 'பிரதமர் உங்களைச் சந்திக்க விரும்புகிறார்.'

அந்தத் திடீர் கூட்டத்தில்தான், இஸ்ரேல் பிரதமர் டேவிட் பென்-குரியன் 'ஹ மொஸாட் லி டியும்' என்கிற புதிய உளவுத் துறையைப்பற்றி அறிவித்தார். சுருக்கமாக 'மொஸாட்' என்று அழைக்கப்பட்ட இந்த உளவு நிறுவனத்தின் முதல் தலைவராக ரீவென் ஷிலோஹ் நியமிக்கப்பட்டார்.

ஏற்கெனவே இஸ்ரேலில் இருக்கிற குழப்பங்கள் போதாதா? இன்னொரு உளவுத்துறை எதற்கு?

மற்ற உளவு நிறுவனங்களுக்கும் மொஸாடுக்கும் முக்கியமான வித்தியாசம், இது பிரதமரின் நேரடிக் கட்டுப்பாட்டில் செயல்படும். இஸ்ரேல் எல்லைக்கு வெளியே எந்த உளவு வேலை என்றாலும், அதற்கு இவர்கள்தான் பொறுப்பு. ராணுவம், காவல்துறை, உள்துறை அமைச்சகம், வெளியுறவுக் கமிட்டி என்று யாரும் அவர்களுடைய அதிகாரத்தில் குறுக்கிடமுடியாது. அவர்கள் ஒரு வேலையைச் செய்யவேண்டும் என்று தீர்மானித்துவிட்டால், பிரதமரைத்தவிர வேறு யாரும் மொஸாடைக் கேள்வி கேட்கமுடியாது.

'மொஸாடுக்காக, இந்த வருடம் இருபதாயிரம் இஸ்ரேலிய பவுண்ட்கள் பட்ஜெட் ஒதுக்கியிருக்கிறேன்' என்றார் பிரதமர், 'இந்தப் பணத்தை வைத்துக்கொண்டு ரீவென் ஷிலோஹ் புதிய உளவாளிகளை வேலைக்குச் சேர்க்கலாம், மற்ற உளவு நிறுவனங்களில் இருக்கிற திறமைசாலிகளை மொஸாடுக்கு இழுக்கலாம், நவீன கருவிகள் வாங்கலாம், உலகளாவிய ஒற்றர் நெட்வொர்க் அமைக்கலாம். எப்படியாவது நம்முடைய உளவுத்துறை பலப்படவேண்டும், நமது எதிரிகளைப்பற்றிய தகவல்கள் அனைத்தும் முன்கூட்டியே கிடைக்க வேண்டும், அதுதான் முக்கியம்.'

சுருக்கமாகச் சொன்னால், வானளாவிய அதிகாரம், நினைத்ததைச் செய்யும் சுதந்தரம், கை நிறையப் பணம். மற்ற உளவுப் பிரிவுகளின் தலைவர்கள் மொஸாடைப் பொறாமையுடன் பார்க்க ஆரம்பித்தார்கள்!

15. மொஸாட் முன்னேற்றக் கழகம்

அதிகாரம் எங்கே குவிந்தாலும், பக்கத்திலேயே கவிழ்ப்பு வேலைகள் ஆரம்பமாகிவிடும். அது உளவுத்துறையாக இருந்தாலும் சரி, உள்ளாட்சித்துறையானாலும் சரி.

இஸ்ரேலில் 'மொஸாட்' என்கிற நிறுவனத்துக்குப் பெயர் வைத்து, போர்ட் மாட்டிய தேதியிலேயே அதன் காலை வாருகிற பேஜார் வேலைகள் தொடங்கிவிட்டன. மற்ற அரசாங்கத்துறைகள், உளவுப் பிரிவுகளில் இருந்த அதிகாரிகளெல்லாம், எப்போது மொஸாடைக் கவிழ்க்கலாம், அந்த அதிகாரத்தைத் தங்கள் கைக்குள் கொண்டுவரலாம் என்று துடித்துக்கொண்டிருந்தார்கள்.

இவர்களுக்கு வசதியாக, ஆரம்ப கால மொஸாட் ஏஜெண்ட்கள் சிலர் கத்துக்குட்டித்தனமான உளவு வேலைகளில் இறங்கி மாட்டிக் கொண்டார்கள். இதைப்பற்றிக் கேள்விப்பட்ட அந்த நாட்டு அரசாங்கங்கள், உடனடியாக இஸ்ரேலுக்கு ஐ.எஸ்.டி. கால் போட்டுக் கண்டித்தார்கள், 'இந்த உளவு பார்க்கற வேலையெல்லாம் வேண்டாம், ஒழுங்கா வாலைச் சுருட்டிவெச்சுகிட்டு சமர்த்தா இருங்க, இல்லாட்டி ஒட்ட நறுக்கிடுவோம்!'

ரகசியமாக இயங்கவேண்டிய ஓர் அமைப்பு, இப்படி ஊருக்கு ஊர் உதை வாங்கி மானம் போனால் என்ன ஆவது? இந்தச் சொதப்பலுக் கெல்லாம் யார் காரணம்? வேறு யார்? மொஸாட் தலைவர் ரீவென் ஷிலோஹ்தான். அவர்மட்டும் கொஞ்சம் ஒழுங்காக, கட்டுக் கோப்பாக மொஸாடை உருவாக்கி, தொலைநோக்குப் பார்வையுடன் வழிநடத்தியிருந்தால், இப்படி நம்முடைய ஏஜெண்ட்கள் வெளிநாட்டில் போய் மாட்டிக்கொள்வார்களா?

கொஞ்சம் கொஞ்சமாக, இஸ்ரேல் அரசாங்க வட்டாரங்களில் ரீவென் ஷிலோஹுக்கு எதிரான கோஷங்கள் அதிகரித்தன. 'அவருக்கு வயசாயிடுச்சு, பேசாம சீட்டைக் கிழிச்சு வீட்டுக்கு அனுப்பிட்டு, வேற உருப்படியான தலைவரைக் கண்டுபிடிங்க, இல்லாட்டி மொஸாடுக்கு எதிர்காலமே கிடையாது.'

பிரதமர் யோசித்தார். ரீவென் ஷிலோஹ் நல்ல திறமைசாலிதான். ஆனால், அவருடைய தலைமையின்கீழ் மொஸாடில் எந்தப் பெரிய முன்னேற்றத்தையும் காணோம், இஸ்ரேலின் ஒட்டுமொத்தப் பாதுகாப்பையும் இவரை நம்பிப் பணயம் வைக்கமுடியுமா? ரொம்ப ரிஸ்க்!

நிலைமையைப் புரிந்துகொண்ட ரீவென் ஷிலோஹ், தன்னுடைய பதவியை ராஜினாமா செய்தார். அவருக்குப் பதிலாக மொஸாடின் புதிய தலைவராக ஐஸர் ஹரேல் தேர்ந்தெடுக்கப்பட்டார்.

மொஸாடில் ஐஸர் ஹரேல் செய்த முதல் வேலை, எல்லா ஏஜென்ட்கள், அதிகாரிகளையும் கூப்பிட்டு ட்ரில் வாங்கியதுதான். 'இங்கே இருக்கிற ஒவ்வொருத்தரும் பெரிய கில்லாடிங்கதான், சந்தேகமே இல்லை. ஆனா நம்மோட ஒட்டுமொத்த நடவடிக்கை களைப் பார்க்கும்போது, மொஸாட் இதுவரைக்கும் பெரிசா எதையும் சாதிச்சுடலை. அப்புறம் இத்தனை திறமைசாலிங்க ஒண்ணாச் சேர்ந்து என்ன பிரயோஜனம்? நாம உடனடியா இதைப்பத்தி யோசிக்கணும், பிரச்னையைச் சரி செய்யணும், இனிமேலும் சும்மா உட்கார்ந்திருந்தா நம்ம எல்லோருக்குமே ஆபத்து!'

ஐஸர் ஹரேல் சும்மா மிரட்டுவதோடு நிறுத்திக்கொள்ளவில்லை, நிஜமாகவே ஒவ்வோர் ஏஜென்டுக்கும் என்ன பிரச்னை என்று யோசித்து, அவர்களுடைய திறமையில் தென்படுகிற இடைவெளி களைக் கண்டுபிடித்துச் சரி செய்வதற்கான முயற்சிகளை எடுத்தார். அதற்குத் தேவையான பயிற்சிகள், வழிகாட்டல், கூடுதல் வசதிகள், உதவிகளுக்கு ஏற்பாடு செய்தார். இத்தனைக்குப்பிறகும் ஒழுங்காகச் செயல்படாத நோஞ்சான்களை வீட்டுக்கு அனுப்பவும் தயங்கவில்லை.

அவருடைய நடவடிக்கைகளைப் பார்க்கும்போது, அன்றைய மொஸாட் உளவாளிகளுக்கு ஒரு விஷயம் தெளிவாகப் புரிந்தது. 'இனிமே இங்கே பெஞ்ச் தேய்ச்சுகிட்டு உட்கார்ந்திருக்கிறது சரிப்படாது. அரைகுறை வேலையே கூடாது, எதையும் முழுசா, சிறப்பாச் செய்யணும். இல்லாட்டி மூட்டையைக் கட்டிகிட்டுக் கிளம்பவேண்டியதுதான்.'

பழைய ஏஜென்ட்களுக்குச் சுறுசுறுப்பு ஊசி போட்டபிறகு, புதிய மொஸாட் உளவாளிகளைக் கண்டுபிடிக்கும் வேலை தொடங்கியது.

இந்த விஷயத்தில் ஐஸர் ஹரேல் யாரையும் நம்பவில்லை, அவரே பல நாடுகளுக்குப் பயணம் செய்து, தனிப்பட்டமுறையில் ஒவ்வொரு வரையும் இன்டர்வ்யூ செய்தார், கொஞ்சம் சுமாரான, சந்தேகத்துக்கு இடமான நபர்களைத் தயவு தாட்சண்யம் பார்க்காமல் நிராகரித்து விட்டார்.

இனிமேல், மொஸாடில் ஒன்றரையணா ஆள்களுக்கு இடம் இல்லை. இங்கே இருக்கிற எல்லோரும் மகா கில்லாடிகளாக இருக்கவேண்டும், அதற்கு அரை இஞ்ச் குறைந்தாலும்கூட, வெளியே தள்ளிக் கதவைச் சாத்து!

அடுத்த ஒன்றரை ஆண்டுகளுக்குள், ஐஸர் ஹரேலின் கடின உழைப்புக்குப் பலன் தெரிய ஆரம்பித்தது. அநேகமாக எல்லா முக்கிய நாடுகளிலும் மொஸாடுக்குத் திறமையான உளவாளிகள் இருந்தார்கள். அவர்கள் திரட்டி அனுப்பிய தகவல்கள் இஸ்ரேலுக்கு உடனுக்குடன் வந்து சேர்ந்தன. ஆனால் பின்னணியில் இப்படி ஒரு ரகசிய நெட்வொர்க் இயங்கிக்கொண்டிருப்பது யாருக்கும் தெரியவில்லை.

தகவல் திரட்டுவதுடன் நிறுத்திக்கொள்ளாமல், இஸ்ரேலின் நலனுக்குப் பாதிப்பு ஏற்படுத்தக்கூடிய வெளி முயற்சிகளை, முக்கிய மாகப் பாலஸ்தீனர்களின் தாக்குதல் திட்டங்களை முன்கூட்டியே கண்டறிந்து, தடுத்து நிறுத்தியது மொஸாட். உலகம்முழுக்க யூதர்களுக்கு எதிராகச் செயல்படுகிறவர்கள் யாராக இருந்தாலும் லேசாகத் தட்டிவைத்தார்கள். அல்லது பொட்டலம் கட்டி இஸ்ரேலுக்கு அனுப்பிச் சிறையில் தள்ளினார்கள், அதுவும் பரம ரகசியமாக.

ஓர் உளவுத்துறையை வலுவாக்குவதும், அரசியல் கட்சி ஒன்றை ஆரம்பித்து நடத்துவதும் கிட்டத்தட்ட ஒரேமாதிரிதான். இங்கே மாநிலம்முழுக்கக் கிளைக் கழகங்கள் தொடங்குவதைப்போல, அங்கே வெவ்வேறு நாடுகளில் உளவு நெட்வொர்க் அமைக்க வேண்டும். இரண்டிலும் அடிமட்டத் தொண்டர்கள் நிற்காமல் வேலை செய்தால்தான் வளர்ச்சி, முன்னேற்றம், எல்லாமே.

ஆனால், இத்தனைக்குப்பிறகும், ஒரு கட்சி சட்டென்று ஆட்சியைப் பிடித்துவிடமுடியாது. அதற்கு நல்ல, வலுவான கூட்டணி தேவை.

ஐஸர் ஹரேல் யோசித்தார், 'நாம் யாருடன் கூட்டணி அமைத்தால் மொஸாடின் எதிர்காலத்துக்கு நல்லது?'

*1954*ம் ஆண்டு மார்ச் மாதம், ஐஸர் ஹரேல் வாஷிங்டனுக்குப் பயணம் செய்தார். அங்கே அமெரிக்க உளவுத்துறை சி.ஐ.ஏ.வின் தலைவர் ஆலென் டுலெஸைச் சந்தித்தார். இஸ்ரேல் என்கிற தேசம் உருவாக்கப் பட்ட காலத்திலிருந்தே, அமெரிக்கா அதற்கு முழு ஆதரவு

கொடுத்துக்கொண்டிருந்தது. இதற்குப் பல அரசியல் காரணங்கள் உண்டு, அதெல்லாம் இப்போது நமக்குத் தேவையில்லை. ஐஸர் ஹரேலும் ஆலென் டுலெஸும் என்ன பேசினார்கள் என்பதைமட்டும் நாம் கவனித்தால் போதும்!

சரித்திர முக்கியத்துவம் வாய்ந்த அந்தச் சந்திப்பின்போது, ஆலென் டுலெஸுக்கு ஒரு கத்தியைப் பரிசாகக் கொடுத்தார் ஐஸர் ஹரேல். கை வேலைப்பாடுகள் நிறைந்த அந்தக் கலைப்பொருளில், ஓர் ஆழமான வாசகம் பொறிக்கப்பட்டிருந்தது:

'இஸ்ரேலின் பாதுகாவலர்கள், எப்போதும் தூங்குவதில்லை.'

அந்த வாக்கியத்தைப் படித்த ஆலென் டுலெஸ், லேசாகச் சிரித்தார், ஐஸர் ஹரேலின் கைகளைப் பற்றிக் குலுக்கினார், 'உங்களோட நானும் தூங்காம விழிச்சுகிட்டிருப்பேன்' என்றார்.

அதன்பிறகு, அமெரிக்க உளவுத்துறையான சி.ஐ.ஏ.வும் மொஸாடும் ஜிகிரி தோஸ்த்களாகிவிட்டார்கள். மொஸாடின் வளர்ச்சியில் மிக முக்கியமான திருப்புமுனை இது.

காரணம், மொஸாட் குடிசைத்தொழில் என்றால், சி.ஐ.ஏ. பிரமாத மான பளபளா கட்டடத்தில் இயங்கும் கார்ப்பரேட் ஆஃபீஸைப் போல. அன்றைக்கு சி.ஐ.ஏ. கையில் இருந்த ஆள் பலம், உளவுச் சாதனங்கள், தொழில்நுட்பம் எல்லாமே பிரம்மாண்டமானவை. மொஸாட் அந்த உயரத்தை எட்டிப் பிடிக்கப் பல வருடங்கள் ஆகும்.

அதனால்தான், சி.ஐ.ஏ.வுடன் கூட்டுச் சேர்ந்து செயல்படத் தீர்மானித்தார் ஐஸர் ஹரேல். இதன்மூலம் அமெரிக்கா என்கிற பெரிய ராட்சஸனின் துணையும் கிடைக்கிறது. அவர்களுடைய வழிகாட்டுதல், தொழில்நுட்ப ஆலோசனைகள், பயிற்சிகளின்மூலம் மொஸாடை அடுத்த தளத்துக்குக் கொண்டுசென்றுவிடலாம்.

ஐஸர் ஹரேல் நினைத்ததுபோலவே, சி.ஐ.ஏ. மொஸாடுக்கு ஏகப்பட்ட பொன்முடிப்புகளை அள்ளி வழங்கியது. அதுவரை அமெரிக்க உளவாளிகளுக்குமட்டுமே தெரிந்திருந்த ரகசியக் கருவிகள் மொஸாட் ஏஜென்ட்களுக்கும் கிடைக்க ஆரம்பித்தன. அவற்றை எப்படிப் பயன்படுத்துவது என்பதில் தொடங்கி, எதிராளிக்குத் தெரியாமல் மாயத்திரைக்குப் பின்னே இயங்குவதற்கான நுட்பங்கள் வரை அவர்களுக்கு எல்லாவற்றையும் சொல்லிக்கொடுத்தது சி.ஐ.ஏ.

இதுதவிர, மொஸாட் மற்றும் சி.ஐ.ஏ. உளவுத்துறைத் தலைவர்கள், அதிகாரிகள் பல விஷயங்களில் இணைந்து பணியாற்றத் தொடங்கினார்கள். இவர்கள் திரட்டிய தகவல்களை அவர்கள்

பயன்படுத்துவது, அவர்களுக்கு ஒரு பிரச்னை என்றால் இவர்களுடைய உளவாளிகள் களத்தில் இறங்கி வேலை செய்வது என்று செம ஸ்ட்ராங்கான பந்தம்.

சி.ஐ.ஏ. உதவியுடன் மொஸாடின் பலம் அதிகரிக்க, அங்கே இஸ்ரேலில் சில அரசியல்வாதிகள், அதிகாரிகளுக்கு வயிறெரிந்தது. பிரதமர் பென்-குரியனிடம் ஐஸர் ஹரேலைப்பற்றி விதவிதமாக வத்திவைக்க ஆரம்பித்தார்கள். 'இந்த ஆள் சரியில்லை, திரைமறைவில என்னென்னவோ செய்யறார், நீங்க கொஞ்சம் ஜாக்கிரதையா இருந்துக்கோங்க.'

மொஸாட் இஸ்ரேல் பிரதமரின் செல்லப் பிள்ளைதான். ஆனாலும், அதன் தலைவர் இப்படிப் பெரிய சக்தியாக வளர்வதைப் பிரதமர் விரும்பவில்லை. ஐஸர் ஹரேலுக்குப் பலவிதமான நெருக்கடிகள் தொடங்கின.

1963ம் ஆண்டுத் தொடக்கத்தில், ஐஸர் ஹரேல் மொஸாட் தலைமைப் பதவியிலிருந்து விலகினார். அவருக்குப் பதிலாகப் புதிய தலைவராக நியமிக்கப்பட்டவர் மியர் அமித்!

ஐஸர் ஹரேல், பத்து வருடங்களுக்குமேல் மொஸாடின் தலைவராக இயங்கியிருக்கிறார். இந்தக் காலகட்டத்தில் அவர் அமைத்துக் கொடுத்த அடித்தளத்தில்தான், இன்றைக்கும் மொஸாட் மிக வலுவாக இயங்கிக்கொண்டிருக்கிறது.

அவருக்குப் பதில் மொஸாட் தலைவராகப் பொறுப்பேற்றுக்கொண்ட மியர் அமித்தும் நல்ல அனுபவம் கொண்டவர்தான். ஆனால் அவரால் 'சூப்பர் மேன்' ஐஸர் ஹரேலைப்போலச் சிறப்பாகப் பணியாற்ற முடியுமா என்கிற சந்தேகம் பலருக்கு இருந்தது. முக்கியமாக, ஐஸர் ஹரேலுக்குக் கீழே வேலை செய்தவர்கள் பலர் இவரை மதிக்கவும் இல்லை, அவரோடு ஒத்துழைக்கவும் இல்லை, வேண்டுமென்றே முறைத்துக்கொண்டு மூலையில் போய் நின்றார்கள்.

இவர்களுக்கெல்லாம் தன்னுடைய திறமையை நிரூபிப்பதற்காக, மியர் அமித் ஓர் ஆபத்தான வேலையில் இறங்கினார்.சி.ஐ.ஏ.வையே ஆச்சர்யத்தில் வாய் பிளக்கவைத்த அதிரடி அது!

16. கடத்தப்போவது யாரு?

'எனக்கு ஒரு மிக்-21 வேணும்' என்றார் ஜெனரல் மொர்டெசாய் ஹாட்.

மிக்-21 என்றால், ஏதோ கடையில் போய்க் காசு கொடுத்து வாங்கி வருகிற சமாசாரம் இல்லை. அதிநவீனப் போர் விமானம், ரஷ்யாவின் தயாரிப்பு. அமெரிக்காவுக்கும் ரஷ்யாவுக்கும் இடையிலான பனிப்போர் சூடு பிடித்திருந்த நேரம் அது. ரஷ்யாக்காரர்கள் புதிதாக என்ன செய்தாலும் அமெரிக்கர்களுக்கு ஜன்னி கண்டது, எப்போதும் அவர்களுடைய தொழில்நுட்பத்தைவிட நாம் ஒரு படி மேலே இருக்கவேண்டும் என்று துடித்துக்கொண்டிருந்தார்கள்.

ஆனால், மிக்-21 விஷயத்தில் அமெரிக்காவின் பாச்சா பலிக்கவில்லை. ரஷ்யா மிகக் கவனமாக, தன்னுடைய தோழமை நாடுகள், முக்கியமாக அமெரிக்காவுடைய விரோதிகளுக்குமட்டுமே இந்த விமானத்தை விற்பனை செய்தது. அதன்பிறகும், விமானத்தின் பாதுகாப்பு, பராமரிப்பு, ரிப்பேர் பார்ப்பது தொடங்கி அதற்குப் பெட்ரோல் போடுவது, விமானிகளுக்குப் பயிற்சி தருவதுவரை சகலத்தையும் அவர்களே பார்த்துக்கொண்டார்கள்.

இதனால், அமெரிக்காவுக்கு டென்ஷன் அதிகரித்தது. அந்த மிக்-21ல் அப்படி என்னதான் இருக்கிறது என்று தெரிந்துகொள்ளத் துடித்தார்கள். எப்படியாவது ஒரு மிக்-21 விமானத்தைக் கடத்திவர வேண்டும், அதைப் பிரித்துப் போட்டுக் குடலாப்ரேஷன் செய்ய வேண்டும். அப்போதுதான் அதைச் சமாளிப்பதற்கு, எதிர்த்துத் தாக்குவதற்கான வழிகளைக் கண்டுபிடிக்கமுடியும். அதுவரை அமெரிக்காவுக்கு நிம்மதி கிடையாது.

ஆனால், அமெரிக்க உளவு நிறுவனங்களும் ராணுவமும் எவ்வளவு தான் கஷ்டப்பட்டு முயற்சி செய்தாலும், மிக்-21மட்டும் அவர் களுடைய கைக்குச் சிக்கவில்லை. அடுத்து என்ன செய்வது என்று புரியாமல் திகைத்துப்போயிருந்தார்கள்.

இந்த நேரத்தில்தான், மியர் அமித் மொஸாட் தலைவராகப் பொறுப் பேற்றுக்கொண்டார். இஸ்ரேலின் முக்கியமான ராணுவ அதிகாரிகள், அலுவலர்களையெல்லாம் நேரில் சந்தித்துப் பேச ஆரம்பித்தார்.

அப்போது, இஸ்ரேல் விமானப் படையின் தலைவர் ஜெனரல் மொர்டெசாய் ஹாட். அவர்தான் மியர் அமித்துக்கு மிக்-21ஐ அறிமுகப் படுத்தினார். 'நாம இந்த விமானத்தைப்பத்தி இன்னும் விளக்கமாத் தெரிஞ்சுக்கணும், அதுவும் உடனடியா!'

'ஏன் ஜெனரல்? இதனால நமக்கு என்ன பிரயோஜனம்?'

'நம்மைச் சுத்தியிருக்கிற எதிரி நாடுங்கல்லாம் மிக்-21 வெச்சிருக் காங்க, அவங்க திடீர்ன்னு நம்மமேல படையெடுத்தா, இந்த விமானங் களை எப்படிச் சமாளிக்கறது? நம்மகிட்டயும் ஒரு மிக்-21 இருந்தா அதை ஆராய்ஞ்சு பார்த்துப் பல விஷயங்களைத் தெரிஞ்சுக்கலாம்' என்றார் மொர்டெசாய் ஹாட், 'எப்படியாவது ஒரு மிக்-21 விமானத்தை இஸ்ரேலுக்குக் கடத்திகிட்டுவரணும், அது உங்களால முடியுமா?'

கஷ்டம்தான். ஆனானப்பட்ட அமெரிக்காவே மிக்-21 விஷயத்தில் செமையாக முழி பிதுங்கிக்கொண்டிருக்கிறது, மொஸாடால் என்ன பெரிதாகச் செய்துவிடமுடியும்?

ஆனால் மியர் அமித் தன்னுடைய இந்தக் குழப்பத்தை வெளிக்காட்டிக் கொள்ளவில்லை, 'மிக்-21தானே? கண்டிப்பா முயற்சி செய்யறேன்' என்றுமட்டும் சொல்லிவிட்டு வந்தார்.

ஆனால், மொஸாட் ஏன் வேலை மெனக்கெட்டு மிக்-21ஐக் கடத்த வேண்டும்? இஸ்ரேலிடம் இல்லாத பணமா? ரஷ்யர்களுக்குக் காசு கொடுத்து ஒரு விமானம் வாங்கிப் போட்டால் என்ன?

ம்ஹூம், சான்ஸே இல்லை. இஸ்ரேலும் அமெரிக்காவும் கூட்டாளிகள் என்பது உலகத்துக்கே தெரியும். மொஸாட் கோடி கோடியாகக் கொட்டிக் கொடுத்தாலும் ரஷ்யாக்காரர்கள் மனம் இரங்க மாட்டார்கள். வேறு வழியே இல்லை. விமானத்தைக் கடத்த வேண்டியதுதான்!

உடனடியாக, அக்கம்பக்கத்தில் மிக்-21 எங்கெல்லாம் இருக்கிறது என்கிற புள்ளிவிவரத்தைத் திரட்டினார் மியர் அமித்: எகிப்தில் 34, சிரியாவில் 18, ஈராக்கில் 10.

இந்த நாடுகளில் யாராவது ஒரு பைலட்டை விலைக்கு வாங்கமுடியுமா என்று முயற்சி செய்தது மொஸாட். அவர்களுக்கு நிறையக் காசு கொடுத்து, நைசாக ஒரு மிக்-21 விமானத்தை இஸ்ரேலுக்குள் ஓட்டி வந்துவிடலாம் என்று கணக்குப் போட்டார்கள்.

ஆனால், ஒரே பிரச்னை, மிக்-21 போன்ற அதிநவீன விமானங்களை எல்லா பைலட்களும் ஓட்டிவிடமுடியாது. அந்தந்த நாட்டு ராணுவத்தின் மிகச் சிறந்த, அனுபவம் மிகுந்த, ரொம்ப நம்பிக்கையான விமானிகளுக்குமட்டும்தான் அந்தக் கௌரவம் கிடைக்கும்.

இதுமாதிரி 'சீனியர்' பைலட்களை விலைக்கு வாங்குவது அத்தனை சுலபமில்லை. 'லஞ்சம் தருகிறேன், விமானத்தைக் கடத்து' என்று சொல்லிக்கொண்டு யாராவது வந்தால் உதைத்துத் தோலை உரித்து விடுவார்கள்.

இதனால், மொஸாடின் ஆரம்பக் கடத்தல் முயற்சிகள் அனைத்தும் படுதோல்வி அடைந்தன. அப்போதும் மியர் அமித் நம்பிக்கை இழக்கவில்லை. தொடர்ந்து வெவ்வேறு திசைகளில் தூண்டில் போட்டு விட்டுக் காத்திருந்தார்.

திடீரென்று, யாரும் எதிர்பாராத நேரத்தில் அவர்களுக்கு ஒரு மீன் சிக்கியது. ஈராக்கைச் சேர்ந்த ஜோசஃப் என்ற யூதர் மொஸாடைத் தொடர்புகொண்டார், 'உங்களுக்கு மிக்-21 வேணுமா? நான் ஏற்பாடு செய்யறேன், விலை ஒரு மில்லியன் டாலர், ஓகேயா?'

இப்படிச் சந்தையில் கத்தரிக்காய் வியாபாரம்போல் ஜோசஃப் பேச ஆரம்பிக்க, மொஸாட் திகைத்துப்போனது. யார் இந்த ஜோசஃப்? மிக்-21 விமானத்தைக் கடத்துகிற அளவுக்கு ஈராக் ராணுவத்தில் அவருக்குச் செல்வாக்கு உண்டா? இந்த ஆளை நம்பி ஒரு மில்லியன் டாலரை எப்படித் தூக்கிக் கொடுப்பது?

இஸ்ரேல் அரசாங்க, ராணுவ வட்டாரங்களில் யாரும் ஜோசஃபை நம்பவில்லை. மொஸாட் அதிகாரிகளேகூட அவர் ஒரு பெரிய ஏமாற்றுக்காரர் என்றுதான் நினைத்தார்கள். 'இந்த வம்பே வேணாம், ஒதுங்கிடுங்க, அதுதான் உங்களுக்கு நல்லது' என்று மியர் அமித்தை எச்சரிக்கை செய்தார்கள்.

ஆனால், அப்போதைய நிலைமையில் மியர் அமித்துக்கு வேறு வழி தெரியவில்லை. இந்த ஒரு வாய்ப்பையும் தவறவிட்டால், அதன்பிறகு மிக்-21 தன் கைக்குக் கிடைக்காமலே போய்விடுமோ என்று அவருக்குக் கவலை. அதற்காகக் கொஞ்சம் ரிஸ்க் எடுத்துப் பார்த்தால் தப்பில்லை என்று தீர்மானித்தார்.

உடனடியாக, மொஸாட் ஜோசஃபை அழைத்தது, 'நாங்க பணம் கொடுக்க ரெடி, ஆனா, நீங்க யார்? எப்படி மிக்-21ஐக் கடத்துவீங்க? அதெல்லாம் தெளிவாச் சொல்லுங்க.'

ஜோசஃப் கொஞ்சம்கூடத் தயங்கவில்லை, மளமளவென்று தகவல்களைக் கொட்ட ஆரம்பித்தார். 'விமானத்தைக் கடத்தப்போறது நான் இல்லை, என்னோட மருமகன்தான். அவன் பேரு முனிர் ரெட்ஃபா, ஈராக் விமானப் படையில பைலட்டா இருக்கான், அவனுக்கு மிக்-21 விமானம் ஓட்டற அனுமதி இருக்கு.'

'அது சரி, அவரால ஒரு மிக்-21ஐ இஸ்ரேலுக்குக் கொண்டுவர முடியுமா?'

'நிச்சயமா முடியும்' என்றார் ஜோசஃப், 'முனிருக்கு இந்த ராணுவத்தில மரியாதையே இல்லை, அவனோட மனசுக்குப் பிடிக்காத விஷயத்தையெல்லாம் செய்யச்சொல்லிக் கட்டாயப் படுத்தறாங்க. பையன் ரொம்ப நொந்துபோயிருக்கான், இந்த நிலைமையில நான் என்ன சொன்னாலும் கேப்பான், நீங்க கவலைப்படவேண்டாம்.'

மொஸாட் யோசித்தது. இந்த ஆள் சொல்வதை நம்பி ஒரு மில்லியன் டாலரைத் தரலாமா? கூடாதா?

'நாம முதல்ல அந்த முனிர் ரெட்ஃபாவைச் சந்திச்சுப் பேசணும்' என்றார் மியர் அமித், 'நிஜமாவே அவர் மிக்-21ஐக் கடத்தறதுக்குத் தயாரா இருக்காரான்னு விசாரிச்சுத் தெரிஞ்சுக்கணும், அதுக்கப்புறம் மத்த விஷயங்களை யோசிச்சு முடிவு செஞ்சுக்கலாம்.'

விரைவில், முனிர் ரெட்ஃபா ரோம் நகருக்குப் புறப்பட்டு வந்தார். அங்கிருந்து ஒரு சிறப்பு விமானத்தில் இஸ்ரேலுக்குள் கொண்டுவரப் பட்டார்.

அடுத்த மூன்று நாள்கள், பல ராணுவ அதிகாரிகள், உளவுத்துறையினர் முனிரைச் சந்தித்தார்கள். உண்மையாகவே அவருக்கு ஈராக் ராணுவத்தின்மீது வெறுப்பு இருக்கிறதா, எத்தனை தடைகள் வந்தாலும் சமாளித்து விமானத்தைக் கடத்திக்கொண்டு வரும் அளவுக்குத் தைரியமான ஆள்தானா என்று தோண்டித் துருவினார்கள்.

கடைசியில், இஸ்ரேலுக்கு முழுத் திருப்தி. முனிர் எதிர்பார்க்கிறபடி ஒரு மில்லியன் டாலர்களைக் கொடுப்பதாகத் தீர்மானித்து விட்டார்கள். மிக்-21 விமானத்தைக் கடத்துவதற்கு நாள் குறிக்கப் பட்டது, நிமிட சுத்தமாகத் திட்டம் தயாரிக்கப்பட்டது.

ஆனால், முனிர் விமானத்தைக் கடத்திவிட்டார் என்கிற தகவல் தெரிந்தால், ஈராக் அரசாங்கம் விரல் சூப்பிக்கொண்டு சும்மா உட்கார்ந்திருக்குமா? உள்ளூரில் இருக்கிற முனிருடைய அப்பா, அம்மா, மனைவி, குழந்தைகள், மற்ற உறவினர்களையெல்லாம் ஜெயிலில் தள்ளிச் சித்திரவதை செய்யமாட்டார்களா?

'நீங்க அதைப்பத்திக் கவலைப்படவேண்டாம்' என்றது மொஸாட், 'யாருக்கும் தெரியாம உங்க குடும்பத்தைச் சேர்ந்த எல்லோரையும் ஈராக்கிலிருந்து பத்திரமா வெளியே கொண்டுவரவேண்டியது எங்க பொறுப்பு.'

இன்னொரு பிரச்னை, ஈராக் எல்லைக்கும் இஸ்ரேலுக்கும் நடுவே முனிர் பல நூறு கிலோ மீட்டர்களைக் கடக்கவேண்டும், அவ்வளவு தூரம் ஒரு திருட்டு விமானத்தை ஓட்டி வருவது ஆபத்து இல்லையா? வழியில் யாராவது கண்டுபிடித்துச் சுட்டுத் தள்ளிவிட்டால்?

இதற்கும் இஸ்ரேல் ஒரு தந்திரம் செய்தது. ஈராக் அல்லது அதன் நட்பு நாடுகள் யாருடைய கண்ணிலும் படாமல் இஸ்ரேல் வருவதற்கு ஒரு சுற்றுவழி கண்டுபிடித்தார்கள். அதைக் கச்சிதமாக மேப் வரைந்து முனிர் கையில் கொடுத்துவிட்டார்கள்.

இறுதியாக, ஜெனரல் மொர்டெசாய் ஹாட் முனிரைச் சந்தித்துப் பேசினார், 'மிஸ்டர் ரெட்ஃபா, இது ரொம்ப ரிஸ்கான வேலை, கொஞ்சம் அசந்தாலும் உங்க உயிருக்குதான் ஆபத்து.'

'அதைப்பத்தி நீங்க கவலைப்படாதீங்க சார்' என்றார் முனிர் ரெட்ஃபா, 'இன்னும் கொஞ்ச நாள்ல மிக்-21 உங்க கையில இருக்கும், அதுக்கு நான் பொறுப்பு!'

ஈராக் திரும்பிய முனிர், தன்னுடைய கடத்தல் திட்டத்தை நிறைவேற்றத் தயாரானார். இன்னொருபக்கம் மொஸாட் ஏஜென்ட்கள் முனிரின் குடும்பத்தினரைக் கொஞ்சம் கொஞ்சமாக ஈராக்கிலிருந்து வெளியேற்றினார்கள், மிக்-21ன் கடத்தல் பாதையில் எந்தப் பிரச்னையும் வராதபடி கவனமாகக் காய்களை நகர்த்த ஆரம்பித்தார்கள்.

அப்போதும், மியர் அமித், மற்ற மொஸாட் உளவாளிகளுக்கு டென்ஷன் குறையவில்லை, இந்தத் திட்டம் ஒழுங்காக வேலை செய்யுமா? நிஜமாகவே நம்மால் ஒரு மிக்-21ஐக் கடத்திவிடமுடியுமா? அமெரிக்காவால், சி.ஐ.ஏ.வால் முடியாததை நாம் சாதிக்கப் போகிறோமா? அல்லது பல் உடைந்து பின்வாங்கப்போகிறோமா?

17. அவன் பறந்துபோனானே!

'குட்மார்னிங் ரெட்ஃபா.'

'மார்னிங்', முனிர் ரெட்ஃபா அந்த ஈராக் விமானிகளைச் சலன மில்லாமல் பார்த்தார். இப்போது சிரித்துக்கொண்டே காலை வணக்கம் சொல்லும் இவர்கள், இன்னும் சில மணி நேரம் கழித்து, என்னை வில்லனாகப் பார்க்கப்போகிறார்கள், கொலை வெறியோடு துரத்தப்போகிறார்கள். 'துரோகியைச் சுட்டு வீழ்த்தவேண்டும்' என்று துடிக்கப்போகிறார்கள்.

'அதற்குள், நான் ஈராக் எல்லையைக் கடந்து ரொம்ப தூரம் போய் விடுவேன்' என்று நினைத்துக்கொண்டார் ரெட்ஃபா, 'அதன்பிறகு எந்தப் பிரச்னையும் இருக்காது, என்மீது ஒரு தூசு துரும்பு படாமல் இஸ்ரேல்காரர்கள் கவனித்துக்கொள்வார்கள்.'

இப்படி ஆயிரம்தான் சமாதானம் சொன்னாலும், அவரால் பதற்றத்தைக் கட்டுப்படுத்திக்கொள்ள முடியவில்லை. எல்லாம் ஒழுங்காக நடக்குமா என்கிற தவிப்பு, முதன்முறையாகச் சட்டத்தை, அதுவும் ராணுவ நியதிகளை மீறித் தப்புச் செய்கிற படபடப்பு. கொஞ்ச நேரம் கழித்து உடம்பில் உயிர் இருக்குமோ இருக்காதோ என்கிற பயம்.

முனிர் ரெட்ஃபா பிறவி க்ரிமினல் இல்லை. இப்போதுகூட, அவர் நினைத்தால் திரும்பிச் சென்றுவிடலாம். ஈராக் ராணுவத்திடம் சரணடைந்து, 'இஸ்ரேல்காரர்கள் என்னை மிரட்டி மிக்-21 விமானத்தைக் கடத்தச் சொன்னார்கள், நான் ஒப்புக்கொள்ளவில்லை' என்று நைசாகக் கட்சி மாறிவிடலாம்.

ம்ஹூம், அது முடியாது. முனிரின் உறவினர்களெல்லாம் இப்போது இஸ்ரேல் கையில். அவர் லேசாகத் தயங்குகிறார் என்று தெரிந்தாலும் கூட உடனடியாக ப்ளாக்மெயில் ஆரம்பமாகிவிடும்.

அதுமட்டுமில்லை, அப்போது முனிருக்குத் தெரியாத விஷயம், அவர் இஸ்ரேல் வந்திருந்தபோது மொஸாட் திருட்டுத்தனமாகப் பல புகைப்படங்களை எடுத்துவைத்திருந்தது. ஒருவேளை நாளைக்கு முனிர் நல்ல பிள்ளை வேஷம் போட்டுக்கொண்டால், அவரை மிரட்டி வழிக்குக் கொண்டுவருவதற்காகதான் இந்த ஏற்பாடு.

ஆனால், மொஸாட் நினைத்ததுபோல், முனிர் ரெட்ஃபாவின் மனத்தில் பெரிய குழப்பம், சலனம் எதுவும் இல்லை. அவருக்கு ஈராக் ராணுவத்தின்மீது உண்மையான கோபம் இருந்தது. ஆத்மசுத்தியுடன் விமானக் கடத்தலுக்குத் தயாராகிவிட்டார்.

பொதுவாக, மிக்-21 விமானங்களில் முழு டேங்க் எரிபொருள் நிரப்பமாட்டார்கள். அன்றைய தேதிக்கு எத்தனை தூரம் பறக்க வேண்டும், அதற்கு எவ்வளவு எரிபொருள் செலவாகும் என்று கவனமாகக் கணக்குப் போட்டு, அதற்குமேல் போனால் போகிறது என்று அரை சொட்டோ, ஒரு சொட்டோ அனுமதிப்பார்கள், அவ்வளவுதான்.

இதுவும் ஒரு பாதுகாப்பு ஏற்பாடுதான். யாராவது ஒரு விமானி மிக்-21ஐக் கடத்திக்கொண்டு வெளிநாட்டுக்குத் தப்பிக்க முயற்சி செய்தால், பாதியில் எரிபொருள் தீர்ந்துவிடும், அப்படியே தொப்பென்று கீழே விழுந்து சிதறவேண்டியதுதான்.

முனிர் ரெட்ஃபாவுக்கு இந்த விவரம் நன்றாகத் தெரியும். இதைச் சமாளிப்பதற்கும் அவர் ஒரு திட்டம் யோசித்துவைத்திருந்தார்.

மிக்-21 விமானங்களுக்கு எரிபொருள் நிரப்புகிறவர்கள் எல்லோரும் ஈராக் ராணுவத்தைச் சேர்ந்தவர்கள்தான். அவர்களுக்கு முனிர் ரெட்ஃபாமீது நல்ல மரியாதை இருந்தது.

1966ம் வருடம் ஆகஸ்ட் 16ம் தேதி காலை, அவர்களை நேரில் சந்தித்துப் பேசினார் முனிர் ரெட்ஃபா. 'இன்னிக்கு என்னோட விமானத்துக்கு ஃபுல் டேங்க் நிரப்பிடுங்க' என்று கம்பீரமான குரலில் கட்டளையிட்டார்.

நியாயப்படி பார்த்தால், 'எதற்காக ஃபுல் டாங்க்?' என்று அவர்கள் முனிரைக் கேள்வி கேட்டிருக்கவேண்டும். பெரிய அதிகாரியின் அனுமதி இல்லாமல் மிக்-21க்கு அவ்வளவு எரிபொருள் நிரப்ப முடியாது என்று மறுத்திருக்கவேண்டும்.

ஆனால், முனிர் ரெட்ஃபாமாதிரி ஒரு சீனியர் பைலட்மீது அவர்களுக்குக் கொஞ்சம்கூடச் சந்தேகம் வரவில்லை. இன்றைக்கு ஏதோ அவசர வேலையாக ஐயா ரொம்ப தூரம் பயணம் செய்யப்போகிறார் போல என்று அவர்களாக நினைத்துக்கொண்டார்கள். அவர் கேட்டபடி முழு டாங்க் எரிபொருளை நிரப்பிவிட்டார்கள்.

சில நிமிடங்களில், முனிரின் மிக்-21 விமானம் புறப்பட்டது. யாருக்கும் எந்தச் சந்தேகமும் வரக்கூடாது என்பதற்காக, வழக்கமான பாதையில் சிறிது நேரம் பறந்துகொண்டிருந்தார் முனிர் ரெட்ஃபா.

யாரும் எதிர்பார்க்காத ஒரு விநாடியில், சட்டென்று அந்த விமானத்தின் பாதை மாறியது. ஈராக் எல்லையை நோக்கி அதிவேகமாகப் பறக்கத் தொடங்கியது.

'அவ்வளவுதான், இனிமேல் நான் திரும்புவதற்கு வழியே இல்லை' பெருமூச்சுடன் நினைத்துக்கொண்டார் முனிர் ரெட்ஃபா. 'ஈராக்கைப் பொறுத்தவரை நான் ஒரு தேசத்துரோகியாகிவிட்டேன். எந்த நிமிடத்திலும் அவர்கள் என்னைத் தாக்க ஆரம்பித்துவிடுவார்கள்.'

அவர் நினைத்ததுபோல், கீழே விமானக் கட்டுப்பாட்டு அறையில் இருந்த ஈராக் அதிகாரிகள் அலறத் தொடங்கியிருந்தார்கள். 'இந்தப் பைலட்டுக்கு என்ன ஆச்சு? கேனத்தனமா எங்கேயோ பறக்கறான்? அவனை ரேடியோவிலே பிடிங்க'

அடுத்த நிமிடம், கரகர குரலில் ரேடியோ அறிவித்தது, 'மிஸ்டர் பைலட், காலங்காத்தால தண்ணி போட்டுட்டு விமானத்தைக் கண்டபடி ஓட்டிகிட்டிருக்கீங்க, இதெல்லாம் நல்லதுக்கில்லை, உடனடியாத் திரும்பிடுங்க.'

முனிர் சிரித்துக்கொண்டார். பதில் பேசவில்லை.

ரேடியோ மீண்டும் அலறியது, 'உங்களுக்குக் கடைசி சான்ஸ், மரியாதையா இப்பவே விமானத்தை யு டர்ன் எடுங்க, இல்லாட்டி நாங்க உங்களைச் சுட்டு வீழ்த்திடுவோம், ஜாக்கிரதை.'

அவர்கள் மிரட்டிக்கொண்டிருக்கும்போதே, ரேடியோவை அணைத்துவிட்டார் முனிர் ரெட்ஃபா. 'மை டியர் ஆஃபீஸர்ஸ், இனிமேல் இது ஈராக் நாட்டு விமானம் இல்லை, இஸ்ரேலுக்குச் சொந்தமானது!'

அப்போதுதான், ஈராக் ராணுவத்துக்கு நிலைமையின் தீவிரம் புரிந்தது. அவசரமாக மற்ற விமானிகளை அழைத்தார்கள், 'முனிர் ரெட்ஃபான்னு ஒரு பைலட் மிக்-21ஐக் கடத்தப்பார்க்கிறான், அவனைத் துரத்திப் போய் சுட்டுத் தள்ளுங்க' என்று கட்டளையிட்டார்கள்.

ஆனால், அவர்கள் சுதாரித்துக்கொண்டு விமானத்தைத் திருப்புவதற்குள், முனிர் ரெட்ஃபா ரொம்பத் தூரம் போயிருந்தார், இனிமேல் அவரைக் கண்டுபிடித்துச் சுடுவதெல்லாம் சாத்தியமே இல்லை!

'அந்த விமானத்தில எவ்வளவு எரிபொருள் இருக்கு?' பதற்றத்துடன் விசாரித்தது ஈராக்.

'ஃபுல் டேங்க்' என்று பதில் வந்தது.

'படுபாவிங்களா, உங்களுக்கெல்லாம் அறிவே கிடையாதா? யாரைக் கேட்டு மிக்-21க்கு முழு டேங்க் ரொப்பினீங்க? இப்ப அந்த பைலட் நம்ம விமானத்தை எங்கே கொண்டுபோறானோ, யாருக்குத் தெரியும்?'

அதேநேரம், அங்கே இஸ்ரேலில் உளவாளிகளும் விமானப்படையும் தயார் நிலையில் இருந்தார்கள். முனிர் ரெட்ஃபாவையும் அவருடைய விமானத்தையும் பாதுகாப்புடன் அழைத்துவருவதற்காகக் கச்சிதமான திட்டம் தயாராகியிருந்தது. ஏற்கெனவே முடிவு செய்திருந்த ரகசியப் பாதையின்வழியே மிக்-21 பத்திரமாக இஸ்ரேலுக்குள் வந்து இறங்கியது!

மிக்-21 கடத்தல் திட்டம், மொஸாடுக்கு மிகப் பெரிய வெற்றி. அமெரிக்கா, இங்கிலாந்துபோன்ற பெரிய நாடுகளின் உளவுத் துறைகளெல்லாம் முயற்சி செய்து தோற்றுப்போன விஷயத்தை, மொஸாட் சர்வ சாதாரணமாக ஊதித் தள்ளிவிட்டது.

இதனால், மொஸாட் தலைவர் மியர் அமித்மீது மற்ற அதிகாரிகள், உளவாளிகள், ராணுவத்தினருக்கு இருந்த சந்தேகமெல்லாம் காணாமல்போனது. 'பார்ட்டி புத்திசாலிதான்' என்று ஒப்புக்கொண்டு அவர் தோளைத் தட்டிக்கொடுத்தது இஸ்ரேல் அரசாங்கம்.

இன்னொருபக்கம், மூக்கு உடைந்த ஈராக் ராணுவமும் சோவியத் யூனியனும் கோபத்தில் குதித்தன. 'எங்களுக்குச் சொந்தமான விமானத்தை அநியாயமாக் கடத்திட்டீங்க, ஒழுங்குமருவாதியா அதைத் திருப்பிக் கொடுத்துடுங்க, இல்லாட்டி தொலைச்சுப்புடு வோம்' என்று இஸ்ரேலை மிரட்டினார்கள்.

ஆனால், இஸ்ரேல் இந்தச் சலசலப்புகளையெல்லாம் கண்டுகொள்ள வில்லை. அவர்கள் ஏற்கெனவே மிக்-21க்குள் புகுந்து தோண்டித் துருவ ஆரம்பித்திருந்தார்கள். அதன் தொழில்நுட்ப சூட்சுமங்கள் அவர்களுக்கு மெல்லப் புரியத் தொடங்கியிருந்தன.

இதைக் கேள்விப்பட்ட அமெரிக்கா, உடனடியாக இஸ்ரேலைத் தொடர்புகொண்டது, 'எங்களுக்கு அந்த மிக்-21 வேணுமே!'

‘தர்றோம். ஆனா, பதிலுக்கு நீங்க எங்களுக்கு என்ன கொடுப்பீங்க?’

அமெரிக்கா திகைத்தது. நேற்றுவரை நம்முடைய ஆதரவில் வளர்ந்த பயல்கள், இப்போது நம்மிடமே பேரம் பேசுகிற அளவுக்கு வளர்ந்து விட்டார்கள்.

ஆனால், இப்போது இவர்களை முறைத்துக்கொண்டு எந்தப் பிரயோஜனமும் இல்லை. அவர்களிடம் மிக்-21 இருக்கிறது, நம்மிடம் இல்லை. ஆகவே, கொஞ்சம் பணிந்துபோவதுதான் புத்திசாலித்தனம். இஸ்ரேல் கேட்டதைக் கொடுப்பதாக ஒப்புக் கொண்டது அமெரிக்கா.

அப்போதும், இஸ்ரேல் உடனடியாக மிக்-21ஐ அமெரிக்காவுக்குத் தந்துவிடவில்லை. அதன் நிபுணர்கள் அந்த விமானத்தை நன்கு ஆராய்ச்சி செய்து ஒட்டுமொத்த ஜாதகத்தையும் எழுதிக் கட்டம் போட்டு முடித்தார்கள். அதன்பிறகுதான் அமெரிக்கர்களுக்கு மிக்-21 தரிசனம் கிடைத்தது.

இந்தக் கடத்தல் அத்தியாயத்தால் இஸ்ரேலுக்கு இரட்டை லாபம். அடுத்து வந்த போர்களில் மிக்-21ஐச் சமாளிப்பது எப்படி என்று புரிந்து விட்டது. எக்ஸ்ட்ரா வருமானமாக, அந்த மிக்-21ஐ அமெரிக்காவுக்குத் தள்ளிவிட்டு, பதிலுக்கு ‘ஃபான்டம்’ என்கிற நவீனரகப் போர் விமானங்களைச் சம்பாதித்துவிட்டார்கள். இதன்மூலம் இஸ்ரேலின் விமானப் படை பலம் கணிசமாக அதிகரித்தது.

இத்தனைக்கும் அடிப்படை, மொஸாட் உளவாளிகளின் கச்சிதமான வேலை. யாராலும் உள்ளே நுழையமுடியாது என்று நினைத்துக் கொண்டிருந்த ஈராக்கிலிருந்து ஒரு பெரிய விமானத்தையே தேட்டை போட்டுக் கொண்டுவருவது என்றால் சாதாரண விஷயமா? அதுவரை சி.ஐ.ஏ.வின் நிழலில் இயங்குகிற தம்மாத்தூண்டு கூட்டாளியாக இருந்த மொஸாட், அடுத்த சில ஆண்டுகளில் மிகப் பிரம்மாண்டமாக வளர்ந்துவிட்டது. தனக்குப் பால் ஊட்டி வளர்த்த அமெரிக்காவையே திருட்டுத்தனமாக நோட்டம் விடத் தொடங்கியது!

18. முகூர்த்த நேரம்

ஈராக் விமானி முனிர் ரெட்ஃபா, இஸ்ரேலுக்காக மிக்-21ஐக் கடத்தத் திட்டமிட்டிருந்த நேரம். பல மொஸாட் உளவாளிகள், இஸ்ரேல் விமானப்படை அதிகாரிகள் அவரைச் சந்தித்துப் பேசினார்கள்.

அவர்கள் பேசப்பேச, முனிருக்கு ஆச்சர்யம். 'எங்களோட ஈராக் ராணுவம், எங்க ஊர் விமான நிலையத்தைப்பத்தியெல்லாம் எங்களை விட உங்களுக்குதான் அதிக விவரம் தெரிஞ்சிருக்கு, அது எப்படி?' என்று கேட்டார்.

மொஸாட் அவருக்குப் பதில் சொல்லவில்லை. தங்களுக்குள் கமுக்க மாகச் சிரித்துக்கொண்டார்கள்.

ஈராக்மட்டுமில்லை, அநேகமாக எல்லா உலக நாடுகளிலும் முக்கிய மான இடங்களில் மொஸாட் உளவாளிகள் ஊடுருவியிருந்தார்கள். அவர்களுக்குத் தெரியாமல் எங்கேயும் எதுவும் நடந்துவிடமுடியாது.

குறிப்பாக, இஸ்ரேலுக்கு எதிராக ஆயுதம் ஏந்தியிருந்த பாலஸ்தீன விடுதலைப் போராளிகள்மத்தியில் பல அரேபியர்களை விலைக்கு வாங்கியிருந்தது மொஸாட். இவர்கள் அனுப்பிவைக்கிற தகவல் களை வைத்துக்கொண்டு, இஸ்ரேலால் எப்பேர்ப்பட்ட தாக்கு தலையும் சுலபமாகச் சமாளித்துவிடமுடிந்தது.

மியர் அமித் காலத்தில் மொஸாடின் உளவு நெட்வொர்க் மிகப் பிரம்மாண்டமாக வளர்ந்திருந்தது. ஒருபக்கம் திறமைசாலி ஏஜென்ட்கள், இன்னொருபக்கம் அமெரிக்கா, சி.ஐ.ஏ. புண்ணியத்தில் அதிநவீன சாதனங்கள். மூன்றாவதாக மொஸாட் நிபுணர்கள்

கஷ்டப்பட்டு உழைத்து உருவாக்கிக்கொண்ட தனித் 'திறமை'கள், தொழில்நுட்ப சாகசங்கள் எல்லாமாகச் சேர்ந்து அவர்களை உலகத் தரத்துக்கு உயர்த்தியிருந்தது.

மிக்-21 கடத்தல் சம்பவத்துக்குப்பிறகு, இஸ்ரேல் ராணுவத் தலைவர்கள், அமைச்சர்கள், அரசாங்க அதிகாரிகள் என எல்லோரும் மொஸாடைத் தனி மரியாதையுடன் பார்க்க ஆரம்பித்திருந்தார்கள். எப்பேர்ப்பட்ட விஷயத்தையும் அவர்களிடம் நம்பி ஒப்படைக்கலாம், தலைகீழாக நின்று தண்ணீர் குடித்தாவது வேலையைக் கச்சிதமாகச் செய்து முடித்துவிடுவார்கள் என்று ஒரு நம்பிக்கை பிறந்திருந்தது.

இதனால் இஸ்ரேலைச் சுற்றிலும் எங்கே எந்தப் பிரச்னை என்றாலும், முதலில் மொஸாடைக் கூப்பிடுவது வழக்கமாகிவிட்டது. 'நாங்கள் இப்படி ஒரு விஷயம் கேள்விப்பட்டோம், உண்மைதானா? இதுபற்றி உங்களிடம் ஏதாவது கூடுதல் தகவல்கள் இருக்கிறதா? நீங்கள் என்ன நினைக்கிறீர்கள்? நாம் இப்போது என்ன செய்தால் இந்தப் பிரச்னையைச் சமாளிக்கலாம்?'

இப்படி அவர்கள் கேட்கிற விவரங்கள் எல்லாமே மொஸாட் ஏஜென்ட்களின் விரல் நுனியில் தயாராக இருந்தன. இஸ்ரேலுக்கு எதிராகச் செயல்படக்கூடிய அரசியல் தலைவர்கள், ஆட்சியாளர்கள், தீவிரவாதிகள், தொழில்முறைக் கொலைகாரர்கள் என எல்லோரைப் பற்றியும் கச்சிதமாக ஃபைல் போட்டு, கலர் ஃபோட்டோ சகிதம் விவரங்களைத் தொகுத்துவைத்திருந்தார்கள்.

அறுபதுகளின் மத்தியில், இஸ்ரேலுக்கும் எகிப்துக்கும் நடுவே நிறைய அரசியல் பிரச்னைகள். எத்தனையோ பேச்சுவார்த்தைகள் நடத்தியும் பிரயோஜனம் இல்லை, அவர்கள் நம்மை அடிப்பதற்கு முன்னால் நாம் முந்திக்கொள்ளவேண்டும் என்று தீர்மானித்தது இஸ்ரேல்.

உடனடியாக, மொஸாடுக்கு அழைப்பு வந்தது. 'நாம எகிப்து நாட்டின் மீது படையெடுக்கணும், அதை எப்போ செய்யலாம், எப்படிச் செய்யலாம்ன்னு கொஞ்சம் கவனிச்சுச் சொல்லுங்க.'

மியர் அமித் சுறுசுறுப்பானார். எகிப்தில் இருக்கும் மொஸாட் உளவாளிகளைக் கூப்பிட்டுப் பேசினார். அங்கே இன்னும் பல முக்கிய இடங்களில் தன்னுடைய ஆள்களை நுழைப்பதற்குத் திட்டம் தயாரித்தார்.

அப்போது எகிப்து நாட்டின் மிகப் பெரிய பலம், அவர்களுடைய அதிநவீன விமானப் படை. அதோடு ஒப்பிடும்போது, இஸ்ரேல் ஒரு சின்னக் கரப்பான் பூச்சியைப்போல. போர் தொடங்கி, எகிப்து

விமானங்கள் இஸ்ரேல்மீது பறந்தால் அவ்வளவுதான். சில மணி நேரங்களுக்குள் மொத்தத் தேசத்தையும் தரைமட்டமாக்கி விடுவார்கள்.

ஆக, இஸ்ரேல் எகிப்தை அடிக்கவேண்டுமென்றால், முதலில் அவர்களுடைய விமானப் படையை முடக்கவேண்டும். அதைப் பார்த்து அவர்கள் அதிர்ந்து நிற்கும்போது, சண்டையை நமக்குச் சாதகமாகத் திருப்பிவிடலாம்!

ஆனால், எகிப்து விமானங்கள் மிகப் பிரமாதமான தொழில்நுட்பங் களைக் கொண்டவை. இஸ்ரேல் நாட்டுப் பேப்பர் ராக்கெட்களை வைத்துக்கொண்டு இந்த விமானங்களை எப்படி அழிக்கமுடியும்?

இங்கேதான் மொஸாடின் புத்திசாலித்தனம் வெளிப்பட்டது. எகிப்தில் எங்கெல்லாம் போர் விமானங்கள் நிறுத்திவைக்கப்பட்டிருக்கின்றன? இவற்றை இயக்குகிற விமானிகள் யார்? அவர்களுக்குக் கட்டளை யிடுகிற அதிகாரிகள் எங்கே உட்கார்ந்திருக்கிறார்கள்? இந்தப் பார்ட்டி களுக்கு ஏதாவது பலவீனம் உண்டா? மது, மாது, இன்னபிற ஐட்டங் களுக்கு மயங்குவார்களா? தினந்தோறும் எத்தனை மணிக்கு இந்த விமானங்கள் தயார் நிலையில் இருக்கும்? அவற்றுக்கு எரிபொருள் நிரப்புகிற நேரம் என்ன? ஒவ்வொரு விமான நிலையமும் எப்போது மிகப் பரபரப்பாக இருக்கும் எப்போது தூங்கி வழியும்? இப்படிச் சகல விவரங்களையும் திரட்டி இஸ்ரேலுக்கு அனுப்பிவைத்தார்கள்.

இஸ்ரேல் ராணுவம் இந்தத் தகவல்களை மேலோட்டமாகப் புரட்டிப் பார்த்தது. அப்படியே ஆடிப்போய்விட்டார்கள். எகிப்து ராணுவத்துக்கேகூட அவர்களுடைய விமான நிலையங்களைப்பற்றி இத்தனை நுணுக்கமான விவரங்கள் தெரிந்திருக்காது, மொஸாடுக்கு எப்படி இதெல்லாம் தெரியவந்தது?

'அதெல்லாம் தொழில் ரகசியம்' என்றது மொஸாட், 'இப்போ நீங்க எதுவும் பேசவேண்டாம், ஒழுங்கா நாங்க சொல்றதைமட்டும் கேளுங்க'

'சரி, சொல்லுங்க, நாங்க என்ன செய்யணும்?'

'பெரும்பாலான எகிப்து விமான நிலையங்கள், காலை எட்டு மணிக்கு ரொம்பச் சுறுசுறுப்பா இருக்கும், எங்கே பார்த்தாலும் விமானங்கள், அதுக்கு எரிபொருள் நிரப்பற வண்டிகள், பறக்கறதுக்கு ரெடியாகிட்டிருக்கிற விமானிகள்ன்னு எல்லோரும் அவங்கவங்க வேலையில பிஸியா இருப்பாங்க. அந்த நேரம் பார்த்து நீங்க அதிரடியாத் தாக்கினா, கொஞ்ச நேரத்துக்குள்ள நிறைய சேதம் உண்டாக்கிடலாம்.'

'ஒருவேளை, அவங்களும் பதிலுக்குத் தாக்க ஆரம்பிச்சா?'

‘கவலையேபடாதீங்க, அந்த நேரத்தில நூத்துக்குத் தொண்ணூறு அதிகாரிங்க ஆஃபீசுக்கே வந்திருக்கமாட்டாங்க. இல்லைன்னா, பக்கத்து கேன்டீன்ல அரட்டை அடிச்சுகிட்டு காப்பி, மசால்வடை சாப்பிட்டுகிட்டிருப்பாங்க. அவங்களுக்கு முழிப்பு வந்து, விமானிங் களுக்குக் கட்டளை போட்டு, நம்மைத் திருப்பித் தாக்கறதுக்குள்ள, நாம அடிச்சு வெளாசிட்டுத் திரும்பி வந்துடலாம்.’

முதன்முறையாக, இஸ்ரேல் ராணுவத்தினருக்கு எகிப்தை ஜெயித்து விடமுடியும் என்று நம்பிக்கை வந்தது. ஒரு நல்ல உளவு நெட்வொர்க்கின் பலம் எப்பேர்ப்பட்டது என்று அனுபவப்பூர்வ மாகப் புரிந்துகொண்டார்கள்.

‘சரி, நாங்க கரெக்டா எத்தனை மணிக்குப் புறப்படணும்?’

‘ஏழே முக்காலுக்குக் கிளம்புங்க’ என்று முகூர்த்த நேரம் குறித்துக் கொடுத்தது மொஸாட், ‘சரியா எட்டு மணிக்கு அவங்களை அடிக்க ஆரம்பிக்கணும், அவ்ளோதான்.’

1967ம் வருடம் ஜூன் மாதம் 5ம் தேதி, இஸ்ரேல் பிரதமர் லெவி இஷ்கல் எகிப்தின்மீது தாக்குதல் நடத்த உத்தரவிட்டார். சரித்திரத்தில் ‘ஆறு நாள் போர்’ என்று வர்ணிக்கப்படும் அதிவேக யுத்தம் தொடங்கியது.

அன்றைய தினம் எகிப்தை நோக்கி விரைந்த இஸ்ரேல் விமானங்கள், மிகத் துல்லியமாக 8:01க்குத் தாழ்வாகக் கீழே பறந்தன, அடிக்க ஆரம்பித்தார்கள்.

மொஸாட் சொன்னதுபோலவே, எகிப்து விமானிகள், ராணுவத்தினர் யாரும் இந்தத் திடீர் தாக்குதலைச் சமாளிக்கக்கூடிய நிலைமையில் இல்லை. அவர்கள் சுதாரித்துக்கொள்வதற்குள், எகிப்து விமானங்கள், எரிபொருள் நிரப்புகிற வண்டிகளை இஸ்ரேல் குண்டுகள் வரிசை யாகத் தகர்க்க ஆரம்பித்தன. இவை ஒவ்வொன்றும் பிரம்மாண்டமாக வெடித்துச் சிதற, எக்ஸ்ட்ரா லார்ஜ் சேதம்.

சில நிமிடங்களுக்குள் நூற்றுக்கணக்கான எகிப்து விமானங்களையும் வீரர்களையும் அழித்துவிட்டது இஸ்ரேல். அப்போதே, இந்தப் போரில் யார் ஜெயிக்கப்போகிறார்கள் என்பதும் உறுதியாகிவிட்டது.

அப்போதைய எகிப்து அதிபர் கமால் அப்துல் நாசர். இத்தனை பிரமாதமான தனது விமானப் படை இப்படிக் கண் சிமிட்டும் நேரத்துக்குள் உடைத்து எறியப்பட்டுவிட்டதை அவரால் ஜீரணித்துக் கொள்ள முடியவில்லை.

அவ்வளவு ஏன்? இஸ்ரேலுக்குள்ளேயே, பலரால் இந்த வெற்றியை நம்பமுடியவில்லை. எல்லோரும் மொஸாடின் தீர்க்க தரிசனத்தை எண்ணி வியந்துகொண்டிருந்தார்கள். உண்மையில், இது தீர்க்க தரிசனமும் இல்லை, ஒரு புண்ணாக்கும் இல்லை. பல மாதங்கள் பொறுமையாக உட்கார்ந்து தகவல் திரட்டியதன் பலன். அந்தத் தகவல்களை ஒழுங்காக அலசி, அதனைச் சரியான நேரத்தில், சரியான இடத்தில் பயன்படுத்தினால் அதன்மூலம் மிகப் பெரிய வெற்றிகளைப் பெறமுடியும் என்று சாட்சியுடன் நிரூபித்துவிட்டது மொஸாட்.

ஒருவேளை, அந்த ஜூன் 5ம் தேதி இஸ்ரேலிய ராணுவம் ஜஸ்ட் கால் மணி நேரம் தாமதமாகப் புறப்பட்டிருந்தால்கூட, எகிப்து விமானங்கள் அனைத்தும் தயார் நிலையில் இருந்திருக்கும். அதிகாரிகள் மசால் வடையைத் தின்று ஏப்பம் விட்ட கையோடு இஸ்ரேல் விமானங்களை நடுவானத்தில் கொளுத்திச் சொக்கப்பனை கொண்டாடியிருப்பார்கள். ஒட்டுமொத்தப் போரும் எகிப்துக்குச் சாதகமாகத் திசை மாறியிருக்கும்!

ஆறு நாள் போரில் இஸ்ரேல் பெற்ற வெற்றிகளுக்கு அவர்களுடைய உளவுத்துறை பலம் ஒரு மிக முக்கியமான காரணம். இதன்மூலம், மொஸாட் நினைத்தால் எங்கேயும் ஊடுருவமுடியும், எப்பேர்ப்பட்ட எதிரியின் பலவீனங்களையும் கண்டுபிடித்துத் தங்களுக்குச் சாதக மாகப் பயன்படுத்திக்கொள்ளமுடியும் என்பது உறுதியாகிவிட்டது. அதன்பிறகு, பல நாடுகள் தங்கள் மண்ணில் இஸ்ரேலுக்கு எதிரான தீவிரவாத நடவடிக்கைகளை ஊக்குவிக்கத் தயங்கினார்கள்.

இதைப் பார்த்து உற்சாகமான இஸ்ரேல் அரசாங்கம், தங்களுடைய உளவுத்துறைக்கு இன்னும் பல அதிகாரங்கள், முக்கியப் பொறுப்பு களை அள்ளி வழங்கியது. மொஸாடின் பலம் நாளுக்கு நாள் அதிகரித்துக்கொண்டிருந்தது.

19. மஞ்சள் கேக் மர்மம்

'கங்க்ராஜுலேஷன்ஸ் ஜெனரல்' யாரோ ஜ்வி ஜமீரின் கைகளை இறுக்கமாகப் பற்றிக் குலுக்கினார்கள். 'உங்க நாட்டுக்குத் திரும்பிப் போனதும் எங்களையெல்லாம் சுத்தமா மறந்துடுவீங்கதானே?'

ஜெனரல் ஜ்வி ஜமீர் நாசூக்காகச் சிரித்தார். 'நானும் எவ்வளவு நாளைக்குதான் ஆர்மி யூனிஃபார்ம்லயே காலம் தள்ளமுடியும்? எனக்கும் கொஞ்சம் நிம்மதியா ரெஸ்ட் எடுக்கணும்ன்னு ஆசை இருக்காதா?'

அப்போது ஜெனரல் ஜ்வி ஜமீருக்கு வயது நாற்பத்தி சொச்சம். நிச்சயமாக ரிடையராகிற வயது இல்லை.

'ஊருக்குப் போய் என்ன செய்யப்போறீங்க ஜெனரல்?'

'டெக்ஸ்டைல்ஸ் பிஸினஸ்' என்றார் ஜ்வி ஜமீர்.

அவர் இப்படிச் சொன்னதும், அங்கிருந்த பலருக்கு ஆச்சர்யம். ஒரு ராணுவ அதிகாரி, அதுவும் ஜ்வி ஜமீர்போலச் சுறுசுறுப்பான பேர்வழியால் எப்படி ஜவுளித் தொழிலுக்குள் முடங்கிக் கிடக்க முடியும்? நம்பமுடியவில்லையே!

அவர்கள் சந்தேகப்பட்டது சரிதான். இஸ்ரேல் வட்டாரங்களில், 'டெக்ஸ்டைல்ஸ் பிஸினஸ்' என்றால், 'ரகசியம்' என்று அர்த்தம்.

இந்த விஷயம் தெரிந்தவர்கள் தங்களுக்குள் குறும்பாகச் சிரித்துக் கொண்டார்கள். 'ஜ்வி ஜமீர் இஸ்ரேலில் ஏதோ விவகாரமான

வேலையில் இறங்கப்போகிறார். இந்த மக்குப் பயல்களுக்கு அது புரியவில்லை. அவர் சட்டை, பேன்ட், சல்வார் கமீஸ் வியாபாரம் செய்யப்போவதாக நினைத்துக்கொண்டிருக்கிறார்கள்!'

சில நாள் கழித்து, ஜ்வி ஜமீர் லண்டனில் இருந்து இஸ்ரேல் வந்து சேர்ந்தார். மொஸாடின் புதிய தலைவராகப் பொறுப்பேற்றுக்கொண்டார்.

உடனடியாக, அவருக்கு அரசாங்கத்திடமிருந்து அழைப்பு வந்தது. 'எங்களுக்கு இருநூறு டன் மஞ்சள் கேக் வேணும், ஏற்பாடு செய்யுங்க.'

'மஞ்சள் கேக்'கா? அது என்ன? ஏதாவது சாப்பிடுகிற சமாசாரமா? அதற்கும் மொஸாட் தலைவர் ஜ்வி ஜமீருக்கும் என்ன சம்பந்தம்? அரசாங்கத்துக்கு இருநூறு டன் கேக் சுட்டுத்தர அவர் என்ன பேக்கரியா நடத்துகிறார்?

'டெக்ஸ்டைல்ஸ்'போலவே, 'மஞ்சள் கேக்'கும் ஒரு ரகசியக் குறியீடுதான். அறிவியல் மொழியில் இதை 'யுரேனியா' என்று சொல்வார்கள். இதிலிருந்து 'யுரேனியம்' எனப்படும் அணு ஆராய்ச்சிக் கான சக்திவாய்ந்த மூலப்பொருளைப் பிரித்தெடுக்கமுடியும்.

கொஞ்சம் நமக்குப் புரியும்படி சொல்வதென்றால், தங்கத்தை எப்படிப் பூமியிலிருந்து வெட்டி எடுக்கிறார்கள் என்று யோசித்துப்பாருங்கள்.

மண்ணைத் தோண்டி எடுக்கப்படுகிற தங்கத் தாது, தகதகவென்று மின்னாது. அதனுடன் மண், ஏகப்பட்ட அசுத்தங்கள் கலந்து இருக்கும். இதையெல்லாம் பல்வேறு ரசாயனமுறைகளில் சுத்தப்படுத்தி, ஜொலிக்கும் தங்கக் கட்டிகளாக மாற்றுகிறார்கள்.

யுரேனியமும் அப்படிதான். இயற்கையாகக் கிடைக்கும் யுரேனியத் தாதுவைப் பல வழிகளில் சுத்திகரித்து 'யுரேனியா', அதாவது 'மஞ்சள் கேக்'காக மாற்றவேண்டும். பிறகு இதிலிருந்து சுத்தமான யுரேனியம் பிரித்தெடுக்கப்படுகிறது.

அதாவது, முதலில் யுரேனியத் தாது. அதிலிருந்து மஞ்சள் கேக். அதிலிருந்து யுரேனியம். அதிலிருந்து அணுகுண்டு. கெமிஸ்ட்ரி பாடம் போதும். மறுபடி மொஸாட் சமாசாரத்துக்குத் திரும்புவோம்.

இஸ்ரேலுக்கு எதற்கு மஞ்சள் கேக்? அதுவும் இருநூறு டன்? அவ்வளவு யுரேனியத்தை வைத்துக்கொண்டு அவர்கள் என்ன செய்யப்போகிறார்கள்?

இந்தக் கேள்விக்கு, இன்னொரு கேள்விதான் பதில்: பயில்வான்கள் வாழும் காலனியில், ஒரு நோஞ்சான் பையன் குடிவந்தால், அவனுடைய கதி என்ன ஆகும்?

அன்றைக்கு இஸ்ரேலின் நிலைமை அப்படிதான் இருந்தது. சுற்றியுள்ள மற்ற நாடுகளோடு ஒப்பிடும்போது, இஸ்ரேலின் ராணுவ பலம் மிகவும் குறைவு. இவர்கள் தனித்தனியாகச் சண்டைக்கு வந்தாலே சமாளிப்பது சிரமம், எல்லோரும் கூட்டுச் சேர்ந்துவிட்டால், வேறு வினையே வேண்டாம், எல்லாத் திசைகளில் இருந்தும் ஒரே நேரத்தில் முற்றுகையிட்டு இஸ்ரேலைக் கொத்துபரோட்டா போட்டு விடுவார்கள்.

இஸ்ரேல் யோசித்தது. 'நாம இப்படி நோஞ்சானா இருக்கறதாலதானே எல்லாரும் சீண்டிப் பார்க்கறாங்க? நம்ம கையில கத்தி இருக்கு, துப்பாக்கி இருக்கு, வெடிகுண்டு இருக்கு-ன்னு தெரிஞ்சா, அப்புறம் அநாவசியமா வாலாட்டமாட்டாங்கதானே?'

உடனடியாக, தன்னுடைய ஆயுத பலத்தை அதிகரிப்பதற்கான முயற்சிகளில் இறங்கியது இஸ்ரேல். தனது நட்பு நாடுகளின் உதவியுடன் நவீன குண்டெறி விமானங்கள், பீரங்கிகள், போர்க் கப்பல்கள், துப்பாக்கிகள், வெடிபொருள்கள் என்று ஏகப்பட்ட சமாசாரங்களை வாங்கிக் குவித்தார்கள்.

இதனால், வேறொரு பெரிய பிரச்னை முளைத்தது. இவர்களுக்கு ஆயுத சப்ளை செய்யும் 'தாதா'க்கள், பதிலுக்கு இஸ்ரேல் தங்களுக்கு அடங்கி நடக்கவேண்டும் என்று எதிர்பார்த்தார்கள். 'எங்களை மீறி ஏதாவது செஞ்சீங்கன்னா, அப்புறம் உங்களுக்கு ஆயுதம் தரமாட்டோம்' என்று மிரட்டினார்கள்.

தவிர, இஸ்ரேல் வாங்கிச் சேர்க்கிற ஆயுதங்கள் எல்லாமே, அக்கம் பக்கத்துப் பங்காளிகளிடமும் நிறைய இருக்கின்றன. அவர்களை மிஞ்சி இஸ்ரேல் பெரிய ஆளாகவேண்டுமென்றால், அந்த நாடுகளிடம் இல்லாத ஒரு பிரம்மாஸ்திரம் இஸ்ரேலுக்கு வேண்டும்.

இப்படி இஸ்ரேல் தேர்ந்தெடுத்த பிரம்மாஸ்திரம், அணுகுண்டு!

இரண்டாம் உலகப்போரின்போது, ஜப்பான்மீது அமெரிக்கா இரண்டு அணுகுண்டுகளை வீசியிருந்தது. ஹிரோஷிமா, நாகசாகியில் அந்தக் குண்டுகள் ஏற்படுத்திய பேரழிவைப் பார்த்து, ஒட்டுமொத்த உலகமும் கலங்கிப்போயிருந்தது.

ஜஸ்ட் இரண்டு குண்டுகளால் இப்படிச் சர்வநாசம் விளைவிக்க முடியும் என்றால், நாளைக்கு எல்லா நாடுகளும் ஒருவர்மேல் மற்றவர் அணுகுண்டு வீச ஆரம்பித்தால் என்ன ஆகும்? சில நாள்களுக்குள் இந்தப் பூமியே சுடுகாடாக மாறிவிடாதா?

ஹிரோஷிமா, நாகசாகி சம்பவங்களுக்குப்பிறகு, சர்வதேச அளவில் அணு ஆராய்ச்சிக்கு ஏகப்பட்ட கட்டுப்பாடுகள் விதிக்கப்பட்டன.

அமெரிக்கா தொடங்கி அண்டார்டிகாவரை எங்கேயாவது யாராவது ரகசியமாக அணுகுண்டு தயாரிக்கிறார்களா என்று துப்பறிவதற் காகவே பல 'ஜேம்ஸ் பாண்ட்' அமைப்புகள் உருவாக்கப்பட்டன, அணு ஆராய்ச்சிக்குப் பயன்படுகிற வேதிப்பொருள்களைத் தயாரிப்பது, விற்பனை செய்வது கடுமையாகக் கண்காணிக்கப் பட்டது. இவற்றையும் மீறி ஒரு நாடு அணுகுண்டு தயாரித்தால், அதன்மீது பொருளாதாரத் தடைகளை விதித்து நாஸ்தி பண்ணி விடுவோம் என்று மிரட்டினார்கள்.

ஆனால், இஸ்ரேல் அப்போது இருந்த நிலைமையில், இந்த மிரட்ட லெல்லாம் அவர்களிடம் எடுபடவில்லை. அக்கம்பக்கத்துப் பயில்வான்களைச் சமாளிக்கவேண்டுமென்றால், நமக்கு நிச்சயமாக அணு ஆயுதங்கள் வேண்டும் என்று தீர்மானித்துவிட்டார்கள்.

இதற்காக, டிமோனோ என்ற இடத்தில் ஓர் அணு ஆராய்ச்சி நிலையம் கட்டப்பட்டது. அக்கம்பக்கத்திலிருந்து யாரும் அதை நெருங்கி விடாதபடி பக்காவாகப் பாதுகாப்பு ஏற்பாடுகளைச் செய்து முடித்தார்கள்.

ஆனால், எப்படியோ இந்த விஷயம் வெளியே கசிந்துவிட்டது. உஷாரான அமெரிக்கா, தன்னுடைய உளவு விமானம் ஒன்றை இஸ்ரேலுக்கு அனுப்பியது. டிமோனோமீது பறந்து சென்ற இந்த விமானம், விசேஷ கேமெராவின்மூலம் ஏகப்பட்ட புகைப்படங்களை எடுத்தது.

இந்தப் படங்களைப் பார்த்தபோது, இஸ்ரேல் ஓர் அணு ஆராய்ச்சி நிலையம் அமைத்திருப்பது உறுதியாகிவிட்டது. உடனே, அமெரிக்காவுக்கு டென்ஷன் எகிறியது. 'அணு ஆயுதம் தயாரிக்கிற வேலையெல்லாம் வேணாம், ஒழுங்கா டிமோனோவை இழுத்து மூடுங்க' என்று இஸ்ரேலை மிரட்ட ஆரம்பித்தார்கள்.

அப்போதும், இஸ்ரேல் அசரவில்லை. 'நாங்கள் அணு ஆராய்ச்சி செய்வது உண்மைதான். ஆனால், அதை வைத்து அணுகுண்டு தயாரிக்க மாட்டோம். முழுக்க முழுக்கத் தொழில் வளர்ச்சி, விவசாயம், மருத்துவத்துறை முன்னேற்றங்களுக்குமட்டுமே இதைப் பயன் படுத்துவோம்' என்று அறிவித்தார்கள்.

அவர்கள் சொன்னதை யாரும் நம்பவில்லை. இஸ்ரேல் அணுகுண்டு தயாரித்துக்கொண்டிருக்கிறது என்கிற தகவல்(?) உலகம்முழுக்கப் பரபரப்பாகப் பேசப்பட்டது.

இந்த விஷயத்தில் அமெரிக்காவுக்கு ஒரே ஒரு நிம்மதி, இஸ்ரேல் என்னதான் பெரிய சைஸ் அணு ஆராய்ச்சி நிலையம் கட்டி விட்டாலும், அங்கே அவர்கள் அணுகுண்டு தயாரிக்க விரும்பினால்,

அதற்கு ஏகப்பட்ட மூலப்பொருள்கள் தேவை. அதையெல்லாம் வெளி மார்க்கெட்டில் யார் வேண்டுமானாலும் காசு கொடுத்து வாங்கி விடமுடியாது, நிறையக் கட்டுப்பாடுகள், தடைகள் உண்டு. அத்தனையையும் மிஞ்சி, அணுகுண்டு செய்வதற்கான பொருள்களை இஸ்ரேலால் திரட்டமுடியாது என்று கணக்குப் போட்டது அமெரிக்கா.

இஸ்ரேலுக்கும் இந்த விஷயம் நன்றாகத் தெரிந்திருந்தது. ஆனாலும், எப்படியாவது அமெரிக்கா, மற்ற நாடுகளின் கண்ணில் மண்ணைத் தூவிவிட்டு, அணுகுண்டு ஆராய்ச்சிக்குத் தேவையான இருநூறு டன் 'மஞ்சள் கேக்'குகளை வாங்கிவிடவேண்டும் என்று தீர்மானித்தார்கள். இந்தப் பொறுப்பு மொஸாட் தலைவர் ஜ்வி ஜமீரிடம் ஒப்படைக்கப் பட்டது.

முதலில், உலகம் முழுக்க மஞ்சள் கேக் எங்கெல்லாம் கிடைக்கிறது என்று விசாரிக்க ஆரம்பித்தது மொஸாட். குறிப்பாக, 200 டன் மஞ்சள் கேக் சப்ளை செய்கிற அளவுக்குப் பெரிய நிறுவனங்களைமட்டும் வட்டம் போட்டு ஆராய்ந்தார்கள். கடைசியாக, பெல்ஜியத்தில் ஒரு கம்பெனி மாட்டியது.

ஒரே பிரச்னை, இஸ்ரேல் அவர்களிடம் நேரடியாக மஞ்சள் கேக் வாங்கமுடியாது. எத்தனை கோடி ரூபாய் கொட்டிக் கொடுத்தாலும், 'அணுகுண்டு ஆராய்ச்சிக்கு நாங்கள் ஒத்துழைக்கமாட்டோம்' என்று மறுத்துவிடுவார்கள்.

ஆகவே, இஸ்ரேலின் பெயரைச் சொல்லாமல் பெல்ஜியத்திலிருந்து மஞ்சள் கேக்கை வாங்கவேண்டும். அதற்கு என்ன வழி என்று ரூம் போட்டு யோசிக்க ஆரம்பித்தது மொஸாட்.

அப்போதுதான், அவர்களுக்கு அந்த யோசனை தோன்றியது. அணுகுண்டு ஆராய்ச்சி என்று சொன்னால்தானே எல்லோரும் அலறுகிறார்கள்? அதற்குப் பதிலாக வேறு ஓர் உபத்திரவமில்லாத பொய்க் காரணத்தைச் சொல்லி மஞ்சள் கேக்கை வாங்கிவிட்டால் என்ன?

செய்யலாம். ஆனால், இஸ்ரேல் மஞ்சள் கேக் வாங்குகிறது என்று தெரிந்தாலே, அமெரிக்காவுக்கு மூக்கு வியர்த்துவிடுமே. அவர்களை எப்படிச் சமாளிப்பது?

20. நடுக்கடல் கொள்ளை

1968 மார்ச்.

பெல்ஜியத்தைச் சேர்ந்த 'சொஸைட்டி ஜெனராலி டெஸ் மினரெய்ஸ்' (SGM) என்ற நிறுவனத்துக்கு ஒரு கடிதம் வந்தது, 'ஜெர்மனியில் உள்ள அஸ்மாரா கம்பெனிக்கு 200 டன் மஞ்சள் கேக் தேவை, உங்களால சப்ளை பண்ணமுடியுமா?'

'நிச்சயமாச் செய்யலாம்!' என்றது எஸ்ஜிஎம், 'ஆனா, இவ்வளவு மஞ்சள் கேக் உங்களுக்கு எதுக்கு? இதை வெச்சுக்கிட்டு என்ன செய்யப்போறீங்க?'

'நாங்க பெட்ரோகெமிக்கல்துறையில இறங்கப்போறோம். அந்த ரசாயனப் பொருள்களை உற்பத்தி செய்யறதுக்கு யுரேனியம் வேணும். அதுக்காகதான் மஞ்சள் கேக் வாங்கறோம்.'

எஸ்ஜிஎம்முக்கு நம்பிக்கை வரவில்லை. அக்கம்பக்கத்தில் விசாரித்தார்கள், 'பெட்ரோகெமிக்கல் உற்பத்திக்கு யுரேனியத்தைப் பயன்படுத்தமுடியுமா?'

'நிச்சயமாப் பயன்படுத்தலாம்' என்று பதில் வந்தது. கொஞ்சம் தெம்பாக அஸ்மாராவிடம் பேரம் பேச ஆரம்பித்தது எஸ்ஜிஎம்.□சரி, என்ன விலை கொடுப்பீங்க?'

'நீங்க கேட்கிற விலையைத் தர்றோம்' என்று பரபரத்தது அஸ்மாரா, 'சீக்கிரமா மஞ்சள் கேக்கை அனுப்பிவைங்க.'

அஸ்மாராவுக்கு என்ன அவசரமோ, எஸ்ஜிஎம்முக்குப் புரியவில்லை. ஆனால், இருநூறு டன் மஞ்சள் கேக் என்றால் ரொம்பப் பெரிய ஆர்டர்தான். ஏகப்பட்ட பணம் வரும், ஆகவே, எந்தக் கேள்வியும் கேட்காமல் உடனடியாக மஞ்சள் கேக்கை அனுப்பிவைக்கத் தயாரானார்கள்.

ஒரே ஒரு பிரச்னை, மஞ்சள் கேக்கிலிருந்து யுரேனியத்தைப் பிரித்து எடுப்பது சாதாரண வேலை இல்லை. அதற்குத் தேவையான தொழிற் சாலை, இயந்திரங்கள், டெக்னாலஜியெல்லாம் அஸ்மாராவிடம் இருக்கிறதா?

'நோ ப்ராப்ளம்' என்றது அஸ்மாரா. 'நீங்க மஞ்சள் கேக்கை இத்தாலியில இருக்கிற எங்க பார்ட்னருக்கு அனுப்பிடுங்க, அவங்க அதைச் சுத்தப்படுத்தி யுரேனியமா மாத்தி எங்களுக்குக் கொடுத்துடு வாங்க.'

'ரொம்ப சந்தோஷம், எந்தக் கப்பல்ல அனுப்பணும்?'

'நீங்க சரக்கை ரெடி பண்ணுங்க, கப்பல் வந்து சேரும்.'

அதன்பிறகு, வேலைகள் மளமளவென்று நடந்தன. ஏற்கெனவே பேசியபடி இருநூறு டன் மஞ்சள் கேக்கிற்கான விலையை அஸ்மாரா நிறுவனம் எஸ்ஜிஎம்முக்கு அனுப்பிவைத்தது. அதனை இத்தாலிக்கு ஏற்றுமதி செய்வதற்குத் தேவையான அரசாங்க அனுமதி பெறப்பட்டது.

1968 நவம்பரில் எஸ்ஜிஎம் நிறுவனம் இருநூறு டன் மஞ்சள் கேக்கைப் பாதுகாப்பாக டிரம்களில் நிரப்பியது. மொத்தம் 560 டிரம்கள் பக்கத்திலிருந்த ஆன்ட்வெர்ப் துறைமுகத்துக்கு வந்து சேர்ந்தன.

அதேநேரம், அந்தத் துறைமுகத்துக்கு ஒரு சரக்குக் கப்பலும் வந்து நின்றது, அதன் பெயர், 'ஷீர்ஸ்பெர்க்-ஏ'!

இந்தக் கப்பல், லிபேரியா நாட்டு நிறுவனம் ஒன்றுக்குச் சொந்த மானது. அதன் முதலாளி பர்ஹம் யாரிசெல் துருக்கியைச் சேர்ந்தவர்.

560 டிரம்களில் இருந்த மஞ்சள் கேக், 'ஷீர்ஸ்பெர்க்-ஏ' கப்பலுக்கு மாற்றப்பட்டது. பெல்ஜியம் அதிகாரிகள் எல்லாவற்றையும் சரிபார்த்துக் கையெழுத்துப் போட்டார்கள். கப்பல் கிளம்பியது.

இப்போது, கண்ணை மூடிக்கொண்டு மனத்துக்குள் ஒரு சின்ன மேப் வரைந்து பாருங்கள். இருநூறு டன் மஞ்சள் கேக் பெல்ஜியம் நாட்டிலிருந்து இத்தாலிக்குப் பயணம் செய்கிறது. அதற்காகக் காசு கொடுத்த கம்பெனி ஜெர்மனியில் இருக்கிறது, கப்பல் லிபேரியா நாட்டைச் சேர்ந்தது, அதன் முதலாளி ஒரு துருக்கியர்.

இதில் எங்கேயாவது இஸ்ரேல் வாசனை அடிக்கிறதா? இல்லையே?

அதுதான், மொஸாடின் சாமர்த்தியம்!

உண்மையில், இதுவரை நாம் பார்த்த நாடகம்மொத்தமும் மொஸாட் ஏஜென்ட்கள் அரங்கேற்றியது. அஸ்மாரா கம்பெனி, 'ஷீர்ஸ்பெர்க்-ஏ' கப்பல், அதன் முதலாளி என்று எல்லோருமே, மொஸாட் எழுதிக் கொடுத்த வசனங்களைக் கச்சிதமாக நடித்துமுடித்தார்கள்.

ஆனால், 'ஷீர்ஸ்பெர்க்-ஏ' கப்பல் இப்போது இத்தாலிக்குதானே போய்க்கொண்டிருக்கிறது? அதில் இருக்கும் 'மஞ்சள் கேக்' எப்படி இஸ்ரேலுக்குக் கிடைக்கும்?

இவ்வளவு தூரம் கவனமாக யோசித்துத் திட்டம் தயாரித்த மொஸாட், முக்கியமான இந்த விஷயத்தில் கோட்டை விடுவார்களா? அதற்கும் சில 'ரகசிய' ஏற்பாடுகள் செய்யப்பட்டிருந்தன.

ஆன்ட்வெர்ப் துறைமுகத்திலிருந்து கிளம்பிய 'ஷீர்ஸ்பெர்க்-ஏ' கப்பல், ஆரம்பத்தில் ஒழுங்காக இத்தாலியை நோக்கிதான் பயணம் செய்தது. அதன்பிறகு, எங்கேயோ திசை மாறி வேறு பக்கம் போய்க் காத்திருந்தார்கள்.

ஓர் அதிகாலை நேரம். 'ஷீர்ஸ்பெர்க்-ஏ'யை நோக்கி இன்னொரு பெரிய சரக்குக் கப்பல் மிதந்து வந்தது. அதன் இருபக்கமும், பாதுகாப்புக்காக இரண்டு போர்ப் படகுகள்.

'ஷீர்ஸ்பெர்க்-ஏ'யில் இருந்த மாலுமிகள், ஊழியர்கள், தொழிலாளிகள் யாருக்கும் எதுவும் புரியவில்லை. 'இந்தக் கப்பல் எதுக்கு நம்மகிட்டே வருது?' என்று குழம்பினார்கள்.

'சைலன்ஸ்' என்று உறுமினார் 'ஷீர்ஸ்பெர்க்-ஏ' கப்பலின் கேப்டன். 'யாரும் எதுவும் பேசக்கூடாது, வாயை மூடிகிட்டுச் சும்மா இருங்க.'

ஊழியர்கள் மௌனமானார்கள். அடுத்து என்ன நடக்கப்போகிறதோ என்கிற திகில் அவர்களுடைய கண்களில் தெரிந்தது.

சிறிது நேரத்தில், அந்த இன்னொரு கப்பல் 'ஷீர்ஸ்பெர்க்-ஏ'யை நெருங்கிவிட்டது. இரண்டு கப்பல்களும் ஒன்றாகப் பிணைக்கப் பட்டன.

இப்போது, 'ஷீர்ஸ்பெர்க்-ஏ'யில் அடுக்கிவைக்கப்பட்டிருந்த மஞ்சள் கேக் ட்ரம்கள், ஒவ்வொன்றாக அடுத்த கப்பலுக்கு மாற்றப்பட்டன. வந்தவர்கள் அதிகம் பேசவில்லை. ஆனால், வேலைமட்டும் மும்முரமாக நடந்தது.

‘ஷீர்ஸ்பெர்க்-ஏ’ ஊழியர்கள் திகைத்துப்போனார்கள். ‘இங்கே என்ன நடக்குது? ஏதோ ஒரு கப்பல் நம்ம சரக்கையெல்லாம் அநியாயமாக் கொள்ளையடிக்கறாங்க, நாம அதைப் பார்த்துகிட்டுச் சும்மா உட்கார்ந்திருக்கோமே!’ என்று பதறினார்கள்.

ஆனால், ‘ஷீர்ஸ்பெர்க்-ஏ’ கேப்டன் இதைப்பற்றிப் பெரிதாக அலட்டிக்கொள்ளவே இல்லை. ‘உனக்கு மஞ்சள் கேக்தானே வேணும்? சாப்டு’ என்பதுபோல் மௌனமாக நின்றுகொண்டிருந்தார்.

அவ்வப்போது, பக்கத்துக் கப்பலில் இருந்து சத்தமாக ஏதோ உத்தரவுகள் கேட்டன. அது என்ன மொழி என்று ‘ஷீர்ஸ்பெர்க்-ஏ’ ஊழியர்களுக்குப் புரியவில்லை.

ஒருவேளை, அவர்களுக்கு ஹீப்ரு மொழி தெரிந்திருந்தால், வந்திருப்பது ஓர் இஸ்ரேலியக் கப்பல் என்று ஊகித்திருப்பார்கள். மஞ்சள் கேக் மொத்தமும் இப்போது இஸ்ரேலுக்குக் கடத்தப் படுகிறது என்பதைப் புரிந்துகொண்டிருப்பார்கள்.

சில மணி நேரங்களில், ஐநூற்றுச் சொச்ச ட்ரம்களும் அந்த இன்னொரு கப்பலுக்கு மாற்றப்பட்டுவிட்டன. வந்ததுபோலவே மௌனமாக இருட்டில் ஊர்ந்து சென்று மறைந்தது அந்தக் கப்பல்.

மறுநாள், இருநூறு டன் மஞ்சள் கேக் இஸ்ரேல் எல்லைக்குள் வந்து இறங்கியது. இந்தச் சரக்கு மொத்தமும், பரம ரகசியமாக இஸ்ரேலின் அணு ஆராய்ச்சி நிலையமான டிமோனோவுக்குக் கொண்டுசெல்லப் பட்டது.

இந்தச் சாகசத்தை, இஸ்ரேல் அரசாங்கத்தால்கூட நம்பமுடிய வில்லை. அவர்கள் கேட்டபடி, மூன்றாம் நபருக்குத் தெரியாமல் இருநூறு டன் மஞ்சள் கேக்கை ‘ஜஸ்ட் லைக் தட்’ அள்ளிக் கொண்டு வந்துவிட்டது மொஸாட்!

வேடிக்கை என்னவென்றால், இப்படி டன்கணக்கில் மஞ்சள் கேக் நடுக்கடலில் காணாமல்போன விஷயமே பல மாதங்களுக்கு யாருக்கும் தெரியவில்லை. கடைசியாக ஐரோப்பிய அணு ஆராய்ச்சிக் கட்டுப்பாட்டு அமைப்பு இந்தக் கடத்தலை மோப்பம் பிடித்தபோது கூட, அதில் இஸ்ரேல் சம்பந்தப்பட்டிருக்கிறது என்று அவர்களால் கண்டுபிடிக்கமுடியவில்லை.

அதுதான் மொஸாட். நல்ல காரியமோ, கெட்ட காரியமோ, எதுவானாலும் ஒரு சின்னத் தடயம்கூட மிச்சமில்லாமல் முடித்து வைப்பதில் அவர்கள் சமர்த்தர்கள். ஆனானப்பட்ட அமெரிக்காவே இந்த விஷயத்தில் மொஸாடைப் பார்த்து மூக்கில் விரல் வைத்தது

உண்மை, ஒட்டுமொத்த ஐரோப்பாவும், 'இந்தப் பொடிப் பயல்களிடம் இப்படி ஏமாந்துட்டோமே' என்று வெட்கப்பட்டுத் தலை குனிந்ததும் உண்மை!

இந்த நடுக்கடல் கொள்ளைதவிர, வேறு சில வழிகளிலும் இஸ்ரேலுக்குத் தேவையான மஞ்சள் கேக்கைத் திரட்(ரு)டிக் கொடுத்தது மொஸாட். அவர்களுடைய உதவியுடன் இஸ்ரேலின் அணு ஆராய்ச்சிகள் அமர்க்களமாக நடந்துகொண்டிருந்தன.

அதேநேரம், மீண்டும் இஸ்ரேல் அரசாங்கம் மொஸாடை அழைத்தது, இன்னொரு முக்கியமான கடத்தல் வேலையை அவர்களிடம் ஒப்படைத்தார்கள். 'மிஸ்டர் மொஸாட், பிரெஞ்சுத் துறைமுகம் செர்பார்க்ல நம்ம போர்ப் படகுகள் அஞ்சு நின்னுகிட்டிருக்கு, அதையெல்லாம் கொஞ்சம் தேட்டை போட்டுக் கொண்டுவரமுடியுமா?'

ஆனால், பிரான்ஸ் நாட்டுத் துறைமுகத்தில் ஏன் இஸ்ரேலியப் படகுகள் நிற்கவேண்டும்? அப்படியே நின்றாலும்கூட, அதை ஏன் மொஸாட் கடத்தவேண்டும்? 'இது எங்க ஊரு படகு' என்று உண்மையைச் சொல்லி உரிமையோடு ஓட்டிக்கொண்டு வரமுடியாதா?

செம சிக்கலான மேட்டர் இது. கொஞ்சம் இடியாப்பத்தைப் பிரித்து விளக்கினால்தான் புரியும்.

அப்போது இஸ்ரேலுக்கும் பிரான்ஸுக்கும் இடையே சில அரசியல் பிரச்னைகள், 'இனிமே இஸ்ரேலுக்கு எந்த ஆயுதமும் விற்க மாட்டோம்' என்று தடை விதித்துவிட்டது பிரான்ஸ் அரசாங்கம்.

ஆனால், இந்தத் தடை விதிக்கப்படுவதற்குமுன்பாகவே, பிரான்ஸ் நிறுவனம் ஒன்றில் பன்னிரண்டு போர்ப் படகுகளுக்கு ஆர்டர் கொடுத்திருந்தது இஸ்ரேல். அதில் ஏழு படகுகள் ஏற்கெனவே டெலிவரி ஆகிவிட்டன, ஐந்துமட்டும் பாக்கி.

இப்போது மேட்டர் புரிந்திருக்கும். இஸ்ரேலுக்குச் சொந்தமான படகுகள் பிரான்ஸில் எக்குத்தப்பாக மாட்டிக்கொண்டிருக்கின்றன, தடையை மீறி அவற்றைக் கடத்திக் கொண்டுவரவேண்டும். இப்பேர்ப்பட்ட புண்ணிய காரியத்தைச் செய்வதற்கு, மொஸாடை விட்டால் வேறு யார்?

21. நழுவுப் படை

'**நா**லணாவா, எட்டணாவா, முழுசாப் பத்து மில்லியன் டாலர், யார் அப்பன் வீட்டுக் காசு?', ஃபெலிக்ஸ் அமியாட் எரிச்சலின் உச்சத்தில் இருந்தார்.

'ஐயா பிரெஞ்சுக் கனவான்களே, நீங்கள் இஸ்ரேலைக் கட்டிப்பிடித்து முத்தம் கொடுங்கள். இல்லாவிட்டால், இரண்டு பேரும் சட்டையைக் கிழித்துக்கொண்டு நடுத்தெருவில் உருளுங்கள், எனக்கு அதைப்பற்றிக் கவலையில்லை. உங்களுடைய கொஞ்சல், குலாவல், பங்காளிச் சண்டைக்கு நடுவே என் பிழைப்பை ஏன் கெடுக்கிறீர்கள்?'

ஃபெலிக்ஸின் எரிச்சலுக்குக் காரணம், அப்போதுதான் அவருடைய CMN (Constructions Mecaniques de Normandie) நிறுவனம் இஸ்ரேலுக்குச் சேரவேண்டிய 12 போர்ப் படகுகளைத் தயார் செய்து முடித்திருந்தது. ஒரு படகின் விலை இரண்டு மில்லியன் டாலர்கள்!

இந்தப் பன்னிரண்டு படகுகளில், ஏழுமட்டும் ஏற்கெனவே இஸ்ரேலுக்கு டெலிவரி செய்யப்பட்டுவிட்டது. மிச்சமுள்ள ஐந்தையும் அனுப்பிவைத்துக் காசை எண்ணலாம் என்று பார்த்தால், 'இஸ்ரேலுக்குக் காக்கா, குருவியைக்கூட அனுப்பக்கூடாது' என்று தடை போட்டுவிட்டது பிரான்ஸ்.

பதறிப்போன ஃபெலிக்ஸ் அமியாட் அவசரமாக பிரெஞ்சு அரசாங்கத்தைத் தொடர்புகொண்டார். 'இஸ்ரேலுக்குச் சேரவேண்டிய அஞ்சு போர்ப் படகுகளை நாங்க தயாரிச்சுகிட்டிருக்கோம், இப்ப இதையெல்லாம் என்ன செய்யறது?'

‘ஒண்ணும் செய்யவேண்டாம்’ ஃபிரான்ஸ் அதிகாரிகள் கூலாகச் சொன்னார்கள். ‘செர்பார்க் துறைமுகத்தில நிறைய இடம் இருக்கு, எல்லாத்தையும் ஒரு மூலையில கட்டிவைங்க, பின்னாடி பார்த்துக்கலாம்.’

ஃபெலிக்ஸ் அமியாடுக்கு அதிர்ச்சி. பின்னே? பத்து மில்லியன் டாலர் மதிப்புள்ள போர்ப் படகுகளைச் சும்மா நிறுத்திவைக்கமுடியுமா? இதனால் ஏற்படுகிற நஷ்டத்துக்கு யார் பொறுப்பு? அப்படியே தலையில் துண்டைப் போட்டுக்கொண்டு உட்கார்ந்துவிட்டார் அவர்.

அப்போதுதான் அவருக்கு ஒரு நல்ல யோசனை தோன்றியது. ‘இஸ்ரேலுக்கு ஆயுதம் விற்கக்கூடாது என்று தடை போட்டது ஃபிரெஞ்சு அரசாங்கம்தானே. பேசாமல் இந்த ஐந்து போர்ப் படகுகளையும் அவர்கள் தலையிலேயே கட்டிவிட்டால் என்ன?’

நல்ல யோசனைதான். ஆனால் பிரான்ஸுக்கு அப்போது எக்ஸ்ட்ரா போர்ப் படகுகள் தேவைப்படவில்லை. ‘சாரி’ சொல்லிக் கதவைச் சாத்திவிட்டார்கள்.

ஃபெலிக்ஸ் அமியாட் நொந்துபோனார். இப்போது இந்த ஐந்து போர்ப் படகுகளையும் அவர் இஸ்ரேலுக்கும் தரமுடியாது. வேறு யாருக்கும் விற்கமுடியாது. என்ன செய்வது என்றே புரியாமல் முழி பிதுங்கிக்கொண்டிருந்தார்.

கிட்டத்தட்ட இதேநேரம், அங்கே இஸ்ரேலில் ஒரு ரகசியக் கூட்டம், ‘செர்பார்க் துறைமுகத்தில இருக்கிற நம்ம போர்ப் படகுகளை எப்படி இங்கே கொண்டுவர்றது?’

‘அது ஒண்ணும் பெரிய பிரச்னை இல்லை’ என்றது இஸ்ரேல் கடற்படை, ‘பிரெஞ்சுக்காரங்க எதிர்பார்க்காத நேரத்தில அவங்களை சுத்திவளைச்சுத் தாக்கினா, அஞ்சு என்ன, அம்பது படகுகளைக்கூடச் சுலபமா அள்ளிகிட்டு வந்துடலாம்.’

‘இதெல்லாம் கேட்கிறதுக்கு நல்லாதான் இருக்கு. ஆனா, எதார்த்தத்தில சரிப்படுமா?’ என்றார் மொஸாட் தலைவர் ஜ்வி ஜமீர், ‘செர்பார்க் துறைமுகத்தில என்னென்ன பாதுகாப்பு ஏற்பாடுகள் இருக்குன்னு தெரிஞ்சுக்காம நாம இதில இறங்கறது நல்லதில்லை.’

மொஸாட் இப்படிச் சொன்னதும், கடற்படைக்குக் கடுப்பு, ‘இப்ப என்னதான் செய்யணும்ங்கறீங்க?’

‘முதல்ல நாங்க எங்க உளவாளிங்களை செர்பார்க் அனுப்பி வைக்கறோம். அவங்க துறைமுகத்தை நோட்டம் விட்டு ரிப்போர்ட் அனுப்பட்டும், அதை வெச்சு அடுத்து என்ன செய்யலாம்ன்னு முடிவு பண்ணுவோம்.’

உடனடியாக, மொஸாட் ஏஜென்ட்கள் சிலர் செர்பார்க் புறப்பட்டார்கள். துறைமுகத்தை வேடிக்கை பார்ப்பதுபோல, அதன் தினசரி நடவடிக்கைகள், எங்கே, யார் இருக்கிறார்கள், இஸ்ரேல் போர்ப் படகுகள் எந்த இடத்தில் நிறுத்தப்பட்டிருக்கின்றன, அங்குள்ள பாதுகாப்பு ஏற்பாடுகள் என ஒவ்வொன்றையும் கவனித்துக் குறிப்பு எடுத்தார்கள். எல்லாத் தகவல்களையும் மேலிடத்துக்கு அனுப்பி வைத்தார்கள்.

இந்த அறிக்கையைப் பார்த்ததும், இஸ்ரேலியக் கடற்படை குஷியாகி விட்டது, 'நாங்கதான் அப்பவே சொன்னோமே, செர்பார்க் துறைமுகத்தில செக்யூரிட்டி போதாது, நாம இப்ப கிளம்பினாலும் அடிச்சுத் தூள் பண்ணிடலாம்.'

ஜ்வி ஜமீர் மறுபடியும் தயங்கினார், 'அவசரப்படாதீங்க, கொஞ்சம் நிதானமா யோசிப்போம்' என்றார்.

மற்ற பிரெஞ்சுத் துறைமுகங்களோடு ஒப்பிடும்போது, செர்பார்கில் பாதுகாப்பு குறைவுதான். யாரும் எதிர்பார்க்காத நேரத்தில் இஸ்ரேலியக் கடற்படை அதிரடியாக உள்ளே புகுந்தால், ஐந்து போர்ப் படகுகளையும் வளைத்து வெளியே கொண்டுவருவது சுலபம்.

ஆனால், அதன்பிறகு? அங்கேதான் பிரச்னை ஆரம்பிக்கிறது!

செர்பார்கில் கடத்தப்படுகிற ஐந்து படகுகளும், கடலில் பல நூறு மைல்களைக் கடந்துதான் இஸ்ரேலுக்குள் நுழையவேண்டும். அதுவரை பிரெஞ்சு அரசாங்கம் சும்மா இருக்குமா? விமானங்கள், போர்க் கப்பல்களை அனுப்பிச் சுற்றிவளைத்துவிடமாட்டார்களா?

இந்த விஷயத்தில், வேகத்தைவிட விவேகம்தான் முக்கியம் என்று நினைத்தார் ஜ்வி ஜமீர். 'நாம பிரான்ஸைத் தாக்கி அவங்களோட ஆத்திரத்தைக் கிளறவேணாம். அதுக்குப்பதிலா ஒரு ரகசியத் திட்டம் போடுவோம், அவங்களை ஏமாத்தி அந்த அஞ்சு போர்ப் படகு களையும் நைசாத் திருடிகிட்டு வந்துடுவோம், அப்ப அவங்க கோபப் படமாட்டாங்க. அடடா, இப்படி ஏமாந்துட்டோமே-ன்னு அவமானப்படுவாங்க, அதுதான் நமக்கு வசதி.'

ஜ்வி ஜமீரின் இந்த யோசனை எல்லோருக்கும் பிடித்திருந்தது. இதற்காக ஒரு விசேஷ மொஸாட் படை அமைக்கப்பட்டது. பிரெஞ்சுக்காரர்களுக்குச் சந்தேகம் வராதபடி அந்த ஐந்து படகுகளையும் எப்படி அபேஸ் செய்வது என்று கவனமாகத் திட்டம் தயாரிக்க ஆரம்பித்தார்கள்.

சில வாரங்கள் கழித்து, நார்வே நாட்டைச் சேர்ந்த மார்ட்டின் சியெம் என்பவர் பிரான்ஸுக்கு வந்தார். சிஎம்என் நிறுவனத்தின் தலைவர்

ஃபெலிக்ஸ் அமியாடைச் சந்தித்துப் பேசினார், ‘நீங்க ஏதோ அஞ்சு படகுகளை சும்மா நிறுத்திவெச்சிருக்கீங்களாமே, நிஜமாவா?’

ஃபெலிக்ஸ் அமியாட் சட்டென்று உஷாராகிவிட்டார். ‘நீங்க யாரு? ஏன் அந்த அஞ்சு படகுகளைப்பத்தி விசாரிக்கறீங்க?’

மார்ட்டின் சியெம் நிதானமாகத் தன்னுடைய பிஸினஸ் பின்னணியை விளக்கிச் சொன்னார். ‘எங்க கம்பெனிக்கு அந்தப் படகுகள் தேவைப்படுது, உங்களுக்கு ஓகே-ன்னா உடனே பத்து மில்லியன் டாலர் ஹாட் கேஷாக் கொடுத்து வாங்கிக்கறோம்!’

அவ்வளவுதான். ஃபெலிக்ஸ் அமியாட் தலைகுப்புற விழுந்து விட்டார். பைசா பிரயோஜனம் இல்லாமல் மூலையில் நிறுத்தி வைத்திருக்கும் படகுகளுக்குப் பத்து மில்லியன் டாலர் தருகிறேன் என்று ஒருத்தன் வந்திருக்கிறான். கடவுளே, உனக்கு நன்றி!

ஆனால், அப்போதும் ஒரே ஒரு பிரச்னை மிச்சமிருந்தது. இந்தப் படகுகள் ஐந்தும் இஸ்ரேலுக்காகத் தயாரிக்கப்பட்டவை. என்னதான் ஃபிரெஞ்சு அரசாங்கம் அதை வெளியே அனுப்புவதற்குத் தடை விதித்திருந்தாலும், இஸ்ரேலின் அனுமதி இல்லாமல் இந்தப் படகுகளை யாருக்கும் விற்கமுடியாது.

‘நோ ப்ராப்ளம்’ என்றார் மார்ட்டின் சியெம். ‘உங்களுக்கு இஸ்ரேலோட அனுமதிதானே வேணும்? நான் வாங்கித் தர்றேன்.’

அப்போதாவது ஃபெலிக்ஸுக்குச் சந்தேகம் வந்திருக்கவேண்டும். பத்து மில்லியன் டாலர் காசு அவருடைய கண்களை மறைத்து விட்டது. மார்ட்டினுக்கு ஐந்து படகுகளையும் விற்பதற்கு ஒப்புக் கொண்டுவிட்டார்.

உடனடியாக, மார்ட்டின் சியெம் மொஸாடுக்குத் தகவல் அனுப்பினார், ‘பட்சி மாட்டிகிச்சு!’

அடுத்த சில நாள்களில், ஏகப்பட்ட இஸ்ரேல் மாலுமிகள், கப்பல் ஊழியர்கள் செர்பார்க் வந்து சேர்ந்தார்கள். துறைமுகத்தின் ஒரு மூலையில் நிறுத்திவைக்கப்பட்டிருந்த ஐந்து போர்ப் படகுகளைத் தங்கள் பொறுப்பில் எடுத்துக்கொண்டார்கள்.

அப்போதும், அங்கிருந்த ஃபிரெஞ்சு அதிகாரிகளுக்குச் சந்தேகம் வரவில்லை. ‘நார்வேக்குப் போகவேண்டிய படகுகளில் எங்கே பார்த்தாலும் இஸ்ரேலிய முகங்கள் தெரிகிறதே, ஏன்?’ என்று யாரும் கேள்வி கேட்கவில்லை.

உற்சாகமான மொஸாட், ஐந்து போர்ப் படகுகளையும் கடத்துவதற்கு நாள் குறித்தது: **1969 டிசம்பர் 24.**

மறுநாள் கிறிஸ்துமஸ். செர்பார்கில் எல்லோரும் ஏசு கிறிஸ்துவின் பிறப்பைக் கொண்டாடுவதற்காகத் தேவாலயங்களை நோக்கிச் சென்றுகொண்டிருந்த நேரம். துறைமுகத்தில் இஸ்ரேல் மாலுமிகள், ஊழியர்கள்மட்டும் செம பிஸியாக உழைத்துக்கொண்டிருந்தார்கள்.

சிறிது நேரத்தில், அவர்களுடைய ரகசியப் பயணம் தொடங்கியது. அதிக ஆர்ப்பாட்டம் இல்லாமல், துறைமுகத்தின் பின்வாசல் வழியாக ஐந்து படகுகளும் ஒவ்வொன்றாக ராத்திரி இருட்டில் நழுவிச் சென்றன.

அன்றைக்கு அவர்கள் பயணம் செய்த பாதை மிகவும் ஆபத்தானது. கொஞ்சம் அசந்தாலும், போர்ப் படகுகள் தண்ணீருக்கு அடியில் ஒளிந்திருக்கும் பாறைகளில் இடித்துக்கொண்டு கவிழவேண்டியது தான்.

ஆனால், அதிர்ஷ்டம் இஸ்ரேலின் பக்கம் இருந்தது. ஐந்து படகுகளும் எந்த அசம்பாவிதமும் இல்லாமல் துறைமுகத்தைக் கடந்து கடலுக்குள் நுழைந்துவிட்டன.

ஒரே ஒரு பிரச்னை. இந்தப் படகுகளில் இஸ்ரேல் சென்று சேரும் அளவுக்குப் போதுமான எரிபொருள் இல்லை. பாதிக் கடலில் பெட்ரோல் பங்க்-கெல்லாம் கிடையாதே!

அதற்கும் மொஸாட் ஓர் ஏற்பாடு செய்திருந்தது. சென்ற அத்தியாயத்தில் நாம் பார்த்த அதே ஷீர்ஸ்பெர்க்-ஏ கப்பல் 150 டன் எரிபொருளுடன் வந்து சேர்ந்தது.

அப்புறமென்ன? நடுக்கடலில் எரிபொருள் நிரப்பிக்கொண்ட போர்ப் படகுகள் ஜிவ்வென்று வேகம் பிடித்துப் பறக்கத் தொடங்கின. ஃபிரெஞ்சுக்காரர்கள் தூங்கி எழுந்து 'அச்சச்சோ, படகைக் காணோமே' என்று அலறுவதற்குமுன்னால், அவை ரொம்பத் தூரம் சென்று மறைந்துவிட்டன.

இரண்டு நாள் கழித்து, ஐந்து போர்ப் படகுகளும் இஸ்ரேல் எல்லைக்குள் நுழைந்தபோது, யூதர்கள் இந்த வெற்றியைத் தோரணம் கட்டிக் கொண்டாடினார்கள். இஸ்ரேலியக் கடற்படை மொஸாடை நன்றியுடன் பார்த்தது. அரசாங்கம்மட்டுமில்லை, ராணுவம், காவல்துறை என இஸ்ரேலில் எதுவும் மொஸாடின் தயவு இல்லாமல் இயங்கமுடியாது என்பது மீண்டும் ஒருமுறை உறுதிசெய்யப்பட்டது!

22. சுண்டைக்காய் தேசம்

ஒரு சினிமாவில், இன்னும் மீசைகூட அரும்பாத ஒல்லிப்பிச்சிக் கதாநாயகன் ஏழெட்டு அடியாள்களைத் தன்னந்தனியாகச் சமாளிக்கிறான். இம்மாம்பெரிய தடிமாட்டுத் தாண்டவராயன்களையெல்லாம் சும்மா அப்படியே தூக்கி வீசுகிறான்.

இதைப் பார்க்கிறவர்கள், நம்பமுடியாமல் சிரிக்கிறார்கள். 'ஏன்ய்யா, கதை விடறதுக்கு ஒரு லிமிட் இல்லை?'

ஆனால், ஒருவேளை இதே சம்பவம் நிஜத்தில் நடந்தால் நம்முடைய ரியாக்‌ஷன் எப்படி இருக்கும்? அதைவிட, அந்தத் தக்கனூண்டு பையனால் தூக்கி வீசப்படுகிற பயில்வான்களெல்லாம் எவ்வளவு அவமானமாக உணர்வார்கள்!

கடந்த அறுபது ஆண்டுகளாக இஸ்ரேல் இதைத்தான் செய்து கொண்டிருக்கிறது. அதுவும் ஒருமுறை, இரண்டுமுறை அல்ல, திரும்பத் திரும்பப் பலமுறை!

மத்திய கிழக்கில் உள்ள சவுதி அரேபியா, இரான், ஈராக், சிரியா, ஜோர்டான், துருக்கி, இந்தப் பக்கம் எகிப்து, லிபியா என எந்த நாட்டை வேண்டுமானாலும் எடுத்துக்கொள்ளுங்கள். அத்தனையும் மெகாசைஸ் மகாதேவன்கள். அவற்றோடு ஒப்பிடும்போது, இஸ்ரேல் ஒரு சுண்டைக்காய்.

ஆனால், அத்தனூண்டு சுண்டைக்காயை யாராலும் நசுக்கி எறியமுடியவில்லை. காரணம், அமெரிக்கா, மற்ற மேற்கத்திய நாடுகள்

இஸ்ரேலுக்குக் கொடுக்கிற ஆதரவு. இவர்கள் பணம், ஆயுதம் என்று ஊட்டி வளர்ப்பதால்தான், சுற்றியிருக்கிற எல்லோர் கண்களிலும் இஸ்ரேல் விரலை விட்டு ஆட்டிக்கொண்டிருக்கிறது.

ஆக, இஸ்ரேலின் வாலை நறுக்கவேண்டுமென்றால் அதற்கு ஒரே வழி, வெளியிலிருந்து அவர்களுக்குக் கிடைக்கிற உதவிகளை நிறுத்த வேண்டும். அதற்கு என்ன செய்யலாம் என்று பல அரபு நாடுகள் கூட்டாகச் சேர்ந்து யோசிக்க ஆரம்பித்தார்கள்.

'மிஸ்டர் அமெரிக்கா, மிஸ்டர் ஐரோப்பா, மற்ற உலக நாடுகளே, நீங்க இந்தப் பொடிப்பய இஸ்ரேலுக்குக் கொம்பு சீவி விடறதை உடனடியா நிறுத்தணும். இல்லாட்டி, அப்புறம் உங்களுக்குதான் அநாவசியப் பிரச்னை.'

அரபு நாடுகள் இப்படி மிரட்டியதும் அமெரிக்கா சிரித்தது. மற்ற தேசங்களும் இஸ்ரேலுக்கு வழங்குகிற உதவிகளை நிறுத்திக்கொள்ள வில்லை.

எரிச்சலடைந்த அரபு நாடுகள், பிரம்மாஸ்திரத்தைக் கையில் எடுத்தன. 1973 அக்டோபர் 17ம் தேதிமுதல், இஸ்ரேலின் கூட்டாளிகளுக்கு எண்ணெய் ஏற்றுமதி செய்வதில்லை என்று அறிவித்துவிட்டார்கள்.

இந்தத் தடையால், அநேகமாக எல்லா உலக நாடுகளும் பாதிக்கப் பட்டன. பெட்ரோல், டீசல் இல்லாமல் பைக், கார், லாரி, பஸ் தொடங்கி பெரிய இயந்திரங்கள், தொழிற்சாலைகள்வரை சகலமும் நின்றுபோனது. மின்சார விநியோகம் கடுமையாகப் பாதிக்கப்பட்டது. 'திருவிளையாடல்' படத்தில் சிவ(ாஜி)பெருமானோடு சேர்ந்து அண்ட சராசரங்களும் அசைவில்லாமல் உறைந்துபோனதுபோன்ற நிலைமை!

கிட்டத்தட்ட ஆறு மாதங்கள்வரை அமெரிக்காவையும் ஐரோப்பாவையும் உலுக்கிய இந்த ஆயில் தட்டுப்பாடு, 1974 மார்ச் மாதம் முடிவுக்கு வந்தது. ஆனாலும், அதன் அதிர்வுகள் பல வருடங் களுக்கு நீடித்துக்கொண்டிருந்தன.

அதேசமயம், இந்தச் சம்பவத்தால் நிறைய தேசங்களுக்குக் கண் திறந்தது. 'அரபு நாடுகள்கிட்டே நிறைய எண்ணெய் வளம் இருக்கிறதாலதானே அவங்க நம்ம உச்சந்தலையில ஏறி உட்கார்ந்து கிட்டு இஷ்டப்படி ஆடறாங்க? நாம இனிமேலும் பெட்ரோல், டீசலை நம்பியிருக்கணுமா? வேறவழியில மின்சாரம், மற்ற எரிபொருள் களை உற்பத்தி செஞ்சா என்ன?' என்று யோசிக்க ஆரம்பித்தார்கள்.

இதனால், உலகம்முழுக்க மாற்று எரிபொருள்களுக்கான தேடல் தொடங்கியது. பெரும்பாலான நாடுகள் நிலக்கரியிலிருந்து மின்சாரம், தண்ணீரிலிருந்து மின்சாரம், காற்றாலைகள், அணு மின் உலைகள் என்று விதவிதமான வழிகளில் தங்களுடைய மின்சாரத்

தேவைகளை உள்ளூரிலேயே பூர்த்தி செய்துகொள்வதற்கான தீவிர ஆராய்ச்சிகளில் இறங்கினார்கள்.

இந்த நேரத்தில்தான், சில ஈராக் விஞ்ஞானிகள் பிரான்ஸ் வந்து சேர்ந்தார்கள். 'நாங்க எங்க நாட்டிலே அணு மின்சாரம் தயாரிக்கணும்ன்னு நினைக்கறோம். நீங்க அதுக்கு உதவி செய்யமுடியுமா?'

பிரான்ஸ் உடனடியாக ஒப்புக்கொண்டது. இந்த இரு நாடுகளுக்கும் இடையே ஓர் ஒப்பந்தம் கையெழுத்தானது.

இந்தத் தகவல் வெளியானபோது, இஸ்ரேலுக்கு லேசாகச் சந்தேகம். 'ஈராக் நிஜமாவே அணு மின்சாரம்தான் தயாரிக்கறாங்களா, அல்லது, பிரான்ஸ் ஒத்துழைப்போட அணுகுண்டு செய்யப்போறாங்களா?'

இஸ்ரேல் இப்படிக் கேட்டதும், ஈராக் அதிபர் சதாம் உசேன் சிரித்தார். 'நாங்க அணு ஆயுதமெல்லாம் எதுவும் தயாரிக்கலை, எங்களோட அணு உலையை முழுக்க முழுக்க அமைதி நோக்கங்களுக்காக மட்டுமே பயன்படுத்துவோம்' என்றார்.

இதை வேறு யார் சொன்னாலும் நம்பலாம். சதாம் உசேன் பேச்சை மட்டும் இஸ்ரேல் நம்பத் தயாராக இல்லை. எப்படியாவது ஈராக்கின் அணு ஆராய்ச்சித் திட்டங்களை நிறுத்தவேண்டும் என்று தீர்மானித்தார்கள். இல்லையென்றால் அங்கே தயாராகிற அணுகுண்டு நிச்சயமாக இஸ்ரேலின் தலையில்தான் வந்து விழும்!

உடனடியாக, இஸ்ரேல் தன்னுடைய கூட்டாளி அமெரிக்காவை அழைத்துப் பேசியது. 'ஏற்கெனவே சதாம் உசேன் தொல்லை தாங்கலை, இந்தாள் கையில அணு ஆயுதமும் கிடைச்சுட்டா வேற வினையே வேண்டாம், ஒட்டுமொத்த உலகத்துக்கும் ஆபத்து, உடனடியா ஏதாவது செய்யுங்க, ப்ளீஸ்!'

அமெரிக்காவால் நேரடியாக ஈராக்கை மிரட்டமுடியாது. அவர்கள் பிரான்ஸைக் கூப்பிட்டார்கள். 'யோவ், நீங்க எதுக்குய்யா அநாவசியமா சதாம் கட்சிக்குப் பலம் சேர்க்கறீங்க?' என்று அதட்டினார்கள்.

பிரான்ஸ் யோசித்தது. நாம் தரப்போகும் அணு உலையை வைத்துக் கொண்டு ஈராக் மின்சாரம் தயாரிக்குமா, அல்லது அணுகுண்டு செய்யுமா என்று யாராலும் நிச்சயமாகச் சொல்லமுடியாது. ஒருவேளை இவர்கள் அங்கே அணு ஆயுதம் தயாரித்துவிட்டால், அமெரிக்காமட்டுமில்லை, எல்லா நாடுகளும் நம்மைதான் கோபித்துக்கொள்வார்கள். எதற்கு வம்பு? பேசாமல், சதாமுக்கு 'சாரி' சொல்லி ஜகா வாங்கிவிடலாமா?

ம்ஹூம், சான்ஸே இல்லை. ஏற்கெனவே ஈராக்கிற்கும் பிரான்ஸுக்கும் இடையே ஒப்பந்தம் உறுதியாகிவிட்டது. இதன்படி,

ஈராக்கிற்கு வேண்டிய அணு உலையை பிரான்ஸ்தான் தயாரித்துக் கொடுக்கவேண்டும். அங்கே பயன்படுத்துவதற்கான யுரேனியத்தையும் அவர்களே சப்ளை செய்யவேண்டும்.

இப்போது, பிரான்ஸுக்கு ஒரு நல்ல யோசனை தோன்றியது, 'ஈராக்கிற்கு நாம யுரேனியம் தரணும்ன்னுதானே ஒப்பந்தம்? அவங்களுக்கு அதிகச் சக்தி வாய்ந்த யுரேனியத்தைக் கொடுக்காம, கொஞ்சம் மட்டமான சரக்கை அனுப்பிவெச்சா என்ன?'

இந்த 'லோ கிரேட்' யுரேனியத்தை 'கேரமெல்' என்று அழைப்பார்கள். இதை வைத்துக்கொண்டு, ஈராக் தாராளமாக மின்சாரம் தயாரிக்கலாம், அணுகுண்டு செய்யமுடியாது.

ஆனால், ஃபிரான்ஸின் இந்த முடிவை, ஈராக் ஏற்றுக்கொள்ளவில்லை, 'எங்களுக்கு ஹை க்வாலிட்டி யுரேனியம்தான் வேணும்' என்று பிடிவாதம் பிடித்தார்கள்.

அப்படியானால், என்ன அர்த்தம்? அணு மின்சாரம் தயாரிக்கிற போர்வையில், ஈராக் அணுகுண்டுதான் செய்யப்போகிறது. இஸ்ரேலின் சந்தேகம் உறுதியாகிவிட்டது!

உடனடியாக, இஸ்ரேல் பிரதமர் மெனாகெம் பெகின் மொஸாட் தலைவர் யிட்ஜக் ஹோஃபியைக் கூப்பிட்டார், 'நீங்க என்ன செய்வீங்களோ, எனக்குத் தெரியாது. ஆனா, அந்த ஈராக் அணு உலையை ஆரம்பத்திலயே காலி பண்ணணும். அது உங்களோட பொறுப்பு!'

அப்போது ஈராக்கிற்கான அணு உலை பிரான்ஸில் தயாராகிக் கொண்டிருந்தது. அங்கேயே அதற்கு வேட்டு வைத்துவிடலாம் என்று தீர்மானித்தார் யிட்ஜக் ஹோஃபி.

அதற்குமுன்னால், அந்த அணு உலை எப்படிப்பட்டது, எவ்வளவு சக்தி கொண்டது, அதை அழிப்பதற்கு, எங்கே, எப்படி அடிக்க வேண்டும் என்றெல்லாம் தெரிந்துகொள்ளவேண்டும். அதற்கு, ஈராக் விஞ்ஞானிகள் மத்தியில் மொஸாடுக்கு ஓர் உளவாளி வேண்டும்.

ஆனால், ஈராக்கிற்கும் இஸ்ரேலுக்கும்தான் ஏழாம் பொருத்தமாச்சே. அந்த நாட்டு விஞ்ஞானி எப்படி மொஸாடுக்கு உதவுவார்?

கஷ்டம்தான். ஆனால், கொஞ்சம் செலவு செய்தால் நிச்சயமாக முடியும். எப்பேர்ப்பட்ட கூட்டத்திலும் காசைக் காட்டினால் வாயைப் பிளக்கும் பேர்வழிகள் நிச்சயமாக இருப்பார்கள். இல்லாவிட்டால், மது, மாது என்று ஏதாவது ஒரு வீக்னெஸுக்கு விழுவார்கள். வளைத்துப் பிடித்துவிடலாம். அப்புறம், அவர்கள் விரலை வைத்தே ஈராக்கின் கண்ணைக் குத்தவேண்டியதுதான்!

இதற்காக, பிரான்ஸில் உள்ள ஜாக்விஸ் மார்ஸெல் என்ற உளவாளியைத் தொடர்புகொண்டது மொஸாட். 'உங்க அணு ஆராய்ச்சி நிலையத்தில வேலை செய்யற ஈராக் விஞ்ஞானிகள் எல்லாரோட பெயரும் எங்களுக்கு உடனடியா வேணும்.'

ரொம்ப ரிஸ்கான வேலைதான். ஆனால், ஜாக்விஸ் அசரவில்லை. எப்படியோ கஷ்டப்பட்டு மொஸாட் கேட்ட தகவல்களைத் திரட்டிவிட்டார்.

உடனடியாக, மொஸாடிலிருந்து அவருக்கு அழைப்பு வந்தது, 'நீங்க நாளைக்கு பாரிஸ் வர்றீங்கதானே?'

'ஆமா' ஜாக்விஸுக்கு ஆச்சர்யம், 'அது எப்படி உங்களுக்குத் தெரியும்?'

மொஸாட் அவருக்குப் பதில் சொல்லவில்லை, 'நாளைக்கு நேரா நாங்க சொல்ற தெருவுக்கு வந்துடுங்க. அங்கே காரை நிறுத்திட்டு நீங்க உங்க ஆஃபீஸுக்குப் போகலாம்.'

மறுநாள், ஜாக்விஸ் பாரிஸ் சென்று சேர்ந்தார். மொஸாட் சொன்ன இடத்தில் வண்டியை நிறுத்திப் பூட்டினார். திரும்பிப் பார்க்காமல் நடந்தார்.

அவர் அந்தப்பக்கம் போனதும், எங்கிருந்தோ இரண்டு மொஸாட் உளவாளிகள் தோன்றினார்கள். டூப்ளிகேட் சாவி போட்டு ஜாக்விஸின் காரைத் திறந்தார்கள். அங்கே ஈராக் விஞ்ஞானிகளின் பட்டியல் அவர்களுக்காகக் காத்திருந்தது.

உடனடியாக, இந்தப் பட்டியல்முழுவதும் விசேஷ கேமராமூலம் பிரதியெடுக்கப்பட்டது. அதில் உள்ள பெயர்கள் அனைத்தும் இஸ்ரேலில் உள்ள மொஸாட் மேலிடத்துக்கு அனுப்பப்பட்டன. அவர்கள் இதில் யாரையாவது விலைக்கு வாங்கிக் காரியம் சாதிக்கமுடியுமா என்று கண்ணில் விளக்கெண்ணெய் ஊற்றிக்கொண்டு தேட ஆரம்பித்தார்கள்.

ம்ஹூம், பிரயோஜனம் இல்லை. ஜாக்விஸ் கொடுத்த பட்டியலில் இருந்த ஈராக் விஞ்ஞானிகள் யாரைப்பற்றியும் மொஸாடுக்கு எந்த விவரமும் தெரிந்திருக்கவில்லை. அவர்கள் அடுத்து என்ன செய்வது என்று புரியாமல் குழம்பினார்கள்.

அப்போதும், மொஸாட் நம்பிக்கை இழக்கவில்லை. 'நாம விரிச்ச வலையில மீன் எதுவும் சிக்கலை. அதனால என்ன? ஒரு தூண்டிலைப் போட்டுட்டுப் பொறுமையாக் காத்திருப்போம்! யாராச்சும் மாட்டாமலா போயிடுவாங்க?'

23. சபல கேஸ் சைன்டிஸ்ட்

ஃப்ரான்ஸில் மொஸாட் விரித்த வலையில் சிக்கியது ஒரே ஒரு மீன், பட்ரஸ் ஈபென் ஹலீம்.

ஈராக்கைச் சேர்ந்த ஹலீமுக்கு வயது நாற்பதைக் கடந்துவிட்டது. பாரிஸில் தங்கி ஏதோ படித்துக்கொண்டிருந்தார்.

நாற்பது வயதில் என்ன படிப்பு?

உங்களுடைய சந்தேகம் நியாயமானதுதான். உண்மையில், ஹலீம் ஒரு விஞ்ஞானி. ஈராக் தேசத்துக்கான அணு உலையைத் தயாரிக்கும் ரகசிய ப்ராஜெக்டில் பணியாற்றிக்கொண்டிருந்தார். இந்த விஷயம் வெளியே தெரிந்துவிடக்கூடாது என்பதற்காக, அவருக்கு 'மாணவன்' வேஷம் போட்டு அனுப்பிவைத்திருந்தார்கள்.

ஆனால், மொஸாட் எப்படியோ இந்த விஷயத்தை மோப்பம் பிடித்துவிட்டது. ஹலீமின் வீட்டில் ஒட்டுக்கேட்கும் கருவிகளைப் பொருத்தி உளவு பார்க்க ஆரம்பித்தார்கள்.

கொஞ்ச நாள் கழித்து, ஹலீமுடைய மனைவி சமீரா ஈராக் திரும்ப வேண்டியிருந்தது. விமானம் ஏறுவதற்குமுன்னால், 'பொண்டாட்டி ஊர்ல இல்லையே-ன்னு கண்டவ பின்னாடி நாக்கைத் தொங்கப் போட்டுகிட்டு அலையாதீங்க, அப்புறம் நான் பொல்லாதவளா யிடுவேன்' என்று எச்சரித்தார் அவர்.

'என்னம்மா இப்படிச் சொல்றே, என்னைப்பத்தி உனக்குத் தெரியாதா?', அப்பாவியாகக் கேட்டார் ஹலீம்.

‘நீ ஒரு சபல கேஸ்ன்னு எனக்கு நல்லாத் தெரியும்ய்யா’ என்றார் சமீரா, ‘அதனாலதான் சொல்றேன், நான் திரும்பி வர்றவரைக்கும் ஒழுங்கா கையையும் வாயையும் பொத்திகிட்டு சும்மா இருக்கணும், சரியா?’

இந்தக் குடும்பச் சண்டையை ஒட்டுக்கேட்டுக்கொண்டிருந்த மொஸாட் நிபுணர்கள் உற்சாகமானார்கள். ஹலீமை எங்கே தட்ட வேண்டும் என்பது அவர்களுக்குப் புரிந்துவிட்டது.

அடுத்த வாரம், ஹலீம் வழக்கமாக பஸ் ஏறுகிற நிறுத்தத்தில் ஒரு புதிய பெண் தென்பட்டாள். அவளுடைய உடல் வனப்பும், கவர்ச்சியான ஆடைகளும் பார்ப்பவர்களைச் சுண்டியிழுத்தன, பத்து நிமிடத்துக்குள் அந்த பஸ் ஸ்டாப்முழுக்க ஜொள் மழை.

மற்றவர்களைப்போலவே, ஹலீமும் அந்தப் பெண்ணைப் பார்வையால் விழுங்கிக்கொண்டிருந்தார். அவளிடம் ஒரு வார்த்தை பேச வாய்ப்புக் கிடைக்காதா என்று உள்ளுக்குள் ஏக்கம், ஆனால் வாயைத் திறப்பதற்குப் பயம்.

சிறிது நேரம் கழித்து, அங்கே ஒரு சொகுசு கார் வந்து நின்றது. அவள் அதில் ஏறிக்கொண்டாள். மின்னல் வேகத்தில் அந்தக் கார் பறந்து சென்று மறைந்தது.

ஹலீம் பெருமூச்சுடன் தன்னுடைய பேருந்து வரும் திசையை நோக்கித் திரும்பினார். ‘யார் அந்தப் பெண்? மீண்டும் அவளைப் பார்க்கிற வாய்ப்புக் கிடைக்குமா?’

மறுநாளும், அவள் வந்தாள். அதேமாதிரி ‘சிக்’கனமான உடைகள், வெறும் பார்வையிலேயே நெருப்புப் பற்றவைக்கும் கண்கள். ஹலீம் திக்குமுக்காடிப்போனார்.

ஆனால், இன்றைக்கும் அதே சொகுசு கார் வில்லனாக வந்தது, சொடக்குப் போடும் நேரத்துக்குள் அவளைக் கொத்திக்கொண்டு போய்விட்டது.

இப்படிச் சில நாள்களாகவே, அந்தப் பெண் ஹலீமுக்குத் தரிசனம் கொடுப்பது, பிறகு சரேலென்று மறைந்துபோவது என விளையாட்டுக் காட்டிக்கொண்டிருந்தாள். மனைவி ஊரில் இல்லாத நேரத்தில் இந்தச் சம்பவம் ஹலீமை எக்கச்சக்கமாகச் சூடேற்றியது, அதேசமயம், கண்ணுக்கு எட்டுவது கைக்கு எட்டவில்லையே என்று வெறுப்பாகவும் இருந்தது.

திடீரென்று ஒருநாள், அந்தச் சொகுசு காரைக் காணோம். கொஞ்ச நேரம் காத்திருந்தபிறகு, அந்தப் பெண் பஸ்ஸில் ஏறிச் சென்றுவிட்டாள்.

இதைப் பார்த்துக்கொண்டிருந்த ஹலீமுக்கு ஆச்சர்யம். ‘என்னாச்சு? இவளை வழக்கமாக ஒரு தடியன் பிக்கப் செய்வானே? அவன் எங்கே?’

அவர் யோசித்துக்கொண்டிருக்கும்போதே, அந்தக் கார் வந்து நின்றது, 'பிரதர், இங்கே ஒரு பொண்ணு நின்னுகிட்டிருந்தாளா? நீங்க பார்த்தீங்களா?'

'அவங்க அப்பவே பஸ்ல ஏறிப் போய்ட்டாங்களே' என்றார் ஹலீம்.

'அடடா' என்று உச்சுக்கொட்டினான் அந்த சொகுசு பார்ட்டி, 'இந்தப் பொண்ணுங்களே இப்படிதான் பாஸ், நாம இவளுங்களுக்காக எவ்ளோ நேரம்ன்னாலும் தேவுடு காக்கணும், ஆனா இவங்க நமக்காக அஞ்சு நிமிஷம்கூட வெயிட் பண்ணமாட்டாங்க.'

ஹலீம் உள்ளுக்குள் மெல்லச் சிரித்துக்கொண்டார், 'டேய் மடையா, இவ்ளோ அழகான பொண்ணைக் காக்கவெக்கலாமா? இப்ப நல்லா அவதிப்படு!'

'ஓகே சார், நான் கிளம்பறேன்' என்றான் அவன், 'நீங்க எங்க போகணும்?'

'மேடலின் ஸ்டேஷன்.'

'நானும் அந்தப் பக்கமாதான் போறேன், என்னோட வாங்களேன், உங்களை ட்ராப் பண்ணிடறேன்.'

'ஓகே, தேங்க்ஸ்', கதவைத் திறந்துகொண்டு காரில் உட்கார்ந்தார் ஹலீம்.

'ஐயாம் ஜாக் டொனோவன், சொந்தமா பிஸினஸ் பண்றேன்' என்றான் காரை ஓட்டியவன், 'நீங்க?'

'என் பேர் ஹலீம், ஸ்டூடன்ட்.'

அதன்பிறகு, ஹலீமும் டொனோவனும் அடிக்கடி சந்தித்தார்கள். ஹலீமின் பலவீனங்கள் என்னென்ன என்று டொனோவனுக்குப் புரிய ஆரம்பித்தது. புட்டி, குட்டி என்று அவர் கேட்பதையெல்லாம் ஏற்பாடு செய்துகொடுத்துக் கொஞ்சம் கொஞ்சமாக ஹலீமுடைய நம்பிக்கையைச் சம்பாதித்துக்கொண்டான்.

ஆனால், அப்போது ஹலீமுக்குத் தெரியாத விஷயம், டொனோவன் ஒரு மொஸாட் ஏஜென்ட். சபல கேஸ் சைன்டிஸ்டான ஹலீமின் 'லீலை'களையெல்லாம் அவன் ரகசியமாக வீடியோ படம் எடுத்துக் கொண்டிருந்தான்.

ஹலீமுக்குத் தன்னைச் சுற்றி ஒரு வலை விரிக்கப்பட்டிருப்பது இன்னும் புரியவில்லை. இந்த வாய்ப்பைப் பயன்படுத்திக்கொண்ட மொஸாட், கொஞ்சம் கொஞ்சமாக அவரை நெருக்க ஆரம்பித்தார்கள்.

ஒருநாள், தன்னுடைய சிநேகிதர்கள் இருவரை ஹலீமுக்கு அறிமுகப் படுத்திவைத்தான் டொனோவன், 'இவங்க அணுசக்தி சம்பந்தமா ஏதோ பிஸினஸ் பண்றாங்க.'

'ஓ, வெரி குட்' என்றார் ஹலீம், 'நானும் அந்த ஆராய்ச்சியிலதான் இருக்கேன்.'

'நீங்க ஸ்டுடன்ட்-ன்னு சொன்னீங்களே.'

ஹலீம் முகத்தில் அசடு வழிந்தது, 'இது ரொம்ப ரகசியமான ஆராய்ச்சி. அதனால எங்களைப்பத்தின விவரங்களை வெளியே யார்கிட்டயும் சொல்லக்கூடாது-ன்னு உத்தரவு.'

டொனோவன் உள்ளுக்குள் சிரித்துக்கொண்டான், 'அது எங்களுக்கு ஏற்கெனவே தெரியும்டா, மவனே!'

இப்போது, டொனோவனின் நண்பர்கள் ஹலீமைத் தூண்டிவிட்டார்கள், 'நாங்களும் உங்களைமாதிரியே அணு உலைகள் தயாரிச்சு விற்கிற முயற்சியில இருக்கோம், நீங்க எங்களுக்கு உதவி செய்யமுடியுமா?'

'உதவி-ன்னா? நான் என்ன செய்யணும்?'

'எங்களுக்கு உங்க அணு உலையைப்பத்திச் சில தகவல்கள் தேவைப்படுது, அதையெல்லாம் திரட்டிக் கொடுத்தீங்க-ன்னா நல்ல பணம் தர்றோம்.'

'அ-அ-அது தப்பில்லையா?'

'மிஸ்டர் ஹலீம், நாங்க உங்க அணு உலையைத் திருடப்போறதில்லை. நீங்க கொடுக்கிற தகவல்களை வெச்சு அதேமாதிரி இன்னொரு அணு உலை உருவாக்கி வேற ஆளுங்களுக்கு விக்கப்போறோம், அவ்ளோ தான், இதுல நீங்க தயங்கறதுக்கு என்ன இருக்கு?'

அவர்கள் சிரித்துக்கொண்டே பேசினாலும், ஹலீமுக்குப் பயத்தில் உடம்பெல்லாம் வெலவெலத்தது. 'இந்தப் பயலுங்க கேக்கறது பரம ரகசியமான மேட்டராச்சே, இதையெல்லாம் வெளியே கொண்டுவர்றது ரொம்ப ரிஸ்க், ஒருவேளை மாட்டிகிட்டா அவ்ளோதான், ஈராக்ல சதாம் உசேனோட சிஷ்யப் பிள்ளைங்க என்னைச்சும்மாவிடமாட்டாங்க, உயிரோட தோலை உரிச்சு உப்பு, மிளகாய் தடவிடுவாங்க.'

'ஆனால், பாவிப் பசங்க ஏதோ பணம் கொடுக்கறதாச் சொல்றானுங்களே, எவ்ளோ தருவாங்க?'

இப்படி யோசிக்க ஆரம்பித்தபிறகு, ஹலீமின் மனம் ஒரு நிலையில் இல்லை. 'இன்னும் எத்தனை நாளைக்குதான் நானும் விஞ்ஞானியாக்

குப்பை கொட்டமுடியும்? இவ்ளோ வருஷம் ஈராக்குக்காக உழைச்சு என்னத்தைக் கண்டேன்? இப்போ இவங்க கேட்கிற விவரத்தைக் கொடுத்துட்டா, கை மேல காசு, அப்படியே எஸ்கேப்பாகி எங்கயாவது ஒரு அஜால்குஜால் தீவில நிம்மதியா செட்டிலாயிடவேண்டியதுதான்!'

ஹலீமின் பேராசை நெருப்புக்கு மொஸாட் எண்ணெய் ஊற்றி வளர்த்தது. சின்னச் சின்ன தகவல்களுக்கெல்லாம்கூட அவருக்கு நிறைய பணம் அள்ளிக் கொடுத்தார்கள். 'இன்னும் பெரிய விஷயமாக் கொண்டு வா, நீ கற்பனையிலகூட நினைக்காத அளவு காசு தர்றோம்' என்று ஆசை காட்டினார்கள்.

கொஞ்சம் கொஞ்சமாக, பாரிஸில் உருவாகிக்கொண்டிருக்கும் ஈராக் அணு உலையைப்பற்றிச் சகல விவரங்களையும் திரட்டிவிட்டது மொஸாட். இந்த வரைபடத்தை வைத்துக்கொண்டு, அந்த அணு உலையை எப்படி அழிக்கலாம் என்று கச்சிதமாகத் திட்டம் தயாரித்தார்கள்.

1979ம் ஆண்டு ஏப்ரல் 5ம் தேதி, மொஸாட் அனுப்பிய ட்ரக் ஒன்று அந்த அணு ஆராய்ச்சி நிலையத்துக்குள் நுழைந்தது. அதில் ஐந்து அதிரடி வீரர்கள் மறைந்திருந்தார்கள்.

ஃபிரெஞ்சுப் பாதுகாவலர்களின் கண்ணில் மண்ணைத் தூவி உள்ளே புகுந்த இந்த வீரர்கள், சரியான நேரம் பார்த்து ரகசியமாகக் கீழே குதித்தார்கள். அணு உலையின் வெவ்வேறு பகுதிகளில் வெடிகுண்டு களைப் பொருத்திவிட்டு வந்த சுவடு தெரியாமல் வெளியேறினார்கள்.

சில நிமிடங்களில், அந்தக் குண்டுகள் ரிமோட் கன்ட்ரோல்மூலம் வெடிக்கப்பட்டன. ஈராக்கின் அணு உலை பாதிக்குமேல் சேதமாகிவிட்டது, கிட்டத்தட்ட 23 மில்லியன் டாலர்கள் நஷ்டம்.

பிரான்ஸ் காவல்துறை திகைத்துப்போனது. கச்சிதமாக எங்கே வெடிவைத்தால் அணு உலையில் அதிகபட்சச் சேதம் உருவாக்க முடியும் என்று கணக்குப் போட்டு வேலை செய்திருக்கிறார்களே, யார் இந்த மலைமுழுங்கிகள் என்று புரியாமல் தலைமுடியைப் பிய்த்துக் கொண்டார்கள்.

சதாம் உசேன் நொந்துபோனார். அவருடைய அணு ஆயுதக் கனவில் மண் விழுந்துவிட்டது.

ஆனால் அப்போதும், சதாம் சோர்ந்துவிடவில்லை. இடிபாடுகளை ஒதுக்கித் தள்ளிவிட்டு மீண்டும் ஓர் அணு உலையை உருவாக்கும் முயற்சிகளில் இறங்கினார்.

மொஸாட் சும்மா இருப்பார்களா? 'நீ கட்டுவியாம், நான் இடிப்பேனாம்' என்று அடுத்த அதிரடித் திட்டத்துக்குப் பிள்ளையார் சுழி போட்டார்கள்!

24. சன்டே–ன்னா குண்டு!

மெஷாத் குடும்பம் விடுமுறைக்குத் தயாராகிக்கொண்டிருந்தது.

டிக்கெட் ரெடி, பயணப் பைகள், சூட்கேஸ்களைக் கட்டி முடித்துத் தயார் செய்தாகிவிட்டது. இன்னும் கொஞ்ச நேரத்தில் புறப்பட வேண்டியதுதான்.

திடீரென்று, மெஷாத் வீட்டுத் தொலைபேசி அலறத் தொடங்கியது. வெளிநாட்டு அழைப்பு.

'ஹலோ சார், நாங்க சார்செலஸ் தொழிற்சாலையிலேர்ந்து பேசறோம்' யாரோ பதற்றத்துடன் சொன்னார்கள், 'இங்கே ஒரு பெரிய பிரச்னை, நீங்க உடனடியாப் புறப்பட்டு வரணும்.'

யாஹியா அல்-மெஷாத் லேசாக முகம் சுளித்தார். 'நான் இப்ப லீவ்ல இருக்கேனே' என்றார். 'எனக்குப் பதிலா வேற யாரையாவது அனுப்பி வைக்கட்டுமா?'

'மன்னிக்கணும் சார், இந்தப் பிரச்னையை நீங்கமட்டும்தான் தீர்த்துவைக்கமுடியும். வேற வழி இல்லாமதான் உங்களைத் தொந்தரவு பண்ணறோம். நீங்க தயவுசெஞ்சு உங்க லீவைக் கொஞ்சம் தள்ளிப்போடணும்.'

மெஷாதுக்கு எரிச்சல். ஆனால், என்ன செய்யமுடியும்? கடமை அழைக்கிறது, குடும்ப விடுமுறையைத் தாற்காலிகமாக ஒத்திப் போட்டுவிட்டு பிரான்ஸ் கிளம்பவேண்டியதுதான்.

யாஹியா அல்-மெஷாத் எகிப்தில் பிறந்தவர். சதாம் உசேனின் அணு ஆயுதக் கனவை நிஜமாக்கிக்கொண்டிருந்த அரேபிய விஞ்ஞானிகளில் முக்கியமானவர். அவர் ஈராக்பக்கம் இருக்கும்வரை, அவர்களுடைய அணுகுண்டுத் தயாரிப்பை யாராலும் தடுக்கமுடியாது!

அதனால்தான், மொஸாட் மெஷாதுக்குக் குறிவைத்திருந்தது. எப்படியாவது அவரை விலைக்கு வாங்கித் தங்கள் பக்கத்துக்குக் கொண்டுவந்துவிடவேண்டும் என்று துடித்தார்கள்.

ஆனால், மெஷாத் அத்தனை சுலபத்தில் பணிகிற மனிதர் இல்லை. தன்னிடம் பேசுகிறவர்கள், பழகுகிறவர்கள்மீது ஒரு சின்னச் சந்தேகம் ஏற்பட்டாலும், சட்டென்று விலகிப் போய்விடுவார். அவரை நெருங்கிச் சென்று வளைப்பது மிகவும் சிரமம்.

ஏற்கெனவே பலதடவை மெஷாதை மடக்கிப்போடுவதற்கு மொஸாட் முயற்சி செய்திருக்கிறது. ஆனால் ஒவ்வொருமுறையும் அவர்கள் மூக்கு உடைந்ததுதான் மிச்சம். சதாம் உசேனுக்காகத் தன்னுடைய உடல், பொருள், ஆவி எல்லாவற்றையும் எழுதிக் கொடுத்துவிட்டவராகத் தோன்றினார் மெஷாத்.

கடைசியாக, மொஸாட் மேலிடம் ஒரு முடிவுக்கு வந்தது, 'இன்னும் ஒரே ஒருதடவை முயற்சி செய்யலாம், அதுவும் சரிப்படலைன்னா, வேற வழியே இல்லை, மெஷாதைத் தீர்த்துடவேண்டியதுதான்.'

1980 ஜூன் மாதத் தொடக்கத்தில், மெஷாத் பிரான்ஸ் வந்தார். அங்குள்ள சார்செலஸ் தொழிற்சாலையில் ஈராக்கின் அணு உலை தனது இறுதிக் கட்டத்தை நெருங்கிக்கொண்டிருந்தது. இன்னும் கொஞ்ச தூரம்தான், விடாமல் தம் பிடித்து முன்னேறினால் ஜெயித்துவிடலாம் என்கிற நிலைமை. விஞ்ஞானிகள், தொழிலாளர்கள், மற்ற ஊழியர்கள் எல்லோரும் ராத்திரி பகல் பார்க்காமல் உழைத்துக்கொண்டிருந்தார்கள்.

இப்படிச் சாப்பிடாமல் தூங்காமல் வேலை பார்க்கிறபோது, இடையிடையே கொஞ்சமாவது ரிலாக்ஸேஷன் வேண்டாமா? தனக்குத் தெரிந்த பாலியல் தொழிலாளி ஒருவரை அழைத்தார் மெஷாத். 'இன்னிக்கு நைட் 7:30க்கு என் ரூமுக்கு வர்றியா?'

'ஓகே.'

ஆனந்தக் கற்பனைகளோடு படுக்கையில் சாய்ந்தார் மெஷாத். ஏழரை மணிக்கு இன்னும் கொஞ்ச நேரம்தான் இருக்கிறது.

திடீரென்று, அழைப்பு மணி ஒலித்தது, 'அதுக்குள்ள வந்துட்டாளா? இருக்காதே!'

கவனமாகக் கதவைத் திறந்து பார்த்தார் மெஷாத். அங்கே ஒரு புதியவன் நின்றிருந்தான். 'யாருய்யா நீ? என்ன வேணும்?'

'உங்ககிட்டே கொஞ்சம் பேசணும்' என்றான் அவன். 'எங்களுக்குச் சில தகவல்கள் தேவைப்படுது, பணத்தைப்பத்திக் கவலை இல்லை. என்ன சொல்றீங்க?'

மெஷாதுக்கு ஒன்றும் புரியவில்லை. ஆனால் இந்த ஆள் ஏதோ தப்பான நோக்கத்துடன் வந்திருக்கிறான் என்பதுமட்டும் விளங்கியது, 'கெட் அவுட்' என்று கதவை அறைந்து சாத்திவிட்டார்.

வெளியே நின்றிருந்த மொஸாட் ஏஜென்ட் நம்பமுடியாமல் தலையை உலுக்கிக்கொண்டான். 'பாவம் மெஷாத், அவர் உயிர் பிழைப்பதற் கான கடைசி வாய்ப்பையும் வீணடித்துவிட்டார்!'

அந்த ஆள் வெளியேறிச் சில நிமிடங்களுக்குப்பிறகு, மெஷாத் ஏற்பாடு செய்திருந்த பாலியல் தொழிலாளி வந்தாள். அறைக்குள் போய்க் கதவைச் சாத்திக்கொண்டாள்.

மொஸாட் அதிரடிப்படை வீரர்கள் தங்களுக்குள் சிரித்துக் கொண்டார்கள். 'மெஷாத் எப்படியும் சாகப்போகிறான், கொஞ்சம் அனுபவித்துவிட்டுப் போய்ச்சேரட்டுமே!'

கொஞ்ச நேரம் கழித்து, அந்தப் பெண் வெளியேறினாள். கதவு பூட்டப் பட்டது. அறைக்குள் விளக்கு அணைந்து இருள் சூழ்ந்தது.

மொஸாட் வீரர்கள் சிறிது நேரம் காத்திருந்தார்கள். பின்னர் பூட்டை உடைத்துக்கொண்டு மெஷாதின் அறைக்குள் நுழைந்தார்கள். அசந்து தூங்கிக்கொண்டிருந்த விஞ்ஞானியின் கழுத்திலும் நெஞ்சிலும் கத்திகளைப் பாய்ச்சினார்கள்.

மறுநாள், மெஷாத் கொலை செய்யப்பட்ட செய்தி வெளியானதும் அந்தப் பாலியல் தொழிலாளி ஆடிப்போய்விட்டாள். 'கடைசியா அவரை உயிரோட பார்த்தது நான்தானே? ஒருவேளை, போலீஸ் என்மேல சந்தேகப்பட்டுட்டாங்கன்னா?'

அவள் நேரடியாகக் காவல்துறையிடம் போனாள், தனக்குத் தெரிந்த விவரங்களைச் சொல்லிப் பதிவு செய்துகொண்டாள். சில நாள் கழித்து, அந்தப் பெண்ணும் ஒரு சாலை விபத்தில் கொல்லப்பட்டாள்.

அது நிஜமாகவே விபத்தா, அல்லது மொஸாடின் கைங்கர்யமா என்பது யாருக்கும் தெரியவில்லை.

மெஷாதின் மரணம், ஈராக்கின் அணுகுண்டுத் தயாரிப்புத் திட்டத்துக்கு இன்னொரு பெரிய அடி. பிரெஞ்சு விஞ்ஞானிகளின் ஒத்துழைப்புடன் ஓர் அணு உலையை உருவாக்கி, நிறுவி, இயக்கித் தருகிற முக்கிய மான பொறுப்புகளையெல்லாம் அவரிடம்தான் நம்பி ஒப்படைத் திருந்தார் சதாம் உசேன்.

அதேசமயம், மெஷாத் இறந்தபிறகும் ஈராக் தனது அணு ஆயுதக் கனவுகளை மறக்கவில்லை. மற்ற விஞ்ஞானிகள் அதைச் சுறுசுறுப் பாகத் தொடர்ந்து முன்னெடுத்துச் சென்றார்கள். பாக்தாத் அருகில் உள்ள அல்-ட்வைதா என்ற இடத்தில் 'ஓசிராக்' என்கிற பெயரில் ஒரு முழுமையான அணு ஆராய்ச்சி நிலையம் உருவாகத் தொடங்கி விட்டது.

இதனால், இஸ்ரேலுக்குப் பதற்றம் அதிகரித்தது. அவர்களும் மொஸாட்மூலமாக என்னென்னவோ தில்லாலங்கடி வேலை யெல்லாம் செய்துபார்த்துவிட்டார்கள், பப்பு வேகவில்லை. 'எந்த ராஜா எந்தப் பட்டணம் போனாலும், நான் அணுகுண்டு செய்யாமல் விடமாட்டேன்' என்று ஒற்றைக்காலில் நிற்கிறார் சதாம்.

இந்தப் பிரச்னையைத் தீர்ப்பதற்கு இஸ்ரேல் விமானப்படையினர் ஒரு வழி சொன்னார்கள். 'பேசாம அந்த ஓசிராக் அணு உலைமேல குண்டு வீசித் தகர்த்துட்டா என்ன?'

'செய்யலாம். ஆனா, அதனால நிறைய அப்பாவி மக்கள் செத்துப் போவாங்க, அதுக்கப்புறம் எந்த நாடும் நம்மை ஆதரிக்காது' என்றார் மொஸாட் தலைவர் யிட்ஜக் ஹோஃபி. 'அதுமட்டுமில்ல, ஓசிராக்ல நிறைய வெளிநாட்டு விஞ்ஞானிகள் வேலை பார்க்கறாங்க. அவங்க உயிருக்கு ஏதாவது ஆபத்துன்னா அது பெரிய சர்வதேசப் பிரச்னையாயிடும்.'

மொஸாட் இப்படிச் சொன்னதும், விமானப்படையினருக்கு எரிச்சல். தங்களுடைய வீரத்தை அவர் மட்டம் தட்டுகிறார் என்று நினைத்துக் கோபித்துக்கொண்டார்கள்.

அப்போது மொஸாட் துணைத் தலைவர் நாஹூம் அத்மோனி சத்தமாகப் பேச ஆரம்பித்தார். 'ஈராக்கோட அணு உலையை நாம அடிச்சாகணும், அப்பதான் மத்த அரபு நாடுகள்லாம் அணு ஆயுதம் செய்யணும்-ன்னு ஆசைப்படாம இருப்பாங்க. அதுக்காகவாச்சும்

நாம ஓசிராக்கைத் தாக்கியே தீரணும். அதேசமயம், அந்தத் தாக்குதலால மக்கள், விஞ்ஞானிகள், மத்த ஊழியர்கள் யாரோட உயிருக்கும் ஆபத்து வரக்கூடாது, அணு உலையைமட்டும் குறி வெச்சு அழிக்கணும்.'

'அதான் எப்படி?'

'ஞாயித்துக்கிழமையாப் பார்த்து அடிப்போம்' என்றார் நாஹூம் அத்மோனி, 'அன்னிக்கு ஆராய்ச்சியாளர்களுக்கெல்லாம் லீவ். சாயந்திர நேரம்னா இன்னும் வசதி. கட்டட வேலை செய்யற மேஸ்திரிங்க, சித்தாளுங்ககூட இருக்கமாட்டாங்க, ஓசிராக் அணு உலை மொத்தமும் காலியாதான் இருக்கும்.'

நாஹூம் அத்மோனியின் யோசனையை எல்லோரும் பாராட்டிக் கொண்டிருந்தபோது, யிட்ஜக் ஹோஃபி குறுக்கிட்டார். 'கொஞ்சம் பொறுங்க, இந்த விஷயத்தில அவசரப்படறது ரொம்பத் தப்பு.'

'இனிமேலும் பொறுத்துக்கிட்டிருக்கமுடியாது மிஸ்டர் ஹோஃபி. பிரான்ஸ்லேர்ந்து அணுகுண்டு தயாரிக்கறதுக்கான மூலப்பொருளெல்லாம் ஓசிராக்குக்கு வரப்போறதா தகவல் கிடைச்சிருக்கு. அதுக்குள்ள நாம அவங்களை மறுபடி எழுந்திருக்கமுடியாதபடி அடிச்சாகணும்.'

யிட்ஜக் ஹோஃபி அரை மனத்தோடு உட்கார்ந்தார். அவ்வளவுதான், இனிமேல் இவர்களை யாரும் தடுக்கமுடியாது.

உடனடியாக, இந்தத் திடீர்த் தாக்குதலுக்காக இஸ்ரேல் பிரதமர் மெனாகெம் பெகினிடம் அனுமதி பெறப்பட்டது. தேவையான விமானங்கள், வெடிகுண்டுகள் திரட்டப்பட்டன, கச்சிதமான திட்ட வரைபடம் தயாரிக்கப்பட்டது.

1981 ஜூன் 7ம் தேதி மதியம், எட்டு இஸ்ரேல் போர் விமானங்கள் ஈராக்கை நோக்கிப் பறக்க ஆரம்பித்தன. இவற்றைப் பாதுகாப்பதற்கும், வழியில் உள்ள நாடுகளின் ராடார்களை ஏமாற்றுவதற்கும் இன்னும் சில விமானங்களை உப்புக்குச் சப்பாணியாக ஆட்டத்தில் சேர்த்துக்கொண்டார்கள். மற்றபடி அந்த எட்டு விமானங்கள்தான் மெயின்.

சுமார் இரண்டரை மணி நேரம் கழித்து, இந்த விமானங்கள் ஈராக் எல்லைக்குள் ரகசியமாக நுழைந்தன. அங்குள்ள அதிகாரிகள் என்ன நடக்கிறது என்று உணர்வதற்குள், ஓசிராக் அணு உலையைக் கண்டுபிடித்து அதன்மீது குண்டு மழை பொழிய ஆரம்பித்தார்கள்.

சில நிமிடங்கள்தான். ஓசிராக் வெறும் காங்க்ரீட் குவியலாகிவிட்டது. ஈராக்கின் அணு ஆயுதக் கனவு முழுவதுமாகத் தகர்ந்துபோனது. மொஸாட் இரண்டுமுறை அரைகுறையாகச் செய்த வேலையை, இஸ்ரேல் விமானப்படையினர் மொத்தமாக முடித்துவிட்டார்கள்.

அத்துடன், மொசாடில் ஹிட்ஜக் ஹோஃபியின் செல்வாக்கும் முடிவுக்கு வந்தது. இனிமேல், அங்கே நாஹூம் அத்மோனியின் ராஜ்ஜியம்தான்!

25. புலி வால்

உளவுத்துறை என்பது சிகரெட், விஸ்கி, போதைமாதிரியான சமாசாரம்.

ஆரம்பத்தில் அது ஒரு நல்ல ரிலாக்ஸேஷன் என்று தோன்றும். எப்போதாவது தம்மடித்தால், தண்ணியடித்தால் ஆனந்தமாக இருக்கும். அந்த நேரங்களில் நம்முடைய திறமைகள், தகுதிகள் திடீரென்று அதிகரித்துவிட்டதுபோல் கொஞ்சம் பெருமையாகக்கூட உணர்வோம். அப்புறம் நம்முடைய சாதாரண வாழ்க்கைக்குத் திரும்பி வந்துவிடுவோம்.

ஆனால் ஒருகட்டத்துக்குமேல் இந்தப் பழக்கம் நம்மைப் பிடித்துக் கொண்டுவிடும். அதன்பிறகு அங்கிருந்து வெளியே தப்பி வருவது மிக மிகச் சிரமம். புலி வாலைப் பிடித்ததுபோல் பின்னாலேயே ஓடிக்கொண்டிருக்கவேண்டியதுதான்.

பெரும்பாலான நாடுகளின் உளவுத்துறைகளும் இப்படிதான் சிறிய அளவில் தொடங்குகின்றன. 'யாராச்சும் திடீர்னு நம்மை அடிக்கவந்தா என்ன செய்யறது? அதுக்குதான் முன்கூட்டியே எச்சரிக்கையா இருக்கோம்!' என்று சொல்லிக்கொண்டு ஆரம்பிப்பார்கள். தங்களுடைய விரோதி நாடுகளில்மட்டும் உளவு நெட்வொர்க் அமைப்பார்கள். அங்கிருந்து வரும் தகவல்களைக் கவனமாகப் படித்து ரிப்போர்ட் தயாரித்து பிரதமர் அல்லது ஜனாதிபதிக்கு அனுப்பிவைப்பார்கள்.

எதிராளிக்குத் தெரியாமல் அவர்களுடைய ரகசியங்களைத் திருடுவது ஒரு மிகப் பெரிய த்ரில். இந்த சுகத்துக்குப் பழகிவிட்டபிறகு, உளவுத்துறை அதிகாரிகளால் அதிலிருந்து விடுபடவே முடியாது.

இதனால், எதிரி நாடுகளில்மட்டும் உளவு நெட்வொர்க் என்கிற பழக்கம் மாறி, உலகம்முழுக்கத் தங்களுடைய ஏஜென்ட்களை அள்ளி இறைக்கத் தொடங்குவார்கள். நட்பு நாடுகள், நடுநிலை தேசங்கள், அவ்வளவு ஏன், உள்நாட்டில் இருக்கும் அரசியல் தலைவர்கள், ஆட்சியாளர்களைக்கூட ரகசியமாக வேவு பார்க்கத் தொடங்கி விடுவார்கள்.

மொஸாடுக்கும் இதே பிரச்னைதான். அவர்களுடைய உளவாளிகள் அடுத்தடுத்து பல வெற்றிகரமான 'ஆபரேஷன்'களை நடத்தி முடிக்க, இஸ்ரேல் அரசாங்க வட்டாரங்களில் மொஸாடுக்குப் பெரிய மரியாதை, கூடுதல் அதிகாரங்கள் குவிந்தன. 'எங்களை மிஞ்ச யாரும் இல்லை' என்று காலரைத் தூக்கிவிட்டுக்கொண்ட இஸ்ரேல் உளவாளிகள், அதிகாரிகள் இது தேவையா, இல்லையா என்றெல்லாம் யோசிக்காமல் 'எதுக்கும் இருக்கட்டுமே' என்று எக்ஸ்ட்ரா தன்னம்பிக்கையுடன் பல வேலைகளைச் செய்ய ஆரம்பித்தார்கள்.

உதாரணமாக, இஸ்ரேல் உருவாக்கப்பட்ட நாள் தொடங்கி, அவர்களுக்கு ஆதரவாகமட்டுமே இயங்கிவருகிற நாடு அமெரிக்கா. மொஸாடின் வளர்ச்சியிலும் அமெரிக்க உளவுத்துறையான சி.ஐ.ஏ.வுக்கு முக்கியப் பங்கு உண்டு.

ஆனால், இத்தனைக்குப்பிறகும் இஸ்ரேல் அமெரிக்காவை முழுசாக நம்பவில்லை. பெரியண்ணனின் கருணைக்குப் பின்னால் வேறு ஏதாவது உள்நோக்கம் இருக்குமோ என்று சந்தேகப்பட்டார்கள்.

இதனால், ஒருபக்கம் அமெரிக்காவின் உதவிகளைப் பெற்றுக் கொண்டு, இன்னொருபக்கம் அங்கே தனது உளவாளிகளையும் நிரப்பிவைத்தது மொஸாட். அமெரிக்காவின் ராணுவ நடவடிக்கை களில் தொடங்கி அரசியல் செயல்பாடுகள், அறிவியல் ஆராய்ச்சிகள், அரசாங்க முடிவுகள், மக்களின் மனோநிலை என்று சகலத்தையும் அலசி ஆராயத் தொடங்கினார்கள்.

இந்த விஷயம் அமெரிக்காவுக்குத் தெரிந்தபோது, செம கடுப்பாகி விட்டார்கள். மொஸாடை ரகசியமாக அழைத்து, 'தம்பி, வரம் கொடுத்தவன் தலையிலயே கை வைக்கிற வேலை வேணாம், புரியுதா?' என்று அதட்டினார்கள்.

மொஸாட் ஒன்றும் தெரியாத அப்பாவிபோல் முகத்தை வைத்துக் கொண்டது. 'நானா? அமெரிக்காவை உளவு பார்க்கறேனா? இல்லையே!'

அவர்கள் சொல்வது சுத்தப் பொய் என்று அமெரிக்காவுக்கு நன்றாகத் தெரியும். ஆனால், அவர்களால் என்ன செய்யமுடியும்? பங்காளி

தோளை மிஞ்சி வளர்ந்துவிட்டான், அனுசரித்துக்கொண்டு போக வேண்டியதுதான்!

கடந்த இருபது ஆண்டுகளில், அமெரிக்காவின் ரகசியங்களைத் திருடிய உளவாளிகள் பலர் பிடிபட்டிருக்கிறார்கள். இவர்களில் யாரெல்லாம் மொஸாடின் ஆள்கள் என்று உறுதி செய்வது ரொம்பச் சிரமம். ஒருவேளை அவர்கள் இதை ஆதாரத்துடன் நிரூபித்தால்கூட, 'எங்களுக்குத் தெரியாம யாரோ ஒரு ஆஃபீஸர் உணர்ச்சிவசப் பட்டுட்டார், ரொம்ப ஸாரி' என்று மொஸாட் கையை விரித்துவிடும்.

மொஸாட் நெட்வொர்க் அமெரிக்காவில் எந்த அளவு வலுவாகப் பரவியிருந்தது என்பதற்கு ஓர் உதாரணம், பில் கிளின்டன், மோனிகா லெவின்ஸ்கி விவகாரம்!

அமெரிக்க அதிபர் கிளின்டனுக்கும், வெள்ளை மாளிகை ஊழியர் மோனிகாவுக்கும் இடையே நிகழ்ந்த செக்ஸ் கசமுசாக்கள் இப்போது வெட்டவெளிச்சமாகிவிட்டன. செய்திகள், கட்டுரைகளில் ஆரம்பித்து ஸ்டார் ரிப்போர்ட் புத்தகம்வரை ஊர்முழுக்க நாறிவிட்டது.

ஆனால், இந்த விஷயத்தை அமெரிக்க ஊடகங்கள் மோப்பம் பிடிப்பதற்குமுன்பாகவே, அங்கிருந்த மொஸாட் உளவாளிகள் சிலர் கிளின்டனின் 'லீலை'களைப்பற்றித் தெரிந்துகொண்டார்கள். உடனடியாக இஸ்ரேலுக்குச் செய்தி அனுப்பிவைத்தார்கள்.

பில் கிளின்டன் இன்னொரு பெண்ணுடன் தொடர்பு வைத்திருக்கிறார் என்றால், அது அவருடைய சொந்த விவகாரம். இஸ்ரேலுக்கும் அதற்கும் எந்தச் சம்பந்தமும் கிடையாது.

ஆனால், மொஸாட் அப்படி நினைக்கவில்லை. எதற்காகவோ, இந்த விஷயத்தை மேலும் கிளறவேண்டும் என்று தீர்மானித்தார்கள். கிளின்டன், மோனிகா இருவரையும் நோட்டம் விட ஆரம்பித்தார்கள்.

ஒரே பிரச்னை, கிளின்டன் வசிக்கும் அமெரிக்க வெள்ளை மாளிகையில் பாதுகாப்பு ஏற்பாடுகள் ஜாஸ்தி. அங்கிருந்து வெளியே போகிற தொலைபேசி அழைப்புகளை ஒட்டுக்கேட்பது மிகவும் சிரமம்.

அதனால் என்ன? மோனிகா லெவின்ஸ்கி வெள்ளை மாளிகைக்கு வெளியில்தானே இருக்கிறார்? அவர் வீட்டு டெலிஃபோனைக் கொக்கி போட்டால் ஆச்சு!

மொஸாட் தொழில்நுட்ப 'கில்லி'கள் சுறுசுறுப்பாக வேலையில் இறங்கினார்கள். சில நாள்களுக்குள், மோனிகாவின் தொலைபேசி அவர்களுடைய கட்டுப்பாட்டில் வந்துவிட்டது.

அப்புறமென்ன? 'ப்ளேபாய்' கிளின்டனின் 'காதல் மொழி'கள் உடனுக்குடன் பதிவு செய்யப்பட்டன. மொஸாட் அதிகாரிகள் இந்தக் கிளுகிளுப்பான பதிவுகளைக் கேட்டு வாய்விட்டுச் சிரித்தார்கள்.

அமெரிக்க அதிபரின் குடுமி, இப்போது இஸ்ரேல் கையில். அவர்கள் நினைத்தால் பில் கிளின்டனை பிளாக்மெயில் செய்து என்ன வேண்டுமானாலும் சாதித்துக்கொள்ளலாம்.

உண்மையில், மொஸாட் அப்படி எதுவும் செய்யவில்லை என்பது வேறு விஷயம். ஆனால், அமெரிக்காவில் என்ன நடந்தாலும் அதை உடனுக்குடன் தெரிந்துகொள்கிற அளவுக்கு அவர்களுடைய உளவு, தொழில்நுட்ப பலம் அதிகரித்திருந்தது. அல்-காய்தாவின் 9/11 தாக்குதல்களைப்பற்றிக்கூட மொஸாடுக்கு முன்கூட்டியே தெரிந்திருக்கக்கூடும் என்கிறார்கள்.

ஆனால், இப்படி அதீத தன்னம்பிக்கையோடு செயல்படுவதாலேயே, மொஸாட் ஏஜென்ட்கள் பல பெரிய தவறுகளையும் செய்திருக் கிறார்கள். இந்த விஷயத்தில் மொஸாடுக்கே அல்வா கொடுத்த தில்லாலங்கடி பார்ட்டிகளும் நிறையப் பேர் உண்டு!

உதாரணமாக, யெஹுதா கில் என்று ஒருவர், 1970ம் வருடம் மொஸாடில் இணைந்தார். ரொம்பச் சுறுசுறுப்பாகச் செயல்பட்டுப் பல முக்கியமான தகவல்களைத் திரட்டிக் கொடுத்தார். இதனால், மொஸாட் வட்டாரங்களில் அவருக்கு ரொம்ப நல்ல பெயர், நிறைய பிரமோஷன், சம்பள உயர்வு, போனஸ் என்று மனிதர் ஆனந்தமாக வாழ்ந்தார்.

பதினைந்து வருடங்கள் கழித்து, யெஹுதா மொஸாடுக்கு அனுப்பிய ஒரு செய்தி(?), 'சிரியா இஸ்ரேல்மீது போர் தொடுக்கப்போகிறது!'

இதைப் படித்த இஸ்ரேல் ராணுவ அதிகாரிகள் பரபரப்பாகி விட்டார்கள். சிரியாவின் தாக்குதலுக்குப் பதிலடி கொடுப்பதற்கான ஏற்பாடுகள் ஒருபக்கம், 'அவங்க நம்மை அடிக்கறதுக்கு முன்னாடி, நாம முந்திக்கிட்டா என்ன?' என்கிற வீர உரைகள் இன்னொருபக்கம்.

இதற்கு நடுவே, யாரோ அந்தச் சந்தேகத்தை எழுப்பினார்கள். 'நிஜமாவே சிரியாக்காரங்க நம்மைத் தாக்கப்போறாங்களா? நாம அதை உறுதி செஞ்சுக்கவேணாமா?'

'எதுக்கு? அதான் மொஸாட்லேர்ந்து விவரமா ரிப்போர்ட் அனுப்பி யிருக்காங்களே!'

'ஒருவேளை அந்த ஏஜென்ட் சொல்றது பொய்யா இருந்தா?'

இந்தக் கோணத்தில் விசாரிக்க ஆரம்பித்தபோதுதான், யெஹுதா கில்லின் குட்டு வெளிப்பட்டது. சிரியாவின் ராணுவ நடவடிக்கைகள், போர் முன்னேற்பாடுகள் என்று அவர் கொடுத்த விவரங்கள் எல்லாமே தவறானவை என்பது தெரியவந்தது.

திகைத்துப்போன மொஸாட், யெஹுதாவின் மற்ற ரிப்போர்ட்களைத் தூசு தட்டி எடுத்துச் சரிபார்க்க ஆரம்பித்தது. அவ்வளவும் டூப், பொய், கப்ஸா, டுபாக்கூர், டகால்டி, ரீல்!

உளவாளிகள் திரட்டுகிற தகவல்கள் எல்லாமே உண்மையாக இருக்க வேண்டும் என்கிற கட்டாயம் இல்லை. அவ்வப்போது ஊகங்களின் அடிப்படையில் தங்களுக்குக் கிடைக்கிற விஷயங்களையும் அனுப்பி வைப்பார்கள். அதன்பிறகு, நம் ஊர் வானிலை அறிக்கைகளைப் போல, அவை நடக்கலாம், நடக்காமலும் போகலாம்.

ஆனால், யெஹுதா கில் விஷயம் அப்படியில்லை. இதுவரை அவர் அனுப்பிவைத்த அத்தனை தகவல்களிலும் ஏதோ சில்மிஷம் தெரிந்தது. உண்மையில், இத்தனை வருடங்களாக அவர் மொஸாடுக் காகக் களத்தில் இறங்கி வேலை பார்க்கவே இல்லை. உட்கார்ந்த இடத்தில் தன்னுடைய கற்பனைக் குதிரையைத் தட்டிவிட்டிருக் கிறார், அப்போதைக்கு மனத்தில் என்னவெல்லாம் தோன்றுகிறதோ அதையெல்லாம் உளவுக் குறிப்புகளாக அனுப்பிவைத்திருக்கிறார்.

இன்னொரு கொடுமை, இந்தத் 'தகவல்'களைத் திரட்டிக் கொடுத்த நண்பர்(?)களுக்குப் பணம் தரவேண்டாமா? இந்தக் காரணத்தைச் சொல்லிச் சொல்லி மொஸாடிடமிருந்து ஏகப்பட்ட பணத்தைச் சுருட்டிப் பாக்கெட்டில் போட்டுக்கொண்டிருக்கிறார் யெஹுதா.

யோசித்துப்பாருங்கள், ஒருவேளை யெஹுதா சொன்ன தகவல்களை உண்மை என்று நம்பி, இஸ்ரேல் உடனடியாகச் சிரியாவின்மீது படையெடுத்திருந்தால் என்ன ஆகியிருக்கும்? தனி மனிதர் ஒருவருடைய பேராசையால், அநாவசியமாக ஒரு போர் தூண்டப் பட்டிருக்கும். இதனால் ஏற்படக்கூடிய உயிரிழப்புகள், சேதத்துக் கெல்லாம் மொஸாட் பொறுப்பேற்குமா?

இந்தச் சம்பவத்துக்குப்பிறகு, மொஸாட் தன்னுடைய 'ஏஜெண்ட்' களைக் கூடுதல் கவனத்துடன் கண்காணிக்க ஆரம்பித்தது. அவர்கள் அனுப்பும் தகவல்களை இன்னொரு உளவாளியைக் கொண்டு உறுதிப்படுத்தும் 'Double Check' வழிமுறைகள் அமல்படுத்தப் பட்டன. இஸ்ரேல் அரசாங்கத்துக்கு, ராணுவத்துக்கு மொஸாட் அனுப்புகிற அறிக்கைகளில் ஒவ்வொரு தகவலையும்

உறுதிப்படுத்தப்பட்டது, நம்பகமானது, நிச்சயமில்லாதது என்று தெளிவாகக் குறிப்பிட ஆரம்பித்தார்கள்.

ஆனால், இதுமாதிரி சறுக்கல்களால் இஸ்ரேலில் மொஸாடின் முக்கியத்துவம் நிச்சயமாகக் குறையப்போவதில்லை. இன்றைக்கும் அந்த ஊர் அரசாங்கம், ராணுவத்தின் வெற்றி, தோல்விகளைத் தீர்மானிக்கிற ஓர் அமைப்பாகதான் மொஸாட் இருக்கிறது!

26. (அ)சாதாரண உளவாளிகள்

உலகம்முழுக்க, 'உளவாளி' என்று சொன்னவுடன் சட்டென்று நினைவுக்கு வருகிற பெயர், ஜேம்ஸ் பாண்ட்.

பலருக்கு, ஜேம்ஸ் பாண்ட் ஒரு கற்பனைக் கதாபாத்திரம் என்பதுகூடத் தெரியாது. அவரைமாதிரி பந்தாவாக உடை அணிந்துகொண்டு நவீன தொழில்நுட்ப சாதனங்களின் உதவியுடன் உலகைச் சுற்றிவந்து துப்பறிவதுதான் உளவாளிகளின் வேலை என்று நமக்குள் ஒரு பிம்பம் உருவாகியிருக்கிறது.

உண்மையில், உளவாளிகளுக்கென்று தனி யூனிஃபார்மெல்லாம் எதுவும் கிடையாது. ஜேம்ஸ் பாண்ட்போல எந்த விசேஷ அடையாளமும் இல்லாமல் பொதுஜனங்களோடு கலந்திருப்பதுதான் அவர்களுக்கு வசதி, ப்ளஸ் பாதுகாப்பு.

மொஸாட் போன்ற 'மெகா பட்ஜெட்' உளவுத்துறைகள், உலகம் முழுக்கத் தங்களுடைய சொந்த ஏஜென்ட்களை அனுப்பிக் கச்சிதமான நெட்வொர்க் அமைக்கதான் விரும்புவார்கள். ஆனால், சாதாரணப் பொதுமக்களின் உதவி இல்லாமல் எந்த உளவுப் பணியும் முழுமையடையாது.

ஏனெனில், நாம் எவ்வளவுதான் கவனமாக ஆள்களைத் தேர்ந்தெடுத்தாலும், அவர்கள் எல்லா இடத்திலும் நீக்கமற நிறைந்திருக்க முடியாது. சும்மா ரோட்டில் நடந்துபோகிறவர்களின் காதுகளில் எதேச்சையாக வந்து விழும் ரகசியங்கள் நிறைய. அதையெல்லாம் எப்பேர்ப்பட்ட உளவாளியாலும் சேகரிக்கமுடியாது.

அதனால்தான், உலகின் எல்லா உளவுத்துறைகளும் பொதுமக்களின் உதவியைக் கணிசமாகப் பயன்படுத்திக்கொள்கின்றன. சிலரை இவர்களே சல்லடை போட்டுத் தேர்ந்தெடுக்கிறார்கள், இன்னும் சிலர் இவர்களைத் தேடி வருகிறார்கள். இப்படி உளவுத்துறைக்கு உதவ முன்வருகிற எல்லோருக்கும் வேண்டிய பணம், பரிசுகள், சிபாரிசு போன்றவற்றைத் தாராளமாகச் செய்துகொடுத்து ஊக்குவிக்கிறார்கள்.

இந்த விஷயத்தில், மொஸாட் ஒரு படி மேலே சென்றுவிட்டது. அவர்கள் தங்களுடைய பணிகளில் அதிகம் உதவுகிற பொது மக்களுக்கு Hero Of Silence ('மௌனக் கதாநாயகர்கள்') என்கிற விசேஷ விருது ஒன்றைக் கொடுத்துக் கௌரவிக்கிறார்கள்.

'ஹீரோ ஆஃப் சைலன்ஸ்' விருதைப் பெற்ற முதல் நபர், ஒரு ஹீரோயின். அவர் பெயர் ஷுலா!

1920ம் வருடம், ஜெருசலேம் நகரத்தில் பிறந்த ஷீலாவுக்கு, ஏகப்பட்ட சகோதர, சகோதரிகள். அதிகம் படிக்கவில்லை, சமையல், வீட்டு வேலைகளைக் கற்றுக்கொண்டார். வயது பதினாறைத் தொட்டதும் கல்யாணத்துக்கு ஏற்பாடு செய்துவிட்டார்கள்.

ஷுலாவுக்கு நிச்சயிக்கப்பட்ட மாப்பிள்ளையின் பெயர், ஜோசஃப் கிஷக்-கோஹென். லெபனானில் பெரிய வியாபாரி. வயது முப்பத்தாறு.

சிறுமி ஷுலா, தன்னைவிட இருமடங்கு வயதான வழுக்கைத் தலை ஜோசஃபைக் கவலையோடு பார்த்தாள். 'எனக்கு இந்தக் கல்யாணம் வேணாம்' என்று எதிர்த்துப் பேசுகிற தைரியம் அவளுக்கு இல்லை, 'என் விதி அவ்வளவுதான்' என்று மௌனமாகத் தலையாட்டிவிட்டாள்.

திருமணம் முடிந்ததும், ஜோசஃப் ஷுலாவை லெபனானுக்கு அழைத்துச் சென்றுவிட்டார். புது நாடு, வித்தியாசமான மொழி, மக்கள், பழக்கவழக்கங்கள், சூழ்நிலை எதுவும் புரியாமல் வீட்டுக்குள் அடைபட்டுக் கிடந்தாள் அவள்.

அடுத்த சில மாதங்களுக்குள், பக்கா குடும்பத் தலைவி(?)யாகி விட்டாள் ஷுலா. தினந்தோறும் மூன்று வேளை சமையல், வீட்டைப் பெருக்கித் துடைத்து ஒழுங்குபடுத்துவது, பிள்ளை பெற்றுக் கொள்வது, குழந்தைகளைக் கவனிப்பது, அவ்வளவுதான்.

ஒருகட்டத்தில், ஷுலாவுக்கு அந்த வீடே சிறைச்சாலைமாதிரி தோன்றத் தொடங்கிவிட்டது. நாலுபக்கமும் இருக்கிற சுவர்களைப் பார்த்தால்கூடப் பயமாக இருந்தது. என்றைக்காவது அந்தச் சுவர்கள் நெருங்கி வந்து தன்னைக் கொன்றுவிடுமோ என்று நடுங்கினாள்.

என்ன? மெகா சீரியல்மாதிரி இருக்கிறதா? கவலைப்படாதீர்கள், இனிமேல்தான் ஷூலாவின் வாழ்க்கையில் கியர் மாறப்போகிறது, வேகம் கூடப்போகிறது.

1947ம் வருடம், யூதர்கள், பாலஸ்தீனர்கள் இடையிலான கலாட்டாக்கள் உச்சத்தை எட்டியிருந்த நேரம். இஸ்ரேல் என்கிற புது தேசம் உருவாவதற்கான சூழல் ஏற்பட்டிருந்தது.

அப்போது, சில அரேபியர்கள் ஷூலாவின் கணவரைப் பார்க்க வந்திருந்தார்கள். அவர்கள் தங்களுக்குள் பேசிக்கொள்வது எதேச்சை யாக அவள் காதில் விழுந்தது.

ஷூலா அப்படியே உறைந்து நின்றுவிட்டாள், 'இந்த ஆளுங்க என்ன பேசிக்கறாங்க? ஏதோ ரகசியத் தாக்குதல், ஆயுதம், முற்றுகைன் னெல்லாம் விபரீதமாக் காதில விழுதே!' கூர்ந்து கவனிக்க ஆரம்பித்தாள்.

சிறிது நேரத்தில், அவளுக்கு விஷயம் புரிந்துவிட்டது. இவர்கள் யூதர்களுடைய விரோதிகள், இஸ்ரேலை ஆரம்பத்திலேயே தாக்கி அழிக்கத் திட்டம் போடுகிறார்கள்.

ஷூலா பதற்றத்துடன் யோசித்தாள். 'இப்ப நான் என்ன செய்யணும்? இந்த தடிப் பசங்களைப் போலிஸ்ல பிடிச்சுக் கொடுக்கணுமா? இல்லைன்னா, இவங்க எங்கே, எப்போ, எப்படித் தாக்கப் போறாங்க-ங்கற தகவலை இஸ்ரேலுக்கு அனுப்பிவைக்கலாமா?'

அடுத்த நிமிடம், மனத்தளவில் ஷூலா ஓர் உளவாளியாக மாறி விட்டாள். வந்திருப்பவர்களிடம் எப்படிக் கூடுதல் விவரங்களைக் கறக்கலாம் என்று தீவிரமாக யோசிக்க ஆரம்பித்தாள்.

அவளுடைய நல்ல நேரம், அந்த அரேபியர்கள் ஷூலாமீது சந்தேகப் படவில்லை. அவள் வருவதைப் பார்த்ததும் சட்டென்று பேச்சை மாற்றினார்கள், நல்ல பிள்ளைகளைப்போல் முகத்தை வைத்துக் கொண்டார்கள்.

ஷூலாவும், தனக்கு ஒன்றும் தெரியாததுபோலவே நடந்து கொண்டாள். எல்லா விருந்தினர்களையும் கவனிப்பதுபோல் அவர்களைப் புன்னகையோடு உபசரித்தாள். ஆனால், உள்ளுக்குள் ஒரு கணக்கு ஓடிக்கொண்டிருந்தது. 'இவங்க சந்தேகப்படாதமாதிரி பேசி அந்தத் தகவல்களை வாங்கணும், அது எப்படி?'

கொஞ்ச நேரத்தில், அந்த அரேபியர்களுக்கு ஷூலாமீது முழு நம்பிக்கை வந்துவிட்டது. அவளுடைய குழந்தைத்தனமான முகபாவம், அப்பாவிக் கேள்விகள், அசட்டுச் சந்தேகங்களையெல்லாம் பார்க்கும்போது அவர்களுக்குத் துளி சந்தேகம் எழவில்லை.

இந்த வாய்ப்பை ஷுலா பிரமாதமாகப் பயன்படுத்திக்கொண்டாள். அவர்களுடன் சாதாரணமாகப் பேசுவதுபோல் கொஞ்சம் கொஞ்சமாகத் தனக்கு வேண்டிய விவரங்களைக் கறந்துவிட்டாள்.

அடுத்து, இந்தத் தகவல்களை இஸ்ரேலில் உள்ள யூதர்களிடம் அனுப்ப வேண்டும். எப்படி?

இதற்கும் ஷுலா ஒரு வழி கண்டுபிடித்தாள். ஜெருசலேத்தில் இருக்கும் தன்னுடைய அத்தைக்கு ஒரு கடிதம் எழுதினாள். அதற்குள் அரேபியர்களின் தாக்குதல்பற்றிய ரகசியங்களைச் சங்கேத மொழியில் குறிப்பிட்டுவிட்டாள். இந்தக் கடிதத்தை ஒரு நண்பர் உதவியுடன் யூதர்களின் கைக்குச் சென்று சேரும்படி அனுப்பிவைத்தாள்.

ஒரு வாரம் கழித்து, 'அத்தை'யிடமிருந்து பதில் வந்தது. 'தகவலுக்கு நன்றி, இந்த அத்தையை மறந்துடாதேம்மா, அடிக்கடி லெட்டர் போடு!'

இந்தச் சம்பவம், ஷுலாவின் வாழ்க்கையில் மிகப் பெரிய திருப்பு முனையாகிவிட்டது. அதுவரை தன்னுடைய கணவர், குழந்தைகளைக் கவனித்துக்கொள்வதுதான் வாழ்க்கை என்று முடங்கிக் கிடந்தவள், இப்போது பலதரப்பட்ட மனிதர்களைப் பார்த்துப் பேசுவதில் ஆர்வம் காட்ட ஆரம்பித்தாள். யார் என்ன சொன்னாலும், இந்தத் தகவல் ஏதாவது ஒருவிதத்தில் இஸ்ரேல் மக்களுக்குப் பயன்படுமா என்று யோசிக்கத் தொடங்கினாள்.

ஷுலாவின் கணவர், லெபனான், சிரியா வட்டாரங்களில் பெரிய ஆள். ஆகவே, முக்கியமான அரசியல்வாதிகள், அதிகாரிகள், பண முதலைகள், போராளி அமைப்புகளைச் சேர்ந்தவர்களெல்லாம் அடிக்கடி அவரைப் பார்க்க வருவார்கள். இவர்கள் எதேச்சையாக உதிர்க்கிற 'முத்து'களையெல்லாம் ஷுலா கவனமாகத் திரட்டி யூதர்களுக்கு அனுப்பிவைத்தாள்.

இரண்டு வருடம் கழித்து, மொஸாட் தொடங்கப்பட்டது. ஆரம்ப காலத்திலிருந்தே, ஷுலாவின் 'ரிப்போர்ட்'கள் அவர்களுக்குப் பெரிய உதவியாக இருந்தன.

ஷுலா ரகசியத் தகவல்களைத் திரட்டுவதோடு நிறுத்திக்கொள்ள வில்லை. லெபனானில் உள்ள யூதர்களுக்காக ஹீப்ரூ மொழி வகுப்புகள் நடத்தினார். அவரே பாடப் புத்தகங்களை அச்சிட்டு வழங்கினார். பல இளைஞர் அமைப்புகளைத் தொடங்கி வழிநடத்தினார். சிரியா, ஈராக் போன்ற நாடுகளில் வாழ்ந்த பல நூறு யூதர்கள் லெபனான் வழியே இஸ்ரேலுக்குச் சென்று குடியேறுவதற்கு உதவி செய்தார்.

இப்படி ஒரு வருடம் இரண்டு வருடம் இல்லை, முழுசாகப் பதினான்கு ஆண்டுகளுக்கு லெபனானில் தனக்கென்று ஒரு குட்டி உளவு நெட்வொர்க்கே நடத்திக்கொண்டிருந்தார் ஷுலா. இதனால் அவர் பெரிதாக எதையும் சம்பாதித்துவிடவில்லை, தன் மக்களுக்கு உதவுகிறோம் என்கிற திருப்திமட்டும்தான்.

கடைசியாக, 1961ம் வருடம் ஷுலா பிடிபட்டார். லெபனான் அரசாங்கம் உளவாடல், கடத்தல் உள்ளிட்ட பல குற்றங்களுக்காக அவரைக் கடுங்காவல் சிறையில் தள்ளியது.

யூதர்களிடம் ஒரு நல்ல குணம், தங்களுக்கு உதவி செய்தவர்கள் யாராக இருந்தாலும் அத்தனை சுலபத்தில் மறக்கமாட்டார்கள். இப்போது இல்லாவிட்டாலும் பிறகு எப்போதாவது சந்தர்ப்பம் அமையும்போது அந்த உதவியைக் குறிப்பிட்டுப் பாராட்டி கௌரவப்படுத்துவார்கள்.

அந்தவிதத்தில், இஸ்ரேலுக்கு ஷுலா செய்திருக்கும் பங்களிப்பை யூதர்கள் மறந்துவிடவில்லை. மொஸாடும், இஸ்ரேல் அரசாங்கமும் ஷுலாவை விடுவிப்பதற்குப் பல நேரடி, மறைமுக முயற்சிகளில் இறங்கினார்கள். பலன் இல்லை.

கடைசியாக, 1967ம் ஆண்டில் நடைபெற்ற ஆறு நாள் போரைத் தொடர்ந்து, பல போர்க்கைதிகள் விடுவிக்கப்பட்டார்கள். அவர்களோடு சேர்ந்து ஷுலாவையும் விடுதலை செய்து இஸ்ரேலுக்குள் சேர்த்துக் கொண்டது மொஸாட்.

ஆறு வருடச் சிறைவாசத்துக்குப்பிறகு ஜெருசலேம் திரும்பிய ஷுலாவுக்கு, பிரமாதமான வரவேற்பு. எல்லாத் தரப்பிலிருந்தும் அவருக்குப் பரிசுகள், பாராட்டுகள், விருதுகள் குவிந்தன. அவர் விரும்பியபடி இஸ்ரேல் அரசாங்கம் ஷுலாவுக்கு ஓர் அமைதியான தொழில், வாழ்க்கையை அமைத்துக்கொடுத்தது.

ஷுலாவைப்போல், மொஸாடில் சேர்ந்து சம்பளம் வாங்காத, ஆனால் இஸ்ரேலின் உளவாளிகளாகப் பெரும் பங்காற்றியிருக்கும் 'சைலன்ட் ஏஜென்ட்'கள் நிறையப் பேர். இந்தச் 'சாதாரண' மனிதர்களுடைய உதவி இல்லாவிட்டால், மொஸாட் என்கிற அமைப்பு இந்த அளவுக்கு வளர்ந்திருக்கமுடியாது!

27. அணு, ஆயுதம், ஆப்பு!

1952ம் வருடம், இஸ்ரேலின் முதல் அதிபர் சய்ம் விய்ஜ்மன் மரணமடைந்தார்.

அடுத்த அதிபராக யாரைத் தேர்ந்தெடுக்கலாம் என்று யோசித்தபோது, பெரும்பாலானோர் சிபாரிசு செய்த பெயர், ஆல்பர்ட் ஐன்ஸ்டீன்.

$E=MC^2$ புகழ் அறிவியல் மேதை ஐன்ஸ்டீன்தான். அன்றைய தேதிக்கு விஞ்ஞானிகள் மத்தியில்மட்டுமின்றி, உலகம்முழுக்க ஐன்ஸ்டீன் புகழ் பெற்றிருந்தார். அப்படிப்பட்ட ஒரு பிரபலமான யூதர் இஸ்ரேலின் அதிபராகப் பொறுப்பேற்றுக்கொண்டால் நன்றாக இருக்குமே என்று பலர் யோசித்தார்கள்.

ஆனால், இந்த விஷயம் ஐன்ஸ்டீனுக்குத் தெரிவிக்கப்பட்டபோது, அவர் உடனடியாக மறுத்துவிட்டார். 'நீங்க எனக்கு இப்படி ஒரு முக்கியமான பொறுப்பைக் கொடுக்க நினைக்கிறது ரொம்பப் பெருமையா இருக்கு. ஆனா, என்னால இதைத் திருப்திகரமா நிறைவேற்றமுடியும்ன்னு தோணலை, ஸாரி!'

ஐன்ஸ்டீன் உலக அமைதிக்காகக் குரல் எழுப்பிக்கொண்டிருந்த நேரம் அது. அவருடைய கண்டுபிடிப்புகள், மற்ற அறிவியல் முன்னேற்றங்களை வைத்துக்கொண்டு அணுகுண்டுமாதிரியான பேரழிவு ஆயுதங்களை உருவாக்குவது தவறு என்கிற கருத்தை அவர் உரக்கச் சொல்லிக்கொண்டிருந்தார்.

ஆனால், அவர் சொன்னதை யார் கேட்டார்கள்? பெரிய நாடுகள் எல்லாமே பாதுகாப்புக் காரணங்களைச் சொல்லிக்கொண்டு

ரகசியமாகவோ, பகிரங்கமாகவோ அணு ஆயுதங்களைத் தயாரித்துக் கொண்டிருந்தன. இதன் பின்விளைவுகள் பயங்கரமாக இருக்கும் என்று ஐன்ஸ்டீன் உள்ளிட்ட அறிவியலாளர்கள், சமூக அக்கறை கொண்டவர்கள் எவ்வளவுதான் எச்சரித்தாலும் பிரயோஜனம் இல்லை.

ஐன்ஸ்டீன் இறந்து சில வருடங்களுக்குள், இஸ்ரேலும் அணு ஆராய்ச்சியில் இறங்கிவிட்டார்கள். இதற்காக டிமோனோ என்கிற இடத்தில் அவர்கள் ஓர் ஆராய்ச்சி நிலையம் கட்டியது, மொஸாட் உதவியுடன் கஷ்டப்பட்டு மஞ்சள் கேக் தேற்றியதையெல்லாம் ஏற்கெனவே விரிவாகப் பார்த்திருக்கிறோம்.

டிமோனோ அணு ஆராய்ச்சி நிலையத்தைப்பற்றிய தகவல்கள் வெளியே கசியத் தொடங்கியவுடன், அமெரிக்கா தொடங்கி எல்லா நாடுகளும் இஸ்ரேலைப் பிடித்து உலுக்க ஆரம்பித்தார்கள். 'என்னய்யா? அணுகுண்டு தயாரிக்கறீங்களாமே? இதெல்லாம் நல்லதுக்கில்லை!'

இப்படி மிரட்டியவர்களை இஸ்ரேல் கண்டுகொள்ளவில்லை. எப்போதும்போல் டிமோனோவில் அணு சக்தி தொடர்பான பரிசோதனைகள் நடந்துகொண்டிருந்தன. அதன்மூலம் என்ன தயாரிக்கிறார்கள் என்பதைமட்டும் பரம ரகசியமாக வைத்திருந்தார்கள்.

இதனால், ஊர்முழுக்க வதந்திகள் தூள் பறந்தன. இஸ்ரேல் அணுகுண்டு தயாரித்துவிட்டார்கள், டிமோனோ கட்டிடத்தினுள் வரிசையாக அடுக்கிவைத்திருக்கிறார்கள், சக்தி வாய்ந்த அணுகுண்டு களை மஞ்சப் பையில் சுற்றி ஊர் ஊராகக் கொண்டுசெல்கிறார்கள், இஸ்ரேல் பிரதமர் ஒரு ஸ்விட்சைத் தட்டினால் போச்சு, உலகம் முழுக்க யூதர்களின் எதிரிகளெல்லாம் காலி!

இப்படி இஸ்ரேல்பற்றி விதவிதமான ஊகங்கள் உலவியபோதும், அவர்கள் வாயைத் திறக்கவில்லை. 'ஆமாம், நாங்கள் அணுகுண்டு தயாரிக்கிறோம்' என்று ஒப்புக்கொள்ளவில்லை, அதேசமயம் 'இதெல்லாம் சுத்தப் பொய்' என்றும் கண்டிக்காமல் நழுவினார்கள்.

உண்மையில், டிமோனோவுக்குள் என்னதான் நடக்கிறது? நிஜமாகவே இஸ்ரேல் அணு ஆயுதங்களைத் தயாரித்து வைத்திருக்கிறதா? ஆம் எனில், எத்தனை ஆயுதங்கள்? எப்படிப்பட்ட ஆயுதங்கள்? ஊசி பட்டாசு ரேஞ்சா? அல்லது, ஹிரோஷிமா, நாகசாகி போல் சர்வநாசம் விளைவிக்கக்கூடியவையா? யாருக்கும் எதுவும் புரியவில்லை.

இந்த நேரத்தில்தான், டிமோனோ ஆராய்ச்சி நிலையம் பத்திரிகைகளில் ஒரு விளம்பரம் வெளியிட்டது. 'வேலைக்கு ஆள்கள் தேவை!'

மொராக்காவில் பிறந்து, இஸ்ரேலில் குடியேறிய மொர்டெசாய் வனுனு என்கிற யூத இளைஞர், இந்த விளம்பரத்தைப் பார்த்துவிட்டுத் தன்னுடைய விண்ணப்பத்தை அனுப்பிவைத்தார். வேலை கிடைத்து விட்டது.

மொர்டெசாய் வேலைக்குச் சேர்வதற்குமுன்னால், சில அதிகாரிகள் அவரைச் சந்தித்தார்கள். 'மிஸ்டர், இது ரொம்ப ரகசியமான வேலை, இங்கே என்ன நடக்குதுன்னு வெளியே ஒரு ஈ, காக்காவுக்குக்கூட தெரியக்கூடாது, புரிஞ்சதா?'

மொர்டெசாய் வனுனுவுக்குச் சரியாகப் புரியவில்லை. ஆனாலும் தலையைமட்டும் ஆட்டிவைத்தார்.

'அப்படீன்னா, இந்த ரகசியக் காப்புப் பத்திரத்தில கையெழுத்துப் போடு!'

என்ன பெரிய ரகசியம்? மொர்டெசாய் கொஞ்சம்கூட யோசிக்க வில்லை. அவர்கள் நீட்டிய இடத்தில் கையெழுத்துப் போட்டு முடித்தார். அவருடைய வேலை உறுதி செய்யப்பட்டது.

1977 பிப்ரவரி மாதம், மொர்டெசாய் முதன்முறையாக டிமோனோவுக்குள் நுழைந்தார். பொதுமக்கள், வெளிநாட்டுப் பருந்துப் பார்வைகளுக்கெல்லாம் சிக்காத அந்த 'டாப் சீக்ரெட்' ஆராய்ச்சி நிலையத்தைப் பிரம்மிப்புடன் பார்க்கப் பார்க்க, அவருக்குள்ளும் அதே சந்தேகம் எழுந்தது. 'இங்கே என்னதான் நடக்குது? நிஜமாவே இவங்க அணு குண்டு தயாரிக்கறாங்களா?'

மொர்டெசாய் பெரிய படிப்பாளி இல்லை. ஆனால், எது சொன்னாலும் சீக்கிரத்தில் கற்றுக்கொண்டு செய்துவிடுவார். இதனால், சீனியர்கள் மத்தியில் அவருக்கு ரொம்ப நல்ல பெயர்.

அடுத்த சில வாரங்களுக்குள், மொர்டெசாய் டிமோனோவில் எங்கு வேண்டுமானாலும் சுதந்தரமாகப் போய் வருகிற அளவுக்குத் தேறிவிட்டார். அங்கே என்ன நடக்கிறது என்கிற விவரங்களும் அவருக்குப் புரிய ஆரம்பித்தன.

அணுசக்தியை நல்ல நோக்கங்களுக்குமட்டுமே பயன்படுத்த வேண்டும், அதை வைத்து ஆயுதமெல்லாம் தயாரிக்கக்கூடாது என்று எல்லோரும் கதறிக்கொண்டிருக்கிறார்கள். ஆனால் இஸ்ரேல், ரகசியமாக யாருக்கும் தெரியாமல் அணுகுண்டு தயாரிக்கிறது. இது அநியாயம் இல்லையா? மொர்டெசாயின் ரத்தம் கொதித்தது.

ஆனால், மொர்டெசாய் அந்த ஆராய்ச்சி நிலையத்தில் ஒரு சாதாரண ஊழியர். இஸ்ரேல் அரசாங்கத்தை எதிர்த்து அவரால் என்ன

செய்யமுடியும்? அநாவசியமாக ஏதாவது சத்தம் போட்டால் அவ்வளவுதான், சீட்டைக் கிழித்து வெளியே அனுப்பிவிடுவார்கள்.

மொர்டெசாயின் எரிச்சல், வேறு திசைகளில் திரும்பியது. தன்னுடைய கல்லூரி நண்பர்களுடன் சேர்ந்துகொண்டு அரசியல் கூட்டங்கள், போராட்டங்கள், பேரணிகள், ஊர்வலங்களில் பங்கேற்க ஆரம்பித்தார். பல பிரச்னைகளில் இஸ்ரேலின் நிலைபாடைக் கண்டித்துப் பேசினார்.

இதைக் கவனித்த டிமோனோ நிர்வாகம், மொர்டெசாயைக் கூப்பிட்டு மிரட்டியது. 'என்ன சார்? நீங்க பெரிய ரௌடியா? இந்த அரசியல், மண்ணாங்கட்டியெல்லாம் உங்களுக்கு எதுக்கு? ஒழுங்கா வாயை மூடிகிட்டு உங்க வேலையைமட்டும் கவனிங்க, இல்லாட்டி அப்படியே பேக் பண்ணி வீட்டுக்குத் துரத்திடுவோம்!'

மொர்டெசாயும் பதிலுக்கு எகிறினார். 'என்னோட வேலையில ஏதாவது பிரச்னைன்னா சொல்லுங்க, ஆஃபீஸுக்கு வெளியில நான் என்ன செஞ்சா உங்களுக்கு என்ன? அது என்னோட தனிப்பட்ட விஷயம்.'

டொமோனோ நிர்வாகம் முடிவெடுத்தது, 'ம்ஹூம், இந்தப் பையன் சரிப்படமாட்டான்.'

அவர்கள் மொர்டெசாய் வனுனுவுக்கு டிஸ்மிஸ் ஆர்டர் தயாரித்துக் கொண்டிருந்த நேரம், அவருக்கே இந்த வேலையில் ஆர்வம் போய்விட்டது. இங்கே பணத்துக்காக அணுகுண்டு தயாரிப்பதை விட, எங்கேயாவது வெளிநாட்டுக்குப் போய்ப் பிழைத்துக் கொள்ளலாம் என்று தீர்மானித்துவிட்டார்.

புறப்படுவதற்குமுன்னால், அவருக்கு ஒரு திடீர் யோசனை. 'இஸ்ரேல் இங்கே அணுகுண்டு தயாரிக்கிற விஷயம் யாருக்கும் தெரியாது. அவங்களா இதை ஒத்துக்கப்போறதில்லை, யாராவது கண்டுபிடிச்சுச் சொன்னாலும், சுத்தப் பொய்-ன்னு மறுத்துடுவாங்க.'

ஆக, அணுகுண்டு விஷயத்தில் இஸ்ரேலைக் கையும் களவுமாக மாட்டவைக்கவேண்டும் என்றால், அதற்கு ஒரே ஒரு வழிதான். இங்கே என்ன நடக்கிறது என்பது வெளி உலகுக்குத் தெரியவேண்டும். என்ன செய்யலாம்?

அடுத்த நாள், மொர்டெசாய் வேலைக்கு வரும்போது ஒரு புகைப்பட கேமராவை ரகசியமாக மறைத்துக் கொண்டுவந்தார். ராத்திரி நேரத்தில் யாரும் கவனிக்காதபோது டிமோனோவின் முக்கியமான இயந்திரங்கள், அணு ஆயுதத் தயாரிப்புகள், உற்பத்தி ஏற்பாடுகளை யெல்லாம் ஒவ்வொன்றாகப் படம் பிடிக்க ஆரம்பித்தார்.

சில நாள்கள் கழித்து, அவருக்கு மேலிடத்திலிருந்து அழைப்பு வந்தது. 'மிஸ்டர் மொர்டெசாய் வனுனு, இனிமே உங்களுக்கு இங்கே வேலை இல்லை, நீங்க வீட்டுக்குப் போகலாம்!'

'சந்தோஷம்' புன்னகையோடு வெளியே வந்தார் மொர்டெசாய்.

டிமோனோ அதிகாரிகளுக்கு ஒன்றும் புரியவில்லை. 'இந்த ஆளுக்கு என்னாச்சு? டிஸ்மிஸ் செஞ்சா இப்படிச் சிரிக்கிறானே? பாவம், முப்பது வயசிலயே பைத்தியம் முத்திடுச்சோ?'

அப்போது அவர்களுக்குத் தெரியாத விஷயம், மொர்டெசாய் தன்னுடைய ஆடைகளுக்குள் இரண்டு ஃபிலிம் ரோல்களை மறைத்து வைத்திருந்தார். அதில் கிட்டத்தட்ட 60 புகைப்படங்களை எடுத்துத் தள்ளியிருந்தார், அதற்குள் டிமோனோ அணு ஆயுத ஆராய்ச்சி, உற்பத்தித் தொழிற்சாலையின் ஒட்டுமொத்த ஜாதகமும் தெளிவாகப் பதிவாகியிருந்தது.

அதுமட்டுமில்லை, டிமோனோவில் கிட்டத்தட்ட பத்து வருடங்கள் பணியாற்றிய மெர்டெசாய், அங்கே என்ன நடக்கிறது என்பதைப்பற்றி எல்லா விவரங்களையும் நன்றாகப் புரிந்துவைத்திருந்தார். அவர் மட்டும் வெளியே போய் இந்த விஷயங்களையெல்லாம் பகிரங்க மாகப் பேச ஆரம்பித்தால் கதை கந்தல்தான்.

ஆனாலும், ஏனோ இஸ்ரேல் மெர்டெசாயைத் தடுத்து நிறுத்தவில்லை. ஜஸ்ட் லைக் தட் அவரைத் தப்பிக்க அனுமதித்துவிட்டார்கள்.

மெர்டெசாய் வனுனு இஸ்ரேலில் இருந்து வெளியேறி நேபாளம் வந்தார், அங்கிருந்து பர்மா, தாய்லாந்து, கடைசியாக ஆஸ்திரேலியாவில் ஏதோ ஒரு வேலை பார்த்துக்கொண்டு செட்டிலாகிவிட்டார்.

அப்போதும், அவருடைய பைக்குள் அந்த இரண்டு ஃபிலிம் ரோல்கள் பத்திரமாக இருந்தன. அந்தச் சுருள்களுக்குள் ஒளிந்திருக்கிற புகைப்பட ரகசியங்கள் வெளியானால், இஸ்ரேலின் குட்டு உடைந்து விடும், அதன்பிறகு, உலக நாடுகள்மத்தியில் அவர்களுக்கு ஆப்பு நிச்சயம்.

மிக எதேச்சையாக, இந்த விஷயம் மொஸாடுக்குத் தெரியவந்தது. அவர்கள் அலறியடித்துக்கொண்டு மெர்டெசாயைத் துரத்த ஆரம்பித்தார்கள்.

28. ஸ்கூப்

'ஆஹா, இது சூப்பரான மேட்டராச்சே' ஆஸ்கர் குர்ரெரோ உற்சாகத்தில் துள்ளினார், 'இந்த ஃபோட்டோக்களை வெச்சு நீயும் நானும் மில்லியன் கணக்கில சம்பாதிக்கலாம், வாழ்நாள்முழுக்க டாலர்லயே மிதக்கலாம், தெரியுமா?'

மொர்டெசாய் வனுனு லேசாக முகம் சுளித்தார். 'இந்த விஷயத்தில பணத்தைப்பத்திப் பேசறீங்களே, உங்களுக்கே அருவருப்பா இல்லையா?' என்றார் எரிச்சலுடன். 'இந்த நியூஸ், ஃபோட்டோஸ் வெளிவந்தா, இஸ்ரேலோட அணு ஆயுத ஆராய்ச்சிக்கு நெருக்கடி வரும். மத்த நாடுகளோட ப்ரஷர் தாங்காம அவங்க அணுகுண்டு தயாரிக்கறதை நிறுத்துவாங்க. அதன்மூலம் ஆயிரக்கணக்கான அப்பாவி ஜனங்க உயிர் பிழைப்பாங்க, அதுதானே முக்கியம்?'

'பிரதர், எப்பவும் பொதுநலனையே நினைச்சுகிட்டிருக்கக்கூடாது. அப்பப்போ கொஞ்சம் சுயநலமாவும் யோசிக்கலாம், தப்பில்லை' ஆஸ்கர் குறும்பாகக் கண்ணடித்தார். 'இனிமே நீங்க இதைப்பத்திக் கவலைப்படாதீங்க, இந்த ஒரு நியூஸை வெச்சே உங்களை மில்லியனர் ஆக்கவேண்டியது என்னோட பொறுப்பு.'

ஆஸ்கர் பேசிக்கொண்டே போக, முதன்முறையாக மொர்டெசாயுக்குக் கவலை பிறந்தது. 'இந்தப் பயலிடம் விஷயத்தைச் சொன்னது தப்போ?'

அப்போது மொர்டெசாய் வனுனு ஆஸ்திரேலியாவில் டாக்ஸி டிரைவராக இருந்தார். அங்கே அவருக்குப் பழக்கமானவர்தான், ஆஸ்கர் குர்ரெரோ என்கிற பத்திரிகையாளர்.

ஆஸ்கருக்குப் பணத்தாசை அதிகம், அதைவிட அதிகமாக, பந்தா பண்ணுகிற ஆசை.

மொர்டெசாயிடம் இருக்கிற டிமோனோ புகைப்படங்களைப்பற்றிக் கேள்விப்பட்டதும், ஆஸ்கர் உற்சாகமாகிவிட்டார். எப்படியாவது இந்த 'ஸ்கூப்' செய்தியை ஒரு பெரிய பத்திரிகைக்கு விற்றுக் காசு பண்ணிவிடவேண்டும் என்று தீர்மானித்தார்.

அவருடைய கெட்ட நேரம், மொர்டெசாய் எடுத்த புகைப்படங்களெல்லாம் ரொம்பத் தெளிவாக இருந்தன. அதைப் பார்த்த ஆஸ்திரேலியப் பத்திரிகைகள், 'யாரோ டுபாக்கூர் ஃபோட்டோ தயார் பண்ணி ஏமாத்தறாங்க' என்று அலட்சியமாகச் சொல்லிவிட்டார்கள், 'யாராச்சும் டாப் சீக்ரெட் டிமோனோவுக்குள்ள இப்படிச் சுலபமாப் போய் ஃபோட்டோ எடுக்கமுடியுமா? சான்ஸே இல்லை!'

ஆஸ்கர் நொந்துபோனார். அவர் என்னதான் கரடியாகக் கத்தினாலும், உள்ளூர்ச் செய்தித்தாள்கள், பத்திரிகைகள் அவரை நம்பவில்லை. இந்தச் செய்தி, புகைப்படங்களை வெளியிட மறுத்துவிட்டார்கள்.

இப்போது என்ன செய்வது? ஆஸ்திரேலியப் பத்திரிகைகளுக்கு ஆர்வம் இல்லை என்றால், வெளிநாட்டில் முயற்சி செய்யலாமா? ஆஸ்கர் குர்ரெரோ எல்லா திசைகளிலும் வலை வீச ஆரம்பித்தார்.

அதுதான், அவர் செய்த முதல் தவறு. 'என்னிடம் இஸ்ரேல் அணு ஆயுதங்களின் ஃபோட்டோ இருக்கிறது' என்று அவர் ஊர்முழுக்க தண்டோரா போட்டதால், விஷயம் சீக்கிரத்தில் மொஸாட் காதுகளை எட்டிவிட்டது.

ஆரம்பத்தில், மொஸாடும் இதை நம்பவில்லை. ஆனால், மொர்டெசாய் எடுத்த புகைப்படங்களைப் பார்த்ததும், அப்படியே அதிர்ந்துபோய்விட்டார்கள். 'நிஜமாகவே ஒருத்தன் டிமோனோவை விதவிதமாக ஃபோட்டோ எடுத்துத் தள்ளியிருக்கிறான். எப்படி? எங்கே தப்பு நடந்தது?' என்று தலைமுடியைப் பிய்த்துக் கொண்டார்கள்.

போகட்டும், இனிமேல் அதைப்பற்றி யோசித்துப் பிரயோஜனம் இல்லை. இப்போது இந்தச் செய்தி, புகைப்படங்கள் வெளியாகி விடாதபடி தடுக்கவேண்டும், அதுவும் உடனே.

என்ன செய்யலாம்? அந்த மொர்டெசாய் படுபாவியை முடித்துவிடலாமா?

ம்ஹூம், இப்போது ஆஸ்கரிடம் சொன்னதுபோல், அவர் இன்னும் யாரிடமெல்லாம் விஷயத்தைக் கக்கியிருக்கிறாரோ, கடவுளுக்குதான்

வெளிச்சம், அத்தனை பேரையும் கண்டுபிடித்துக் கொலை செய்வதற்கு நேரம் இல்லை.

அதற்குப் பதிலாக, மொர்டெசாயை இஸ்ரேலுக்குக் கடத்திக் கொண்டுவரத் தீர்மானித்தது மொஸாட். அப்போதுதான், அவரை விசாரணை செய்து எங்கே தப்பு நடந்தது என்று கண்டுபிடிக்கலாம். இதில் யார் யார் மொர்டெசாய்க்கு உடந்தை, அவர்மூலமாக விஷயம் இன்னும் எங்கெல்லாம் கசிந்திருக்கிறது என்று கண்டுபிடித்துச் சரி செய்யலாம்.

மொஸாட் இப்படி யோசித்துக்கொண்டிருக்கும்போது, இன்னொரு புதிய பிரச்னை. இங்கிலாந்தைச் சேர்ந்த 'தி சன்டே டைம்ஸ்' என்ற செய்தித்தாள் டுமோனோவின் புகைப்படங்கள், அதுபற்றிய செய்தியை வெளியிட ஒப்புக்கொண்டுவிட்டது.

ஆஸ்கர் உற்சாகமானார். 'நானே செய்தி, ஃபோட்டோஸ் எல்லாத்தையும் அனுப்பிவைக்கறேன், எப்ப காசு கொடுப்பீங்க?'

'அவசரப்படாதீங்க சார், இந்தச் செய்தி உண்மையா, பொய்யா-ன்னு நாங்க தெரிஞ்சுக்கவேணாமா?' சன்டே டைம்ஸ் நிர்வாகம் எச்சரிக்கையாகப் பேசியது, 'முதல்ல நாங்க மிஸ்டர் மொர்டெசாய் வனுனுவைச் சந்திச்சுப் பேசணும்.'

சட்டென்று ஆஸ்கரின் உற்சாகம் வடிந்துவிட்டது, 'எதுக்கு?' என்றார் சந்தேகமாக.

'உங்களை நம்பி ஏதோ ஒரு செய்தியை நாங்க வெளியிடமுடியாது மிஸ்டர். மொர்டெசாய் சொல்றதெல்லாம் நிஜம்தானா-ன்னு சில நிபுணர்களை வெச்சு டெஸ்ட் பண்ணுவோம், அவங்க எல்லோரும் ஓகே சொன்னாதான் நியூஸ்.'

இதற்காக, லண்டனிலிருந்து பீட்டர் ஹௌனம் என்ற பத்திரிகையாளர் சிட்னி வந்தார். மொர்டெசாய் வனுனுவை நேரில் சந்தித்துப் பேசினார்.

அடுத்தபடியாக, மொர்டெசாய் லண்டனுக்குப் பறந்தார். அங்கே அணு ஆராய்ச்சிபற்றி நன்றாகத் தெரிந்த நிபுணர்கள் சிலர் அவரைக் குறுக்கு விசாரணை செய்தார்கள். அவர்களுடைய கேள்விகளுக்கெல்லாம் தனக்குத் தெரிந்தவரை பதில் சொன்னார் மொர்டெசாய்.

கடைசியாக, இந்த நிபுணர்கள் சன்டே டைம்ஸுக்குத் தகவல் அனுப்பினார்கள், 'இந்த ஆள் ஏமாற்றுப் பேர்வழி இல்லை, நிஜமாகவே அணு ஆராய்ச்சி நிலையத்தில் வேலை செய்திருக்கிறார். விஷயம் தெரிந்தவர்தான், இவரை நம்பலாம்.'

அப்புறமென்ன? இஸ்ரேலின் டிமோனோ ஆராய்ச்சி நிலையத்தைப் பற்றியும், அங்கே தயாராகிவரும் அணுகுண்டுகளைப்பற்றியும் மொர்டெசாய் கொடுத்த தகவல்கள், புகைப்படங்கள் அடிப்படையில் சன்டே டைம்ஸில் செய்தி வருவது உறுதியாகிவிட்டது.

இந்த விஷயத்தைக் கேள்விப்பட்ட இஸ்ரேல் அரசாங்கம் நடுங்கிப் போய்விட்டது. பிரதமர் ஷிமோன் பெரெஸ், மொஸாட் தலைவர் நாஹூம் அத்மோனி உள்ளிட்ட பலர் கலந்து பேசி ஒரு முடிவுக்கு வந்தார்கள். 'இனிமேல் ஒரு நிமிடம்கூட தாமதிக்கக்கூடாது, உடனடியாக மொர்டெசாயைக் கடத்தியாகவேண்டும். ஒருவேளை அந்த சன்டே டைம்ஸ் செய்தி வெளியானால்கூட, அதை உறுதிப்படுத்துவதற்கு, அதுபற்றிக் கூடுதல் தகவல்களைக் கொடுப்பதற்கு மொர்டெசாய் வெளியே இருக்கக்கூடாது.'

ஆனால், ஒரே ஒரு பிரச்னை, மொர்டெசாய் வனுனு இப்போது லண்டனில் இருக்கிறார். அங்கே வைத்து அவரைக் கடத்தினால், அநாவசியமாகப் பிரச்னை வரும்.

இங்கிலாந்துப் பிரதமர் மார்கரெட் தாட்சர் சாதாரணப் பெண் இல்லை. இரும்பு மனுஷி, அவருக்கு இஸ்ரேல்மேல் கோபம் வந்தால் நல்லதில்லை.

ஆக, எப்படியாவது அந்த மொர்டெசாயை இங்கிலாந்திலிருந்து வெளியே கொண்டுவரவேண்டும். என்ன செய்யலாம்? தீவிரமாக யோசிக்க ஆரம்பித்தது மொஸாட்.

அதே நேரம், அங்கே லண்டனில் மொர்டெசாய் வனுனு செம கடுப்பில் இருந்தார். பேட்டி, விசாரணை, பாதுகாப்பு என்று சன்டே டைம்ஸ் நிர்வாகம் தன்னை ஒரே அறைக்குள் கைதிபோல அடைத்து வைத்திருப்பது அவருக்குச் சுத்தமாகப் பிடிக்கவில்லை, 'என்னை எப்பய்யா ரிலீஸ் பண்ணுவீங்க?' என்று கத்தினார்.

'சார், எல்லாம் உங்க பாதுகாப்புக்காகதான் சொல்றோம், தயவுசெஞ்சு கோவப்படாதீங்க, இந்தச் செய்தி வெளியாகறவரைக்கும் நீங்க வெளியே தலைகாட்டாம இருக்கறதுதான் நல்லது.'

'அதெல்லாம் முடியாது, ஒரே இடத்தில உட்கார்ந்து உட்கார்ந்து எனக்கு போரடிக்குது, நான் கொஞ்ச தூரமாவது நடந்துட்டு வர்றேன்' மொர்டெசாய் புறப்பட்டுவிட்டார்.

'சரி சார், ஒரு சேஃப்டிக்காக நாங்களும் உங்களோட வர்றோம்.'

'ஏன்ய்யா இப்படிப் படுத்தறீங்க? நான் ஒண்ணுக்குப் போனாக்கூட துணைக்கு வருவீங்களா?' எரிச்சலுடன் வெடித்தார் மொர்டெசாய்,

‘அரை மணி நேரத்தில எனக்கு ஒண்ணும் ஆயிடாது, மனுஷனைக் கொஞ்சம் நிம்மதியா வுடுங்கய்யா!’

வெளியே பிரமாதமான வானிலை. ரொம்ப நாளைக்குப்பிறகு மொர்டெசாயின் நடையில் உற்சாகத் துள்ளல் தெரிந்தது. தன்னைக் கடந்துசெல்லும் பெண்களைக் கண்கொட்டாமல் பார்த்தார். ‘லண்டன் பொண்ணுங்க லட்டுலட்டா என்ன அழகு! இவ்ளோ நாளா இதைக்கூட ஜாலியா ரசிக்கவிடாம தடிப்பயலுங்க என்னை ரூமுக்குள்ள அடைச்சுப் பூட்டிடானுங்களே!’

யோசித்துக்கொண்டே நடந்த மெர்டெசாய், ஓரமாக நின்றிருந்த ஒரு பெண்ணைக் கவனித்தார். கொஞ்சம் பூசினாற்போல் உடல்வாகு, செம்பட்டைத் தலைமுடி, ஏகப்பட்ட மேக்கப், வயது என்ன இருபத்தைந்து இருக்குமா?

சட்டென்று அவளை நெருங்கி ‘ஹலோ’ சொன்னார் மெர்டெசாய். ‘நீங்க டூரிஸ்டா?’

‘ஓ, யெஸ்’ என்றாள் அவள். கண்ணிமைகள் அழகாகப் படபடத்தன, ‘என் பேர் சிண்டி, ஃப்ரம் அமெரிக்கா’

‘ஹாய், ஐ யாம் மொர்டெசாய், ஃப்ரம் ஆஸ்திரேலியா’, அவர்கள் ஒரேமாதிரியாகச் சிரித்தார்கள், ‘காஃபி சாப்பிடலாமா?’

‘ஷ்யூர்’, மொர்டெசாயும் சிண்டியும் சாலையைக் கடந்து நடந்தார்கள்.

‘சிண்டி, நீங்க அமெரிக்காவில என்ன செய்யறீங்க?’

‘ப்யூட்டி பார்லர்ல வேலை பார்க்கறேன்.’

‘உங்களைப் பார்த்தாலே தெரியுது, யு ஆர் வெரி ப்யூட்டிஃபுல்.’ மொர்டெசாய் ஜொள் வடிக்க, சிட்னியின் கன்னங்கள் வெட்கிச் சிவந்தன.

மொர்டெசாய் உள்ளுக்குள் சிரித்துக்கொண்டார், ‘பரவாயில்லை, குட்டி சீக்கிரம் மடங்கிடும்போலிருக்கு!’

அப்போது அவருக்குத் தெரியாத விஷயம், ‘சிண்டி’ சாதாரணக் குட்டி இல்லை, மொர்டெசாய்க்குத் தூண்டில் போடுவதற்காகவே மொஸாட் தயார்செய்து அனுப்பிவைத்த ஸ்பெஷல் குட்டி!

29. ரோம், ரொமான்ஸ், ரோதனை

'சிண்டி' என்ற பெயரில் மொர்டெசாய் வனுனுவுக்கு அறிமுகமான அந்தப் பெண்ணின் நிஜப் பெயர் செரில்.

அமெரிக்காவில் பிறந்த செரில், படிப்பதற்காக இஸ்ரேல் வந்தார். இந்த ஊர் மொழி, கலாசாரம், சரித்திரம் எல்லாம் அவரை மிகவும் ஈர்த்தது. 'இனிமேல் இதுதான் என் நாடு' என்று தோன்றிவிட்டது, இங்கேயே நிரந்தரமாகத் தங்கிவிடத் தீர்மானித்தார்.

செரிலுக்கு இஸ்ரேல் பிடித்துப்போக இன்னொரு முக்கியமான காரணம், அவர் காதலில் விழுந்திருந்தார்!

இஸ்ரேல் ராணுவத்தின் உளவுப் பிரிவு 'அமான்'. அங்கே வேலை செய்கிற ஓஃபர் பென்டாவ் என்கிற அதிகாரியைக் காதலித்துக் கல்யாணம் செய்துகொண்டார் செரில்.

இவர்களுடைய திருமணத்துக்கு நிறைய உளவாளிகள், மொஸாட் பெருந்தலைகள் வந்திருந்தார்கள். ஓஃபருக்கும் செரிலுக்கும் வாழ்த்துச் சொல்லிக் கை குலுக்கி, மொய் எழுதிக் கல்யாணச் சாப்பாட்டைக் கபளீகரம் செய்துமுடித்தபிறகு, அவர்கள் தங்களுக்குள் கிசுகிசுப்பாகப் பேசிக்கொண்டார்கள். 'செரில் ரொம்ப அழகு, இல்லை?'

'ஆமா, நமக்கு ஒத்துவருவாளா? பேசிப் பார்க்கலாமா?'

'ஷ்யூர்.'

தப்பாக நினைக்கவேண்டாம். அழகான பெண்களை எங்கே பார்த்தாலும் மொஸாட் அதிகாரிகள் எக்ஸ்ட்ரா சுறுசுறுப்பாகிவிடுவார்கள், காரணம் 'ஜொள்' அல்ல, அவர்களைத் தங்களுடைய ஸ்பெஷல் உளவாளிகளாக வளைத்துப்போடமுடியுமா என்கிற ஆர்வம்தான்.

திருமணம் முடிந்து கொஞ்ச நாள் கழித்து, சில உளவாளிகள் செரிலைச் சந்தித்தார்கள், 'மொஸாடுக்கு வேலை செய்ய விருப்பமா?' என்று விசாரித்தார்கள்.

ஆரம்பத்தில் செரிலுக்கு அதிர்ச்சி. அப்புறம் யோசித்துப்பார்த்தபிறகு டபுள் ஓகே சொல்லிவிட்டார்.

மொஸாடில் செரில்மாதிரி 'அழகிய' உளவாளிகள் நிறையப் பேர் உண்டு. இவர்களுக்கு 'பாட் லெவெய்ஹா' என்று பெயர் சூட்டியிருக்கிறார்கள்.

பாட் லெவெய்ஹாக்களின் வேலை, நைஸாகக் கடைக்கண் பார்வை காண்பித்து ஆண்களைக் கவிழ்ப்பது. அதற்கு மசியாவிட்டால் காதலிப்பதுபோல் பாவ்லா காட்டுவார்கள், அவர்களுடன் சேர்ந்து ஊர் சுற்றுவார்கள், சரியான நேரம் அமையும்போது, மொஸாட் பயில்வான்களிடம் மாட்டிக் கொடுத்துவிடுவார்கள், அதன்பிறகு, அடுத்த ஆளைக் கவிழ்க்கக் கிளம்பவேண்டியதுதான்.

லண்டனில் மொர்டெசாய் வனுனுவை வளைத்துப்போடுவதற்காக செரிலுக்கு ஸ்பெஷல் ட்ரெய்னிங் கொடுத்து அனுப்பிவைத்தது மொஸாட். அவர்கள் எதிர்பார்த்ததுபோலவே, மொர்டெசாய் ஜொள் விட்டுக்கொண்டு 'சிண்டி'யின் வலையில் வந்து விழுந்தார்.

இதைக் கவனித்த மொர்டெசாயின் நண்பர்கள் அவரை எச்சரித்தார்கள். 'ஜாக்கிரதைப்பா, அந்தப் பொண்ணைப் பார்த்தா நல்லவளாத் தெரியலை, அநாவசியமா வம்பில மாட்டிக்காதே.'

இதுமாதிரி எச்சரிக்கைகளை மொர்டெசாய் கண்டுகொள்ளவில்லை, 'உங்களுக்கெல்லாம் என்மேல பொறாமை' என்று அலட்சியப்படுத்தி விட்டார்.

பின்னே? சிண்டிமாதிரி அழகான ஒரு பெண்ணின்மீது எந்த ஆணுக்கு தான் சந்தேகம் வரும்? வழக்கம்போல், காதல்(?) அவருடைய கண்களை மறைத்துவிட்டது.

அதன்பிறகு, மொர்டெசாயும் சிண்டியும் அடிக்கடி சந்தித்துப் பேசினார்கள். ரொம்ப நாளாகப் பெண் முகத்தையே பார்த்திருக்காத மொர்டெசாய்க்குச் சிண்டி ஒரு தேவதையாகத் தோன்ற ஆரம்பித்தாள்.

இப்போது, மொஸாட் தன்னுடைய திட்டத்தின் அடுத்த கட்டத்துக்கு வந்தது, மொர்டெசாயை எப்போது, எங்கே, எப்படிக் கடத்துவது?

இங்கிலாந்து எல்லைக்குள் கடத்தல், கிடத்தல் என்று ஆரம்பித்தால் மார்கரெட் தாட்சர் தொலைத்துவிடுவார். ஆகவே, லஷ்மணக் கோட்டுக்குள் பாதுகாப்பாக இருக்கும் மொர்டெசாயை முதலில் வெளியே கொண்டுவரவேண்டும். அதற்குதான் சிண்டி.

அடுத்த நாள், சிண்டி மொர்டெசாயிடம் கொஞ்சிப் பேசினாள், 'எவ்ளோ நாளைக்குதான் நாம லண்டனையே சுத்திச் சுத்தி வர்றது, ஒரு சேஞ்சுக்கு எங்கேயாவது ஜாலியா வெளிநாடு போய்ட்டு வருவோமா?'

சிண்டி இப்படிக் கேட்டதும் மொர்டெசாய்க்கு வாயெல்லாம் பல். பட்சி தானாக வந்து வலையில் விழுகிறது, விடாதே, பிடி!

'சூப்பர் ஐடியா சிண்டி, நாம எங்கே போலாம்?'

'ரோம்ல எங்க அக்கா இருக்காங்க, அவங்க வீட்ல தங்கிட்டு இத்தாலியைச் சுத்திப் பார்க்கலாமே!'

மொர்டெசாய் பலியாடுபோல் தலையாட்டினார். அவர்களுடைய உல்லாசப் பயணத்துக்கான ஏற்பாடுகள் மளமளவென்று நடந்தன.

இதைப்பற்றிக் கேள்விப்பட்ட சன்டே டைம்ஸ் நிர்வாகம் டென்ஷனாகிவிட்டது. 'அவசரப்படாதீங்க, இதுல உள்குத்து ஏதாவது இருக்குமோன்னு எங்களுக்குச் சந்தேகமா இருக்கு, முதல்ல நாங்க அந்தப் பொண்ணைப் பார்த்துப் பேசணும்' என்றார்கள்.

'ஹலோ, இது என்னோட பர்ஸனல் மேட்டர், நீங்க இதில தலையிட வேண்டாம்', அவர்களுக்கு டாட்டா காண்பித்துவிட்டு சிண்டியுடன் ஜாலியாக ரோம்க்கு விமானம் ஏறிவிட்டார் மொர்டெசாய் வனுனு.

அப்போது அவருக்குத் தெரியாத விஷயம், அதே விமானத்தில் இன்னும் சில மொஸாட் ஏஜென்ட்களும் பயணம் செய்தார்கள். மொர்டெசாய்க்குத் தெரியாமல் ரகசியமாக அவரைப் பின்தொடர்ந்தார்கள்.

ஆனால், ரொமான்ஸ் மயக்கத்தில் கிடந்த மொர்டெசாய் எதையும் கவனிக்கவில்லை. கனவுகளில் மிதந்தபடி ரோம் வந்து இறங்கினார், டாக்ஸி பிடித்து சிண்டியின் அக்கா வீட்டுக்குப் போய்ச் சேர்ந்து காலிங் பெல் அடித்தார்.

உள்ளே, இன்னும் சில மொஸாட் ஏஜென்ட்கள் காத்திருந்தார்கள். சிண்டியை ஒதுக்கித் தள்ளிவிட்டு மொர்டெசாயைக் குண்டுக்கட்டாகத்

தூக்கிப் போய் மயக்க மருந்து ஏற்றினார்கள். அப்படியே இஸ்ரேலுக்கு பார்சல் செய்தார்கள்.

லண்டனில் சன்டே டைம்ஸ் ஆசிரியர் குழு மொர்டெசாயைக் காணாமல் திகைத்தது, 'இப்போ என்ன பண்றது?'

'அந்த ஆள் இல்லாட்டி என்ன? அவர் சொன்ன தகவல் எல்லாம் உண்மைன்னு உறுதி செஞ்சுகிட்டீங்களா?'

'ஆச்சு.'

'அப்படீன்னா நோ ப்ராப்ளம், நாம இனிமேலும் தயங்கினா எதுனா புதுப் பிரச்னை வரும், இஸ்ரேலோட அணுகுண்டு ஆராய்ச்சிபத்தின செய்தி, ஃபோட்டோக்களை உடனடியா வெளியிட்டுடலாம்.'

1986 அக்டோபர் 5ம் தேதி, டிமோனோவில் உள்ள அணு ஆராய்ச்சி நிலையத்துக்குள் என்னென்ன நடக்கிறது என்பதைப் புட்டுப்புட்டு வைத்தது சன்டே டைம்ஸ். தெள்ளத்தெளிவான விவரங்கள், புகைப் படங்கள் என மூன்று பக்கங்களுக்கு இஸ்ரேலின் மானம் கப்பல் ஏறியது.

உடனடியாக, உலகம்முழுக்க இஸ்ரேலுடைய அணு ஆயுத ஆராய்ச்சி, உற்பத்திக்குக் கடுமையான எதிர்ப்பு கிளம்பியது. டிமோனோவை இழுத்து மூடவேண்டும் என்றெல்லாம் பல நாடுகள், அமைப்புகள் ஆவேசமாகக் குரல் கொடுத்தார்கள். வழக்கம்போல், இஸ்ரேல் வாயைத் திறக்கவில்லை.

சன்டே டைம்ஸ் செய்தி வெளியானபோது, மொர்டெசாய் வனுனு இஸ்ரேலில் பத்திரமாக அடைத்துவைக்கப்பட்டிருந்தார். மொஸாட் அதிகாரிகள் அந்தச் செய்தித் தாளை அவர் முகத்தில் வீசி எறிந்து அவமானப்படுத்தினார்கள்.

அப்போதும், மொர்டெசாய் பயப்படவில்லை, 'நான் செஞ்சது சரிதான்' என்று பிடிவாதமாக நின்றார்.

'எது சரி? உன் நாட்டு ரகசியத்தை அடுத்தவனுக்குக் காட்டிக் கொடுக்கறதா?'

'நான் இந்த மேட்டரையெல்லாம் ஏதோ ஓர் எதிரி நாட்டுக்கு வித்திருந்தா, நீங்க என்மேல குத்தம் சொல்லலாம், ஆனா நான் இந்தத் தகவல் வெளியே வரணும், எல்லோருக்கும் தெரியணும், நீங்க அணு ஆயுதம் தயாரிக்கறதைத் தடுக்கணும்-ங்கற நல்ல எண்ணத்திலதானே செஞ்சேன்? அது தப்புன்னு எனக்குத் தோணலை.'

‘எங்களைப் பொறுத்தவரைக்கும் அது தப்புதான், துரோகம்தான்’, இஸ்ரேல் மொர்டெசாய்மீது வழக்குத் தொடுப்பதற்கான முன்னேற்பாடுகளில் இறங்கியது.

அதே நேரம், அங்கே மொர்டெசாயைக் காணாமல் எல்லோரும் குழம்பிக்கொண்டிருந்தார்கள். ‘இத்தாலிக்குப் போறேன்னு கிளம்பின மனுஷன், மாயமா மறைஞ்சுட்டாரே, என்ன ஆச்சு? ஒருவேளை மொஸாட் கைவரிசையைக் காட்டியிருக்குமோ?’

இஸ்ரேல் ஒன்றும் தெரியாததுபோல் மௌனம் சாதித்தது. சில வாரங்கள் அமைதியாக இருந்துவிட்டு, நிலைமை கொஞ்சம் சீரான பிறகு மொர்டெசாயை நீதிமன்றத்துக்குக் கொண்டுவந்து நிறுத்தினார்கள்.

ஆனால், மொர்டெசாய் வனுனு அவர்களைவிடக் கில்லாடி. இஸ்ரேலின் குட்டை உடைக்கவேண்டும் என்பதற்காகவே, தன்னுடைய உள்ளங்கையில் சில தகவல்களைக் கிறுக்கிக்கொண்டு கோர்ட்டுக்கு வந்தார். பத்திரிகையாளர்கள் அவரை ஃபோட்டோ எடுக்கும்போது, அந்தக் கையை விரித்துக் காண்பித்தார்:

‘செப்டம்பர் 30ம் தேதி நான் லண்டனில் இருந்து ரோம் வந்தேன், அங்கே இவர்கள் என்னைக் கடத்திவிட்டார்கள்!’

இதனால், மொஸாடின் கடத்தல் நாடகம் வெட்டவெளிச்சமாகிவிட்டது. மொர்டெசாய் விவகாரம் சர்வதேச லெவலில் பரபரப்பாகத் தொடங்கியது.

இஸ்ரேல் அதைப்பற்றிக் கவலைப்படவில்லை. மொர்டெசாய்மீது தேசத் துரோகம், உளவாடல் குற்றங்களைச் சுமத்தி வழக்கு நடத்தினார்கள். அவருக்கு மரண தண்டனை விதிக்கப்படும் என்று எதிர்பார்க்கப்பட்டது.

ஆனால், மொர்டெசாய் யூதராக இருந்ததால் அவருடைய உயிர் பிழைத்தது. பதினெட்டு வருடக் கடுங்காவல் தண்டனை கொடுத்துத் தனிமைச் சிறையில் அடைத்துவைத்தார்கள்.

அது சரி, சிண்டி (செரில்) என்ன ஆனார்?

மொர்டெசாய் கடத்தல் சம்பவத்துக்குப்பிறகு ரொம்ப நாளைக்குச் செரிலைப்பற்றி எந்தத் தகவலும் தெரியவில்லை. சில வருடங்கள் கழித்துப் பத்திரிகையாளர்கள்தான் அவரைத் தேடிப் பிடித்துச் செய்தி வெளியிட்டார்கள்.

தற்போது செரில் அமெரிக்காவில் ரியல் எஸ்டேட் ஏஜென்டாகப் பணிபுரிகிறார், கணவர், குழந்தைகளோடு நிம்மதியாக செட்டிலாகிவிட்டார்.

செரில் மட்டுமில்லை, மொஸாடுக்கு நேரடியாகவோ மறைமுக மாகவோ உதவிய எல்லோருக்குமே இஸ்ரேல் பாதுகாப்பான வாழ்க்கைகளை அமைத்துக்கொடுக்கிறது. அவர்கள் உலகின் எந்த மூலைக்குச் சென்றாலும் அவர்களுடைய கடந்தகாலம் வெளியே தெரிந்துவிடாதபடி மிகக் கவனமாகப் பூசி மெழுகிவிடுகிறார்கள்.

அதேசமயம், மொஸாடுக்காக ஆபத்தான உளவுப்பணிகளில் ஈடுபட்டு உயிர் இழந்தவர்களும் நிறையப் பேர் உண்டு. அவர்களை யெல்லாம் என்ன செய்வார்கள்? அப்படியே நைசாக மூடி மறைத்து விடுவார்களா? அல்லது, முறைப்படி கௌரவிப்பார்களா?

30. மூடுபனி

உளவாளியாக வேலை பார்ப்பதில் த்ரில்மட்டுமில்லை, நிறைய ஆபத்தும் உண்டு.

உள்ளூருக்குள் உளவு பார்க்கிறவர்கள் நிலைமைகூடக் கொஞ்சம் பரவாயில்லை. ஏதாவது பிரச்னை என்றால் பெரிய அதிகாரிகள் தலையிட்டுக் காப்பாற்றிவிடுவார்கள். மிஞ்சிப்போனால் செய்தித்தாள்கள், தொலைக்காட்சி சானல்களில் கொஞ்சம் அசடு வழிய நேரிடும், அவ்வளவுதான்.

ஆனால், வெளிநாடுகளில் உளவாடச் செல்கிறவர்கள் அப்படி யில்லை. பல சந்தர்ப்பங்களில் இவர்கள் திரட்டுகிற விஷயங்கள் அந்த நாட்டின் பாதுகாப்புக்கே வேட்டு வைக்கக்கூடிய பரம ரகசியங்களாக இருக்கும். அப்பேர்ப்பட்ட தகவல்களைத் திருட்டுத்தனமாகக் கொத்திக்கொண்டு போகிறபோது மாட்டினால் தர்ம அடி, ஜெயில் தண்டனை நிச்சயம், கொஞ்சம் கோபக்கார ஊர் என்றால் உயிருக்கே கூட ஆபத்து வந்துவிடும்.

இன்னொரு பிரச்னை, உளவாளிகள் எப்போதும் திரைமறைவில் செயல்படுகிறவர்கள். ஆகவே, இவர்கள் ஏதாவது வம்பில் சிக்கிக் கொண்டால், தண்ணீருக்குள் மீன் அழுவதுபோல் அந்த விஷயமே வெளியில் தெரியாது. அப்படியே தெரிந்தாலும்கூட, அவர்களுடைய சொந்த நாட்டிலிருந்து யாரும் அவர்களைக் காப்பாற்ற வருவது சந்தேகம்தான்.

ஆனால், இத்தனைக்குப்பிறகும், உலகம்முழுக்க உளவுக் கனவுகளோடு உலா வருகிற இளைஞர்கள் நிறையப் பேர். இதில்

எவ்வளவுதான் ஆபத்து இருந்தாலும், அடுத்தவர்களால் முடியாததைச் சாதிக்கிற அந்தச் சவால் இவர்களுக்குப் பிடித்திருக்கிறது. கூடவே, கொஞ்சம் (அல்லது நிறைய) தேச பக்தியும் இவர்களை ரிஸ்க் எடுக்கத் தூண்டுகிறது.

மொஸாட் தன்னுடைய ஏஜென்ட்களைத் தேர்ந்தெடுக்கும்போதே, இந்த ஆபத்துகளைப்பற்றித் தெளிவாகச் சொல்லிவிடுகிறார்கள். 'உங்களுக்கு எந்தப் பிரச்னையும் வரக்கூடாதுங்கறதுதான் எங்களோட விருப்பம். நீங்க ரொம்ப நல்லா வேலை செய்யறதுக்குத் தேவையான எல்லாப் பயிற்சியையும் நாங்க உங்களுக்குக் கொடுப்போம். ரகசியமா மறைஞ்சு வாழறது எப்படி, அடுத்தவங்களுக்குச் சந்தேகம் ஏற்படாத படி பேசி விஷயத்தைக் கறக்கறது எப்படி, உள்ளூர் ஆளுங்களைப் பயன்படுத்தித் தகவல்களைத் திரட்டறது எப்படி-ன்னு சகல விஷயங்களையும் கத்துத்தருவோம்.'

'அதுக்கப்புறம், நீங்களும் இந்தக் குடும்பத்தில ஒருத்தராயிடறீங்க, உங்களை உலகத்தோட எந்த மூலைக்கு அனுப்பினாலும் அந்தப் பயணத்துக்குத் தேவையான பொய் வேஷங்கள்ல ஆரம்பிச்சுப் பாதுகாப்பு ஏற்பாடுகள்வரை சகலத்தையும் செஞ்சுகொடுப்போம். உங்களுக்கு உதவறதுக்கு இங்கே எப்பவும் ஒரு டீம் இருக்கும், லேட்டஸ்ட் கருவிங்க, வீடு, கார், நெட்வொர்க் எதிலும் குறை வைக்கமாட்டோம்.'

'ஆனா, கடைசியில களத்தில இறங்கி வேலை செய்யப்போறது நீங்கதான். அதில எத்தனை ஆபத்து வந்தாலும் அந்த நிலைமைக்கு ஏத்தபடி செயல்பட்டு உயிர் பிழைச்சுத் திரும்பி வரவேண்டியது உங்க பொறுப்பு. அதுக்கு ஏதாவது கூடுதல் உதவி தேவைன்னா நீங்க எங்களைக் கேட்கலாம், ஆனா, பெரும்பாலும் அதற்கு வாய்ப்பு இருக்காது, எங்கே போனாலும் உங்க சாமர்த்தியம்மட்டும்தான் உங்களுக்குத் துணை.'

என்ன? பயமுறுத்துவதுபோல் இருக்கிறதா? மொஸாட் தெரிந்தே தன்னுடைய ஏஜென்ட்களைப் படுகுழியில் தள்ளிவிடுவதைப்போல் தோன்றுகிறதா?

நிச்சயமாக இல்லை. உலக அளவில் வேறு எந்த உளவுத்துறையும் மொஸாட்போலத் தனது உளவாளிகளைப் பாதுகாப்பது கிடையாது. அவர்களுக்கு ஏதாவது ஒரு பிரச்னை என்றால் இஸ்ரேல் பிரதமர், ஜனாதிபதியில் ஆரம்பித்து ராணுவத் தலைவர்கள், வெளிநாட்டுத் தூதுவர்கள்வரை ஒருவர் பாக்கியில்லாமல் அவர்களைக் காப்பாற்று வதற்குதான் முயற்சி செய்வார்கள்.

அதேசமயம், பொதுவாக மொஸாட் கை வைக்கும் வேலைகள் எல்லாமே மிகவும் விவகாரமானவை என்பதால், மாட்டிக்கொள்கிறவர்களின் உயிருக்கு எந்த உத்திரவாதமும் கிடையாது. ஆகவே, சில சந்தர்ப்பங்களில் இஸ்ரேலுக்கு வேறு வழி இல்லை, மௌனமாகத் தனது 'சேவகர்'களின் மரணத்தை ஏற்றுக்கொள்கிறது.

அதைவிடக் கொடுமை, இதுபோன்ற மரணங்களைப்பற்றி அவர்களால் வெளிப்படையாகப் பேசமுடியாது, உயிர்த் தியாகம் செய்த உளவாளியின் படத்துக்கு மாலை போட்டு அஞ்சலிக் கூட்டம் கூட நடத்தமுடியாது, இவர்கள்தான் அந்த உளவாளியைத் தயார் செய்து அனுப்பிவைத்தார்கள் என்கிற விஷயம் வெளியே தெரிந்துவிடும்.

ஆகவே, மொஸாட் தன்னுடைய உளவாளிகளைப்பற்றிய விவரங்களை வெளியே சொல்வதில்லை. அப்படியே சொன்னாலும், அவர்கள் எந்தெந்த வேலைகளில் ஈடுபட்டார்கள், அதில் வெற்றி அடைந்தார்களா அல்லது தோற்றுப்போனார்களா என்பதுபோன்ற தகவல்களையெல்லாம் கவனமாக மறைத்துவிடுகிறார்கள்.

அவ்வளவு ஏன், ஒருகாலத்தில், மொஸாடின் தலைவர் யார் என்கிற விஷயம்கூடப் பரம ரகசியமாகப் பாதுகாக்கப்பட்டது. பிளாக் அண்ட் வொய்ட் சினிமாக்களில் வருவதுபோல், 'ஏஜென்ட் 157ஐ பெரிய பாஸ் கூப்பிடறார்' என்றுதான் சங்கேதமாகப் பேசிக்கொண்டிருந்தார்கள்.

இப்போது நிலைமை ரொம்பவே மாறிவிட்டது. மொஸாடுக்கென்று தனியாக இணைய தளம்கூட (http://www.mossad.gov.il/) ஆரம்பித்துவிட்டார்கள். தற்போதைய மொஸாட் இயக்குனர் மீர் தகான் மக்களுக்கு(?) வாழ்த்துச் செய்தியெல்லாம் எழுதித் தூள் கிளப்புகிறார்.

தலைவர்கள் வெளிச்சத்துக்கு வரும்போது, தொண்டர்கள்மட்டும் இருட்டில் கிடந்தால் எப்படி? மொஸாட் கொஞ்சம் கொஞ்சமாகத் தன்னுடைய பழைய ப்ராஜெக்ட்கள், அதில் பங்கேற்ற உளவாளிகளின் வீர சாகசங்களைப்பற்றியெல்லாம் பேச ஆரம்பித்திருக்கிறது. முந்தைய அத்தியாயங்களில் நாம் பார்த்த பல சம்பவங்கள் அவர்களே வெளிப்படையாக ஒப்புக்கொண்டு வாக்குமூலம் கொடுத்தவைதான்.

இஸ்ரேலின் மிகப் பெரிய நகரங்களில் ஒன்றான டெல் அவிவ் அருகே க்ளிலோட் என்ற இடத்தில் இஸ்ரேலிய உளவாளிகளுக்கான ஒரு நினைவுச் சின்னம் எழுப்பப்பட்டிருக்கிறது. அந்தக் கட்டடத்தின் வடிவம் என்னவாக இருக்கும்? உங்களால் ஊகிக்கமுடிகிறதா?

ஓர் உளவாளிக்கு முக்கியமான ஆயுதமே, அவனுடைய மூளைதானே? அதைக் குறிப்பிடும்வகையில் இஸ்ரேல் உளவாளிகளின் இந்த நினைவுச் சின்னத்தை மனித மூளையின் வடிவத்தில் அமைத்திருக்கிறார்கள்.

இந்தக் கட்டடத்தினுள் குறுக்கும் நெடுக்குமாகச் செல்லும் சுவர்களில் ஐநூறுக்கும் மேற்பட்ட உளவாளிகளின் பெயர்கள் குறிப்பிடப் பட்டிருக்கின்றன. இவர்கள் எல்லோரும், இஸ்ரேலுக்காக உளவாடச் சென்று, அந்தப் பணியின்போது ஆபத்தில் சிக்கி உயிர் இழந்தவர்கள்.

இதுதவிர, பல வருடங்கள் உளவாளிகளாகப் பணியாற்றி, ஓய்வு பெற்று, வயதாகி இறந்துபோன 'சீனியர் ஏஜென்ட்'கள், மற்ற ஊழியர் களைப்பற்றிய விவரங்களையும் கவனமாகத் தொகுத்துவைத்திருக் கிறார்கள். இஸ்ரேல் உளவுத்துறையின் சாதனைகளை விவரிக்கும் குறிப்புகள், அவர்கள் கண்டுபிடித்த, பயன்படுத்திய நவீன கருவிகளின் கண்காட்சியும் இங்கே உண்டு.

அதேசமயம், மொஸாட் எல்லா ரகசியங்களையும் வெளிச்சத்துக்குக் கொண்டுவந்துவிட்டார்களா என்றால், இல்லை. எதை வெளியே சொன்னால் இனிமேல் பிரச்னை இருக்காது என்று யோசித்து, பத்துக்கு நாலு விஷயங்களைமட்டும்தான் இப்படி வெளிப்படையாகப் பேசுகிறார்கள். மற்ற விவரங்கள், சம்பவங்கள், மனிதர்கள் இன்னும் விலகாத மூடுபனிக்குள் மூழ்கிக் கிடக்கிறார்கள்.

இதற்குச் சாட்சியாக, நீங்கள் மொஸாட் வெளியிடும் அறிக்கைகள், நினைவுக் குறிப்புகளைப் படித்தாலே போதும். எல்லா உண்மை களையும் சொல்லிவிடப்போகிறோம் என்பதுபோல் சுறுசுறுப்பாகத் தொடங்குவார்கள், கொஞ்சம் கொஞ்சமாக மேலே போய் மசங்கலான ஒரு பிம்பத்தைக் காண்பித்துச் சட்டென்று முடித்துவிடுவார்கள்.

அவர்களைச் சொல்லிக் குற்றம் இல்லை. இதற்குமேல் வாயைத் திறந்தால் மொஸாடுக்குதான் ஆபத்து. பல நாடுகளில் இன்னும் ரகசியமாக வேலை செய்துகொண்டிருக்கிற, அல்லது மறைந்து வாழ்கிற மொஸாட் ஏஜென்ட்கள் வம்பில் மாட்டிக்கொள்வார்கள். அவர்கள் செய்கிற வேலையின் முக்கியத்துவம் கருதி, வேறு வழியில்லாமல் பல விஷயங்களை மறைத்துவைக்கவேண்டி யிருக்கிறது, பூடகமாகப் பேசிச் சமாளிக்கவேண்டியிருக்கிறது.

க்ளிலோடில் உள்ள இஸ்ரேலிய உளவாளிகளின் நினைவுச் சின்னத்துக்கு நிறைய பொதுமக்கள் வருகிறார்கள். தங்களுடைய நண்பர்கள், உறவினர்களின் நினைவுக்கு மரியாதை செலுத்துகிறார்கள். உளவுத்துறையில் சேரவேண்டும் என்று நினைக்கிற இளைஞர்களும் இங்கே வந்து மணிக்கணக்காக நேரம் செலவிடுவது உண்டு.

ஆனால், க்ளிலோடில் அதிகம் தென்படுகிறவர்கள் யார் என்று பார்த்தால், முன்னாள், இன்னாள் மொஸாட் அதிகாரிகள்தான். இவர்களில் பலர், தங்களுடைய நெருங்கிய சிநேகிதர்களை, சக ஊழியர்களைப் பறி(லி)கொடுத்தவர்கள்.

ஒரு நிமிஷம், உங்களை ஒரு மொஸாட் அதிகாரியாகக் கற்பனை செய்துகொள்ளுங்கள். உங்களுக்குக் கீழே பல திறமைசாலி இளைஞர்கள் பணிபுரிகிறார்கள். ஒரு முக்கியமான, ஆனால் ஆபத்தான வேலைக்கு அவர்களைத் தேர்ந்தெடுத்து அனுப்பி வைக்கிறீர்கள்.

அதன்பிறகு, அவர்கள் அதை ஒழுங்காகச் செய்துமுடித்துவிட்டுத் திரும்பிவந்தால் சந்தோஷம், எல்லோரும் கை தட்டிப் பார்ட்டி கொண்டாடலாம். ஒருவேளை, அவர்களில் சிலர் மாட்டிக்கொண்டு விட்டால்? மரணமடைந்துவிட்டால்? அது ஆபத்தான வேலை என்று தெரிந்தும்கூட அவர்களை அனுப்பிவைத்தது நீங்கள்தானே? அந்தக் குற்றவுணர்ச்சி உங்களைச் சும்மா விடுமா?

கொஞ்சம் கஷ்டம்தான். ஆனால், எப்போதும் எதிரிகளுக்கு மத்தியிலேயே வாழ்ந்து பழகிவிட்ட இஸ்ரேலியர்கள் இதை வேறுவிதமாகப் பார்க்கிறார்கள். 'என்ன செய்வது? நாட்டின் பாதுகாப்பு முக்கியம், அதற்காகச் சிலர் தங்களுடைய உயிர்களைத் தியாகம் செய்ய வேண்டியிருக்கிறது. அதைத் தவிர்க்கமுடியாது, இதுதான் எதார்த்தம் என்று ஏற்றுக்கொள்ளவேண்டியதுதான்!'

இந்த எண்ணத்தோடுதான் மொஸாட் அதிகாரிகள் அந்த நினைவுச் சின்னத்திலிருந்து வெளியே வருகிறார்கள். அடுத்த வேலையை நோக்கி நடக்கிறார்கள். எப்பேர்ப்பட்ட ஆபத்தும் அவர்களுடைய வேகத்துக்குத் தடை போடமுடியாது.

ஆதாரங்கள்

- *Historical Dictionary of Israeli Intelligence,* Ephraim Kahana, The Scarecrow Press Inc, 2006
- *Gideon's Spies,* Gordon Thomas, Pan Books, 2000
- *Spy Web Mossad,* Jonathan Martin, Nugus / Martin Productions / The History Channel
- *Final Judgement,* Michael Collins Piper, America First Books, 2005
- *The Munich Olympics,* Hal Marcovitz, Chelsea Hose Publishers, 2002
- *Munich: The Real Assasins,* Tom Whitter, Atlantic Productions
- *Munich: Operation Bayonet,* Ron Maiberg, Highlight Films / BBC, 2006
- *From Catastrophe to Power,* Idith Zertal, University Of California Press, 1998
- *Two Minutes Over Baghdad,* Uri Bar-Joseph, Routledge, 2003
- *நிலமெல்லாம் ரத்தம்,* பா. ராகவன், கிழக்கு பதிப்பகம், *2005*

www.ingramcontent.com/pod-product-compliance
Lightning Source LLC
LaVergne TN
LVHW060456051026
849518LV00002B/784
9788184937107